D1680357

ஆசிரியர் குறிப்பு

முழுப்பெயர் பத்மப் பிரியா, சொந்த ஊர் பொள்ளாச்சி அருகேயுள்ள N. சந்திராபுரம். கணவரின் பெயர் சதீஸ் குமார். ஒரு மகன், பெயர் கயன். கால நதி இவருடைய முதல் நாவல். பல்வேறு இணையதளங்களிலும், இளைஞர் முழக்கம், பெஸ்ட், ஃபோட்டோகிராஃபி டுடே போன்ற மாத இதழ்களிலும் கட்டுரைகளும், கவிதைகளும் வெளி வந்துள்ளன. தற்போது கணவருடன் அமீரகத்தின் ஷார்ஜாவில் வசித்து வருகிறார்.

தொடர்புக்கு : *priyaraju198601@gmail.com*

கால நதி

பிரியா

டிஸ்கவரி புக் பேலஸ்
கே.கே.நகர் மேற்கு, சென்னை - 600 078.
(பாண்டிச்சேரி கெஸ்ட் ஹவுஸ் அருகில்)
Ph: 044-4855 7525 Mobile: +91 87545 07070

கால நதி

பிரியா

Kala Nathi
Priya

1st Edition: Jan - 2020
Pages : 224
ISBN : 978-81-944173-4-7
Cover Design: Mugil
Book Design: Discovery Team

Discovery Book Palace (P) Ltd,
6, Mahaveer Complex, Munusamy Salai,
K.K.Nagar West, Chennai-600 078.
Ph: +91 - 44-4855 7525
Mobile: +91 87545 07070

E-mail: **discoverybookpalace@gmail.com,**
Website: **www.discoverybookpalace.com**

Rs. 250

முன்னுரை

புத்தகங்களுக்கும் எனக்குமான தொடர்பென்பது என் நினைவில் உள்ளவரை நான்காம் வகுப்பு படிக்கையில் காமிக்ஸ்களில் தொடங்கியது. முகமூடிவீரர் மாயாவியும், ரெக்ஸ்ம், மரவீடும் இன்னமும் நினைவடுக்குகளில் நீங்காமல் புத்தம் புதிதாய் இருக்கின்றனர். அம்மாவின் உறவுகளில், அம்மாவுடன் மற்ற அனைவருக்கும் இருந்த தீவிர வாசிப்பு பழக்கமே அச்சிறு வயதிலேயே புத்தகங்களுடன் எனக்கும் ஒரு நெருக்கத்தை ஏற்படுத்தி இருந்தது. அதன் பின்பு பள்ளிக் காலத்தில் நூலகத்திற்கு என் அம்மாவுடன் துணையாய் செல்லத் தொடங்கி, பின்னர் வாரம் ஒரு முறை நானாகவே எனக்காகச் செல்லத் தொடங்கினேன். ஜக்கார்பாளையம் என்ற சிற்றூரில் அப்பொழுது நூலகராக இருந்த கேரளத்தைச் சேர்ந்த ஒருவர் என்னுடைய ஆர்வத்தைக் கண்டு நிறைய சிறுவர் புத்தகங்களை அறிமுகப்படுத்தினார். என் சிறு மூளை அவரின் பெயரை தற்போது நியாபத்தில் வைத்துக்கொள்ளாதது நிச்சயம் என் துரதிர்ஷ்டம்தான். காமிக்ஸில் தொடங்கி, அம்புலிமாமா, கோகுலம் என்று நீண்டு அப்படியே தீவிர வாசிப்பிற்குள்ளும் நுழைந்து, அவ்வாசிப்பே எழுதும் வரையிலும் கொண்டு வந்திருக்கிறது.

அடுத்த தலைமுறை புத்தகங்களை அறிமுகப் படுத்தியதிலும், வாசிப்பை ஊக்கப்படுத்தியதிலும் என் அக்கா பத்மா, அண்ணன் கார்த்தி ஆகியோருக்கு சரி பங்கு உண்டு.

சரியான நேரத்தில் ஷார்ஜாவின் உலகளாவிய புத்தகக் கண்காட்சியில் முதல் முறையாக தமிழ் அரங்குகள் அமைய, கண்காட்சிக்கு சென்ற இடத்தில் கிடைத்த நிறைய தமிழ் நண்பர்களின் அறிமுகம், அமீரகத்தில் செயல்பட்டு வரும் தமிழ் இலக்கிய வட்டங்களின் அறிமுகத்தையும் கொடுத்தது. இந்த அறிமுகங்கள் கொடுத்த உற்சாகத்துடன் டிஸ்கவரியின் "பிரபஞ்சன் நினைவு நாவல் போட்டி" என்ற அறிவிப்பும் சேர்ந்துகொள்ள நண்பர் ரிஸ்வான் மற்றும் கணவர் சதீஸின் ஊக்குவிப்பில் காலநதியை எழுதி முடித்தேன்.

காலநதி சமூகத்தின் இரட்டை மனநிலையை எடுத்துக்காட்ட நான் எடுத்த சிறு முயற்சி. வெறும் இலக்கியம் படித்தாலோ, கேட்டாலோ ஒருவர் முற்போக்கு சிந்தனாவாதியாய் ஆகிவிட முடியாது. முற்போக்கு என்பது அவரின் ஆழ் மனதிலும், செயலிலும் கூட இருக்க வேண்டும். இலக்கியம் பேசிக்கொண்டு தன் வீட்டுப் பெண்களைக் குறித்து பெருமையாய் வலை தளங்களில் பதிவிட்டுக்கொண்டு அப்படியே உள்பெட்டியிலும், குறுஞ்செய்திகளிலும் மற்ற பெண்களிடம் வக்கிரத்தைக் காட்டும் ஆண்கள், வெளியே சாதி மறுப்பு பேசிக்கொண்டு தன் வீட்டு மருமக(னோ)ளோ தன் சாதியில் மட்டுமே வேண்டும் என தேடும் நவயுகப் புரட்சியாளர்கள், பெண் விடுதலையை இன்னமும்கூட ஏட்டளவில் மட்டுமே கொண்டாடக் காத்திருக்கும் இந்த சமூக வலைதளத் தலைமுறை இவையே காலநதியை நான் எழுதக் காரணம். மேற்சொன்ன அனைத்தையும் குறித்துப் பேசிவிட வேண்டுமென்ற எண்ணம் இருந்தாலும் காலநதி நிச்சயம் அனைத்தையும் பேசிவிடவில்லை. கதையின் போக்கிற்கிணங்க தேவையானதை தேவையானபடி பேசியிருக்கிறது அதோடு, காலத்திற்கு அனைத்தையும் மாற்றும் ஆற்றல் உண்டு அதில் இதுவும் மாறும் என்று நம்புவோமாக. பரிசுக்குறியதாய் இல்லை என்றாலும் அதைத்தாண்டி பதிப்பிக்க தகுதி உடையதாய் தேர்ந்தெடுக்கப்பட்ட மிகச்சில நாவல்களில் ஒன்றாக வந்திருக்கிறது. இதுவே எனக்குக் கிடைத்த மிகப்பெரிய பரிசு. தேர்ந்தெடுக்கப்பட்டதுடன் அதை பதிப்பித்துக் கொண்டு வந்திருக்கும் டிஸ்கவரி வேடியப்பன் அவர்களுக்கு என்னுடைய மனமார்ந்த நன்றிகள்

மனதில் தோன்றிய கருவுக்கு ஒரு வடிவைக் கொடுக்க, அதைப் படித்துப் பார்த்து உடனுக்குடன் நிறைய திருத்தங்களைச் சொல்லி செம்மைப்படுத்த உதவியவர்களில் முக்கியமான இருவர் என்

நண்பன் மகேஸ் முத்துராஜ் மற்றும் தம்பி துரை. மகேஸ் நான் சின்னச் சின்னதாய் கிறுக்கல்கலாய் எழுதத் தொடங்கிய காலம் தொட்டே என்னுடனும், என் எழுத்துக்களுடனும் பயணிப்பவன். தம்பிதுரை வலைப்பூ எனக்கு கொடுத்த மிகச்சிறந்த அறிமுகங்களில் ஒருவன். வாசகனாய் அறிமுகமாகி சகோதரனாய், குடும்பத்தில் ஒருவனாய் ஆனவன். இந்த நாவலுக்கு காலநதி என்னும் பெயரை அளித்ததும் துரையே. இதுவரை நான் மேல் சொன்ன அனைவரும் என் நன்றிக்கும் பேரன்புக்கும் உரியவர்களே.

இதில் சொல்லாமல் விடுபட்ட இருவர் என் பெற்றோர். அதற்கான காரணம் அவர்களை இந்த வார்த்தைகளுக்குள் எல்லாம் அடக்கிவிட முடியாது என்பதே. இவர்கள் இருவருடன் மூவராய் என் கணவரும். வாசிப்புக்கும் அவருக்குமான நெருக்கத்தைக் கணக்கிலெடுக்கையில் அவர் எனக்கு அளிக்கும் ஆதரவு என்பது மிகப்பெரியது. அவரின் அன்புக்கும், ஆதரவுக்கும் என்றைக்கும் எதையும் ஈடு செய்ய முடியாது. அவர் என் யாதுமானவர் அவ்வளவே.

-பிரியா

13/12/2019

சார்ஜா

1. ஒரு தொடக்கம்

“தொடக்கம்
ஒரு தொடரோட்டம்
இன்று நாம்
நாளை இன்னொருவர்
சுடர் கை
மாறிக்கொண்டேயிருக்கும்...”

அடர்ந்திருந்த வேப்ப மரத்தின் நிழலில் நிறுத்தப்பட்டிருந்த சரக்கு வண்டியின் அருகில் நீல நிற ஃபோக்ஸ்வேகன் கோல்ஃப் மெதுவாய் வந்து நின்றது. அது சில நாட்கள் முன்பு புதிதாய் ஆரம்பிக்கப்பட்ட துரித உணவகம் ஒன்றின் வாசல். காரிலிருந்து நடுத்தர வயதில் ஒரு பெண்ணும் அவளுடன் பேசிக்கொண்டே ஒரு இளைஞனும் இறங்கி வந்தனர். பெண்ணின் பெயர் கமலி, உடன் வந்தது அவளின் அண்ணன் மகன் தருண். பொறியியல் முடித்துவிட்டு, மேற்படிப்புக்காய் கனடா சென்றவன் சில நாட்கள் முன்புதான் திரும்பியிருந்தான். இறங்கி அவனுடன் பேசிக் கொண்டே உணவகத்தின் படிகளில் ஏறிச் சென்றவள் சுற்றுப் புறத்தையும் நோட்டமிட்டவாறே சென்றாள். உணவு மேஜைகளைத் தாண்டி பிரைவேட் ஆக்ஸஸ் என எழுதப்பட்டிருந்த கதவினைத் தள்ளி திறந்தாள். அங்கிருந்த கண்ணாடி அறைகளுள் ஒன்றில் நுழைந்து மேஜையின் முன்பு சென்று அமர, பெயர்பலகை “கமலி, உரிமையாளர், யாழ் குழும உணவகங்கள்” என்றது. எதிரே இருக்கும் இருக்கையில் தருண் அமர்ந்துகொண்டு அங்கிருந்த இயற்கை உணவு குறித்த புத்தகம் ஒன்றை எடுத்துப் புரட்டத் தொடங்கினான்.

“உங்களுக்கு எப்படி அத்தை இப்படி ஒரு ஐடியா வந்துச்சு? ஐ மீன் இந்த ஃபாஸ்ட் ஃபுட்ல நம்மளோட பழைய உணவு தானியங்கள சேர்த்து ஒரு ஃபுயூசன் மாதிரி, எப்படி இது” கமலி இலேசாகப் புன்னகைத்துக் கொண்டே அங்கிருந்த

தொலைபேசியை எடுத்து உணவக மேலாளரை அழைத்தாள். பேசிவிட்டு "தருண் இப்போ இன்னொரு முக்கியமான வேலை இருக்கு அதெல்லாம் முடிச்சுட்டு நான் அப்புறம் உனக்கு விளக்கிச் சொல்றேன் சரியா?". அவன் தலையாட்ட உணவு பரிமாறுபவர் ஒருவர் கதவின் அந்தப்புறம் இருந்து உள்ளே நுழைய அனுமதி கேட்டு இலேசாகத் தட்டினார். அனுமதி கிடைத்ததும் உள்ளே நுழைந்து தருணுக்கும், கமலிக்கும், சப்ஜா விதைகள் சேர்க்கப்பட்ட எலுமிச்சைச் சாறை வழங்கி விட்டு, "வேறு எதுவும் வேணுமா மேடம்" என்று கேட்க வேண்டாமென்று தலையசைத்து அனுப்பி வைத்தாள். அவர்கள் அதைப் பருகி முடிக்கவும் "குட்மார்னிங் மேடம்" என்றபடி மேலாளர் சஞ்சீவ் அறையினுள் நுழையவும் சரியாக இருந்தது.

"சஞ்சீவ், இன்னைக்கு அந்த பார்ட்டைம் ஜாப்க்கு காலேஜ்ல இன்டர்வியூ இருக்கில்லையா? எத்தனை மணிக்குப் போகனும் காலேஜ் மேனேஜ்மென்ட்ல பேசுனீங்களா என்ன சொன்னாங்க" "மேடம், காலைலயே அவங்கள்ட பேசிட்டேன் ஃபைனல் இயர் கேட்டரிங் ஸ்டூடன்ட்ஸ ரெடி பண்ணீருக்காங்க இன்னைக்கு பதினொன்னரை மணிக்கு இன்டர்வியூ ஆரம்பிக்கும்னும் ஸ்டூடன்ஸ்க்கு சொல்லிட்டாங்க. நாம ஒரு பதினோரு மணிக்கு மேல கிளம்பினா போதும். காலேஜ் இங்கிருந்து ஒரு இருபது நிமிஷத்துல போயிடலாம்" "ம்ம்ம். இப்ப மணி 10.15. சஞ்சீவ் ஒன்னு செய்ங்க நாம ஒரு பத்தரை – பத்து நாப்பதுக்கு இங்கிருந்து கிளம்பிடலாம். ஏன்னா எப்படியும் அங்க போனதும் பிரின்சிபால், ஹெச்.ஓ.டீ.னு எல்லாரையும் பார்த்து பேசிட்டுதா இன்டர்வியூ ஸ்டார்ட் பண்ணனும். அதனால கொஞ்சம் முன்னாடியே போய்ட்டு அதெல்லாம் முடிச்சுட்டு ஷார்ப்பா பதினொன்னரைக்கு ஆரம்பிச்சுடலாம். நீங்களும் ரெடியாய்ட்டு, நம்ம ஹெச்.ஆர். கிட்டயும் சொல்லிடுங்க ரெடி ஆகச் சொல்லி. அப்புறம் அப்படியே அந்த 1148 வண்டி வெளில நிக்குதுல்ல அந்த டிரைவரையும் வரச் சொல்லுங்க" கணிணித் திரையில் எதையோ பார்த்துக்கொண்டே பேசி முடித்தாள்.

மற்றவை எல்லாவற்றிற்கும் சரியெனத் தலையாட்டிய மேலாளர் டிரைவரை வரச் சொன்னதுக்கு மட்டும் இலேசானத் தயக்கம் காட்ட "இல்ல காலைலயே ட்ரைவர் ரெஸ்ட் ரூமுக்குப் போயிட்டார். அதான் என்னனு விசாரிக்கலாம்னு" "மேடம் நான் வேணும்னா பேசட்டுமா" என்ற சஞ்சீவின் கேள்விக்கு "வேண்டாம், வேண்டாம் வரச் சொல்லுங்க நான் பார்த்துக்கறேன்" பதிலளித்தாள்

கமலி. அடுத்த ஐந்து நிமிடத்தில் ஓட்டுனர் உள்ளே வந்தார். "என்ன வாசு, நைட் சரியா தூங்கலயா? காலைலயே வண்டில தூங்கிட்டு இருக்கீங்க. எத்தன மணிக்கு ஆஃபிஸ் வந்தீங்க?" அந்த இருபத்தெட்டு வயது வாசு சற்றே சங்கடத்துடன் நெளிந்தவாறே "அதெல்லாம் இல்ல மேடம். நைட் கொஞ்சம் சரியா தூங்க முடியல லேட் ஆகிடுச்சு அதான். ஆனா டியூட்டிக்கெல்லாம் சரியா வந்துட்டேன் மேடம் ஒன்பது மணிக்கே" என்று சற்றே பதட்டத்துடன் முடித்தார்.

கணிணித்திறையிலிருந்து முகத்தை எடுத்து நேருக்கு நேராக வாசுவைப் பார்த்த கமலி " வந்து, என்ன செஞ்சீங்க... வண்டிலயே தூங்கிட்டீங்க அப்படித்தானே." வாசு இதை எதிர் பார்க்காவில்லை. அவன் வண்டிக்குள் தூங்கியதை மேடம் எப்படி கவனித்திருக்க முடியும், எதுவும் பேசாமல் அமைதியாக நின்றான். "வாசு, நீங்க செய்றது டிரைவர் வேல. அதுல எவ்வளவு கவனமா இருக்கணும் தெரியுமா. உங்களோட ஒரு சின்ன தப்பு ரெண்டு மூணு குடும்பத்த சிதைச்சுடும். இந்த நகரத்துல, இத்தன வாகன நெரிசல்ல, வண்டி ஓட்ட வேண்டிய நீங்க, இவ்வளவு அசால்டா காலங்காத்தலயே தூங்கி விழுந்தா எப்படி சார்? உங்கள நம்பி நான் எப்படி வண்டி கொடுக்க முடியும் சொல்லுங்க... எனக்குப் பொருள் சரியான நேரத்துல, சரியான இடத்துல இருக்குறது எவ்வளவு முக்கியமோ அவ்வளவு முக்கியம் எங்கிட்ட வேலை செய்றவங்களோட பாதுகாப்பும். வாழ்க்கைல என்டர்டெயின்மென்ட் அவசியம்தான் ஆனா அதுக்கு நேரம் காலம் இருக்குதுல்ல" கமலியின் கடைசி வார்த்தைகளுக்கு அதிர்ந்து போனவனாய் அவளை நிமிர்ந்து பார்த்தவன் திகைத்துப் போய் நின்றான்.

"இன்னைக்கு நீங்க லீவு எடுத்துக்கோங்க ஹெ.ஆர் கிட்ட நான் சொல்லிடறேன். நாளைக்கு ஒழுங்கா ஃபிரஷா வந்து ஜாயின் பண்ணுங்க... பார்த்துக்கங்க அவ்வளவுதான் என்னால இப்ப சொல்ல முடியும்" என்றவாறு திரும்பி அலமாரியில் எதையோ தேடத் தொடங்கினாள். சில நொடிகள் அங்கேயே நின்றுவிட்டு வாசு வெளியேற கதவைத் திறக்கச் செல்ல மீண்டும் கமலியின் குரல் ஒலித்தது "அப்புறம் வாசு சொல்ல மறந்துட்டேன் லீவ் லாஸ் ஆஃப் பே" வாசு எதுவும் பேசாமல் அமைதியாக தலையாட்டிக்கொண்டே வெளியேறினான்.கடிகாரத்தைப் பார்த்த கமலி தருணிடம் திரும்பி "என்ன தருண் காலேஜ்க்கு நீயும் வரயா இல்ல வேற எதுவும் வேலை இருக்கா" என்றாள். யோசித்த தருண் இலேசாகத் தோளைக் குலுக்கியவாறே " இப்போதைக்கு

வேற வேலை ஒன்னும் இல்ல. வரலாம்தான்..” என்றான் நீட்டி முழங்கியபடி. தலையை ஆட்டி நக்கலாக அவனைப் பார்த்து இலேசாக சிரித்துக் கொண்டே “சரி இந்த ஃபைல எடுத்துட்டு வண்டிக்கு வந்து சேரு” என்றவாறு கமலி அந்த அறையை விட்டு வெளியேறினாள்.

உணவு மேசைகள் உள்ள பகுதியிலும், அங்கிருந்த கேஷ் கவுண்டரிலும் அடுத்த ஐந்து நிமிடத்தை செலவு செய்தவள் அந்தப் பிரிவு பொறுப்பாளரிடம் அன்றைக்குச் செய்ய வேண்டியதை சொல்லிக் கொண்டிருந்தாள். “இந்த டேபிள் கிளீனிங்க் யாரு. அந்த கார்னர்ல பாருங்க சுத்தம் செஞ்ச பின்னாடி டேபிள் அரேஞ்ச் பண்ணாம இருக்கு அதப் பார்த்து செய்ங்க” பேசியபடியே சமையலறைக்குச் சென்றவள் அதன் பொறுப்பாளரிடம் அன்றைக்கு மற்ற கடைகளுக்கு அனுப்ப வேண்டிய உணவுப் பொருட்கள் எல்லாம் எந்த அளவிற்குத் தயார் நிலையில் இருக்கின்றன என்பதைக் கேட்டுவிட்டு, வேறெதுவும் அவர்களுக்குத் தேவை இருக்கிறதா என்பதையும் கேட்டுத் தெரிந்து கொண்டாள். அத்துடன் பொறுப்பாளரிடம் “அந்த ட்ரைவர் வாசுவுக்கு இன்னைக்கு லீவ் குடுத்துட்டேன். அதுக்கு பதிலா வேற ஆள மாத்தி விடச் சொல்லி மேனேஜர்கிட்ட சொல்றேன். ஒரு மணி நேரத்துல வேற ஆள் வந்துருவாங்க, நீங்க தயாரா வண்டிய லோட் பண்ணி வைச்சுடுங்க” என்க அவரும் சரி என்று தலையசைத்தார்.

அனைத்தையும் முடித்துவிட்டு காரை நோக்கிச் செல்ல, அங்கே அவளது காரிலும், மேலாளரின் காரிலும் சின்னச் சின்ன உணவு பாக்கெட்டுகள் பெட்டிகளில் வைத்து அடுக்கப்பட்டுக் கொண்டிருந்தன. மற்ற மூவரும் வண்டிகளின் அருகில் நின்று கொண்டிருந்தனர். நேராக மனித வளத்துறை மேலாளரிடம் சென்றவள் “இன்னைக்கு ட்ரைவர் வாசுவுக்கு லீவ் குடுத்துருக்கேன். ஆனா இது லாஸ் ஆஃப் பே தா, அதையும் குறிச்சுக்கோங்க. அப்புறம் வேற எதாவது ஒரு பிராஞ்சுல இருந்து ட்ரைவர் யாரயாச்சும் இன்னைக்கு ஒரு நாளைக்கு இங்க மாத்தி விடுங்க. நாளைக்கு எப்படினு அப்புறம் பார்க்கலாம்” “என்ன ஆச்சு மேடம் எனி இஷ்யூ” “ஆமாம் காலங்காத்தால வண்டில ஏசிய போட்டு உக்காந்து தூங்கிட்டு இருக்கான். அதான் வார்ன் பண்ணி அனுப்பி விட்டுட்டேன். பார்த்துக்கங்க மறுபடியும் இதே போல செஞ்சா நிறுத்திட்டு வேற ஆள எடுத்துக்கலாம்” கமலி முடிக்கவும் உணவுப் பெட்டிகளை அடுக்கும் வேலை முடியவும் சரியாக இருந்தது. இரண்டு மேலாளர்களையும் பார்த்து கிளம்பலாம் என்று சைகை

செய்துவிட்டு கமலி காரில் ஏறினாள். இந்த முறை ஓட்டுனர் இருக்கையில் தருண் அமர்ந்து கொண்டான்.

"அத்த இப்ப நாம இத முடிச்சுட்டு எதாச்சும் விசேசத்துக்குப் போறோமா?" "இல்லையே ஏன்?" "யாராச்சும் சொந்தகாரங்க வீட்டுக்கு?" "இல்லப்பா ஏன்? எதுக்கு கேக்குற?" "இல்ல வண்டி நிறைய ஃபுட் பாக்ஸா ஏத்தி வைச்சுருக்கீங்க. அதனாலதான் கேட்டேன்" என்றான் தருண். "ஓ அதுவா, அது நாம இப்போ ஒரு காலேஜ்க்கு இன்டர்வியூ போறோம்ல அங்க கொண்டுபோறோம். அவங்களுக்குக் கொடுக்க". இதைக்கேட்டு தருண் எதையோ யோசிப்பதைக் கண்ட கமலி "என்ன யோசனை தருண்" என்றாள். "இல்ல வழக்கமா இன்டர்வியூ எடுக்க வர்றவங்களுக்கு காலேஜ்ல இருந்துதான் ஐஸ் வைக்க இதுமாறி எதாச்சும் செய்வாங்க. இங்க அப்படியே ஆப்போசிட்டா இருக்கேனு பார்த்தேன்" அவன் பேசியதைக் கேட்டு கமலி கலகலவென்று சிரித்தாள்.

"அது ஒன்னுமில்லப்பா, இப்போ நாம பார்ட்டைம் வேலைக்குதா ஆள் எடுக்கப் போறோம் சரியா. பொதுவா இதுக்கே யாரும் நேரடியா இப்படிப் போகமாட்டாங்க. முழு நேர வேலைன்னாதான் இதெல்லா செய்வாங்க. ஆனால் நான் ஏன் செய்றேன்னா முழு நேரமோ, பகுதி நேரமோ வேலை செய்றவங்க நமக்கு, நம்ம தொழிலுக்கு ஏத்தவங்களாப் பார்த்து நாமலே தேர்ந்தெடுத்தாதான் சரி வரும்னு நினைக்கிறேன். அதுலயும் ஏதாச்சும் ஒரு படிப்பு படிச்சுட்டு இப்படி வேலைக்கு வர்றவங்கள விட அந்த தொழிலுக்கான படிப்பைப் படிக்கிறவங்களே வந்தா அவங்களுக்கு இது ஒரு பிராக்டிக்கல் எக்ஸ்பீரியன்ஸாவும் இருக்கும்னு நினைக்கிறேன். ஆல்சோ நாம இப்படிப் போகும்போது நம்ம கடைல சமைச்சதையே அவங்களுக்கு டேஸ்ட் பண்ணிப் பார்க்க கொடுத்தா, நம்ம பிராடக்ட்ஸ் பத்தியும், அதனோட தரம் என்ன அப்படின்றத பத்தியும் அவங்களுக்கு ஒரு ஐடியா கிடைக்கும். சோ வேலைல நம்முடைய எதிர்பார்ப்பும் அதுக்குத் தகுந்த மாதிரிதான் இருக்கும்ன்றதும் அவங்களுக்குத் தெரிஞ்சுரும். அதனால நம்ம வேலையும் சுலபமா முடிஞ்சுரும். அவ்வளவுதான்" என்று முடித்தாள் கமலி.

ஆச்சரியத்துடன் கமலியைத் திரும்பிப் பார்த்து தலையை மேலும் கீழுமாய் ஆட்டிய தருண் "முதல்ல ஒரு ரெஸ்டாரெண்ட் ஆரம்பிச்சு வெறும் அஞ்சு வருசத்துல இன்னைக்கு இந்த சிட்டி மொத்தமும் பத்து பிராஞ்சு திறந்து, அதுலயும் எல்லாத்தையும் சக்சஸ்ஃபுல்லா நடத்திகிட்டு... எப்படிடா இதெல்லாம் அத்தையால

முடியுதுனு எப்பவும் நான் யோசிச்சுருக்கேன். இப்போ அந்த இரகசியத்த உங்க கூட இருக்கும்போதுதான் தெரிஞ்சுக்கறேன். கிரேட் அத்த நீங்க. சரி அத விடுங்க இந்த வாசு விசயம் என்ன? எப்படி உங்கள்ட மாட்டுனாரு" "ஓ நம்ம டிரைவர் வாசு வா, காலைல நாம வண்டில இருந்து இறங்கிப் போனோம்ல அப்பப் பார்த்தா காலங்காத்தால சீட்டப் பின்னாடி தள்ளி விட்டு கிளாஸ ஏத்தி ஏசிய போட்டுத் தூங்கிட்டு இருக்கான். அதான் கடுப்பாயி கூப்பிட்டுப் பேசினேன். காலங்காத்தால அப்படித் தூங்குறவன் எப்படி தொழில்ல உருப்படுவான் சொல்லு. அவன நம்பி எப்படி வண்டிய குடுக்குறது."

"ஆமா அப்புறம் நீங்க சரக்கு வண்டி கூட ஏசி வெச்சு வாங்குனா தூங்கத்தான் செய்வான்." என்றான் தருண் சற்றே எரிச்சலுடன். "தருண் அது அப்படி இல்லடா ஆரம்பத்துல நம்மலோட ரெண்டாவது பிராஞ்ச் திறந்தப்போ, அந்த மெயின் கடைல இருந்துதான் ரெண்டாவது கடைக்கு எல்லா சமைச்சு எடுத்துட்டுப் போவோம். ரெண்டாவது கடைல ரொம்ப சின்ன சமையலறைதான் இருந்துச்சு அதனால அங்க எல்லாமும் எல்லா செய்ய முடியாது. அப்போ சமைச்ச பொருள், சமைக்கத் தேவையான பொருள் இதெல்லாம் கெட்டுப் போகாம பத்திரமா கொண்டு போக அப்படியான வண்டி வாங்குனோம். பின்னால வளர்ந்து நிறைய கிளைகள் தொடங்குனப்புறம் வெளில இருக்குற மத்த சின்னசின்னக் கடைகளுக்கு நம்ம பொருள நம்ம பிராண்ட் பேர்ல சப்ளை பண்ண தொடங்குனோம். அதனால வாங்குன எல்லா சரக்கு வண்டியும் ஏசி வண்டி. அதுல இவனுக இப்படிப் பண்ணுவானுகன்னு அப்போ நா யோசிக்கலையே" என்றாள் கமலி.

"ம்ம்ம்... அது சரி அவன் நைட் ஊர் சுத்துனானு உங்களுக்கு எப்படித் தெரியும்?" "அது நேத்து நைட் பதினோரு மணி இருக்கும் யாழினி படிச்சுட்டே இருந்தவ திடீர்னு பயங்கர அழுக. வயிறு ரொம்ப வலிக்குதுனு. அப்போ அவள டாக்டர்ட கூட்டிட்டுப் போயிட்டு திரும்ப வர்றப்பதான் பார்த்தேன். தியேட்டர் வாசல்ல கூட்டமா பசங்க நின்னுட்டு இருந்தாங்க. அதுல இவனும் இருந்த மாதிரி ஃபர்ஸ்ட் ஒரு டவுட். அப்புறம் அங்க பக்கத்துல ஒரு கடைல நிறுத்தி தண்ணி பாட்டில் வாங்குனமா அப்போதான் நல்லா பார்த்தேன் அது அவனேதான். ஆனா நான் பார்த்தத அவன் பார்க்கல. அந்த ஏரியா அவன் வீடு இருக்க ஏரியாவும் இல்ல. அங்கிருந்து அவன் கிட்டத்தட்ட ஒரு மணி நேரம் போகனும்

வீட்டுக்கு. அவன் படத்துக்குப் போகட்டும் இல்ல எங்கயோ போகட்டும் அது நம்ம பிரச்சினை இல்ல. ஆனா அதனால நம்ம வேலை பாதிக்கக் கூடாதில்ல. காலைல அவன் தூங்குறதப் பார்க்காமா இருந்துருந்தா நானும் எதும் கேட்டுருக்க மாட்டேன். அதப் பார்த்துதான் கோவம் வந்துருச்சு." என்று சற்றே கோவத்துடன் நிறுத்தினாள். "அது சரி அப்போ நீங்க பேசுனதுல தப்பே இல்ல" என்றான் தருண் வண்டி கியரை மாற்றிக் கொண்டே.

"ஆமா நைட் அப்படி ஒடம்பு முடியாம இருந்துட்டு பாப்பா எப்படி அத்த காலைல ஸ்கூலுக்குப் போனா?" "ஏன் கேக்குற. சொன்னா கேட்டாத்தான. இந்த வருஷம் டென்த்தில்ல அதா. மிஸ் திட்டுவாங்க அது இதுனு சொல்றத கேக்காம கிளம்பி போயிட்டா" "மாமா ஒன்னும் சொல்லலையா" "உங்க மாமா தான அவரு என்னைக்கு எப்ப யாழினிய சத்தம் போட்ருக்காரு, மிரட்டிருக்காரு. இன்னைக்கு கேக்க. நாமளே போய் எதாச்சும் சொன்னாலும், அது அவளுக்குத் தெரியும்ல அவ மேனேஜ் பண்ணிப்பா விடும்பாரு. அதுக்கு நான் சும்மாவே இருந்துக்கலாம்" "அதானே" அவள் பேசியதை கேட்டு சிரித்தான் தருண். "சரி அத்த இன்னைக்கு எத்தன பேர செலக்ட் பண்ணப் போறீங்க" "மேக்ஸிமம் பத்துப் பேரு அவ்வளவுதான்" "ஓகே ஓகே எல்லாருமே பார்ட் டைம்க்குதானா" "அப்படித்தான் இப்போதைக்கு டிசைட் பண்ணிருக்கேன். ஆனா அதுல யாராச்சும் ரொம்பவும் நல்லா பெர்ஃபார்ம் பண்ணா அவங்க படிப்பு முடிஞ்ச பின்னாடியும் நம்ம கிட்டயே கண்டினியூ பண்ற வாய்ப்ப கொடுக்கலான்னு இருக்கேன்" "சூப்பர் அத்த அப்போ ஆஃபர் லெட்டர் எல்லாம் குடுப்பீங்களா?" "கண்டிப்பா அதுக்குத்தானே ஹெச்.ஆர் கூடவே வர்றாரு"

"ஆமா அடுத்து நீ என்ன செய்யறதா உத்தேசம்" "என்னயா கேட்டீங்க" "நீ தானே இங்க இருக்க" "இப்பத்தான அத்த வந்துருக்கேன் கொஞ்ச நாளைக்கு அப்படியே ஜாலியா சுத்திட்டு அப்புறம் எதாச்சும் பண்ணலாம்" "சுத்துவீங்க சுத்துவீங்க ஆளப்பாரு. வயசு ஏறிக்கிட்டே போகுதுடா. இப்ப விட்டா அப்புறம் கிடைக்காது பார்த்துக்க. நான் வேணும்னா என் ஃபிரெண்ட்ஸ் சர்க்கிள்ள ஜாப்புக்கு சொல்லி வைக்கவா" தருணின் முகம் சற்றே சிறுத்தது "அத்த கொஞ்ச நாள் டைம் குடுங்க அத்த நான் சொல்றேன்" "எவ்ளோ நாள்" "ஒரு ஒரு வருஷம்" சொல்லிவிட்டு கமலியை ஓரக் கண்ணால் பார்த்து உடம்பைச் சிலிர்த்தான் "டேய் நான் உன் கல்யாணத்தப் பத்தி பேசலடா.

உன் கரியர் பத்தி பேசிட்டு இருக்கேன்” “ஐய் அப்போ ஒரு வருஷத்துல எனக்கு கல்யாணமும் பண்ணிருவீங்களா ஜாலி” “அய்யோ என் அறிவுக் கொழுந்தே கனடா போயிட்டு வர்றப்போ என் அண்ணன் மகன் இவ்வளவு அறிவாளியா மாறி வருவான்னு நான் எதிர்பார்க்கவே இல்லையேடா. எப்படி இப்படி. கனடா கிளைமேட் நல்லாதானே இருக்கும்” கமலி தருணின் காதைப் பிடித்து செல்லமாய் திருகினாள்.

“அத்தே அத்தே வேலை செய்யும்போது இப்படி எல்லா டிஸ்டர்ப் பண்ணக் கூடாது அத்த” “அப்படியா சார் என்ன வேல செய்றீங்க இப்ப” “அதான் வண்டி ஓட்டிட்டு இருக்கேன்ல” கமலி கையை எடுத்துவிட்டு அவனை முறைத்துப் பார்த்தாள். “நீ கோமாளி மாதிரி நடிக்கிறயா இல்ல என்ன கோமாளி ஆக்கிட்டு இருக்கயானே தெரியலயே” “அத்த இத அப்படியே நம்ம கமல் டைலாக் மாதிரி சொல்லுங்க. நீ நல்லவனா கெட்டவனா” “அடப்பாவி கடசில என்ன இப்படி கொண்டு வந்து விட்டயேடா” சொல்லிவிட்டு அவன் தோளில் தட்டிவிட்டு சிரித்தாள் கமலி. “ஆமா இன்னைக்கு நைட் வீட்டுக்கு வர்றயா இல்ல என்ன பண்ற. அம்மாகிட்ட எதுவும் சொல்லிட்டு வந்தயா?” “இன்னைக்கு நைட் அங்க வீட்டுக்கு வர மாட்டேனு அம்மாட்ட சொல்லிட்டு வந்துட்டேன் அத்த இங்கதான் இருப்பேன். அதனாலதான வண்டிய கொண்டு வந்து வீட்ல விட்டு வந்தேன்”

“ஓகே ஓகே. காலேஜ் பக்கத்துல வந்துருச்சுனு நினைக்கிறேன் அடுத்த லெஃப்ட்டா இருக்க வாய்ப்பிருக்கு” என்றாள் சாலையைப் பார்த்துக்கொண்டே. “ஆமாம் அத்த அதான் போல இதோ முன்னாடி நம்ம மேனேஜர் கார் அங்க திரும்பிருச்சு பாருங்க” “எஸ் கரெக்ட் நீயும் அவங்கள ஃபாலோ பண்ணிப் போய்க்க இதுல கொஞ்ச தூரம் போயிட்டு மே பி ஒரு ரெண்டு கிலோ மீட்டர் இருக்கும் மேக்ஸிமம் அடுத்து எகெய்ன் ஒரு லெஃப்ட் எடுத்தா காலேஜ் ஆர்ச் வந்துரும்” “அத்த அங்க தூரத்துல தெரியுதே அதான” “ம்ம்ம் ஆமா அதேதான். சுத்தியும் பூரா நிறைய இடம் இருக்கு போலயே” “ம்ம் அதெல்லாம் பார்த்துதான அத்த வாங்கிருப்பாங்க இது புது காலேஜ் தான” “ஆமா ஆமா கரெக்ட்... இந்த கோயம்புத்தூர சுத்தி என்ன வருதோ இல்லயோ ஸ்கூலும், காலேஜும் எக்கசக்கமா வந்துருச்சு போ. எங்க எல்லாம் காலி எடம் நிறைய இருக்கோ அங்கெல்லா ஒரு 5 ஏக்கரால காலேஜ் வந்துருது” பேசி முடிக்கும்போது கார் காலேஜ் ஆர்ச்சின் முன்னால் வந்து நின்றது.

★

2. சந்திப்பு

"சந்திப்பென்பது....
சில நேரம் தொடக்கமாய்
சில நேரம் முடிவாய்....
சில நேரம் வாய்ப்பாய்,
சில நேரம் வரலாறாய்..."

கார் கல்லூரியின் வளாகத்திற்குள் நுழைந்ததும், அவர்களுக்கு முன்பு வந்த மேலாளர் காரை விட்டு இறங்கி வந்து, முன்னால் நின்று கொண்டு கார் நிறுத்துமிடத்தை சைகையில் காட்ட, தருண் சரியாக அங்கே சென்று காரை நிறுத்தினான். தருணும், கமலியும் காரிலிருந்து இறங்கியதும், கல்லூரி முதல்வர், துணை முதல்வர் மற்றும் துறைத்தலைவர் மூவரும் வந்து அவர்களை வரவேற்று அழைத்துச் சென்றனர். கல்லூரியின் கலந்தாய்வு அறையும், ஆடிட்டோரியமும் நேர்முகத்தேர்வுக்காகத் தயார் செய்யப்பட்டு இருந்தன. முதலில் அவர்கள் அனைவரையும் கலந்தாய்வு அறையில் அமர வைத்துக் கல்லூரியின் சார்பாக உபசரித்தனர். இடையே தனது மேலாளரை அழைத்து ஓட்டுனர் விஷயம் என்ன ஆனது என்பதையும் மெல்லிய குரலில் கமலி கேட்டுத் தெரிந்து கொண்டாள்.

கல்லூரி முதல்வர் அவருடன் இருந்த மற்றவர்களை வந்திருந்தவர்களுக்கு அறிமுகப்படுத்தி வைத்தார். சிறிது நேரம் அனைவரும் நேர்முகத் தேர்வு குறித்தும், எத்தனை பேரைத் தேர்ந்தெடுக்கப் போகிறோம், எப்படித் தேர்ந்தெடுக்கப் போகிறோம் என்பது குறித்தும் கலந்துரையாடினர்.

அனைத்து சம்பிரதாயங்களும் முடிந்து, மாணவர்கள் அமர வைக்கப்பட்டிருந்த ஆடிட்டோரியத்துக்கு நால்வரையும் கல்லூரிக் குழுவினர் அழைத்துச் சென்றனர். ஆடிட்டோரியம் மிகவும் அழகாகவும் அதே சமயம் எளிமையாகவும்

அலங்கரிக்கப்பட்டிருந்தது. உள்ளே நுழைபவர்களை சட்டென சுண்டி இழுக்கும் வகையில் அமைந்திருந்தது அந்த அலங்காரம் மேடையில் சென்று அமர்ந்ததும் கமலி அருகிலிருந்த கல்லூரி விரிவுரையாளரை அழைத்து ஏதோ கேட்டுக் கொண்டிருந்தார். மேடையின் ஓரத்திலிருந்த தருண் இது எதிலும் ஈடுபாடு காட்டாமல் அரங்கத்தைச் சுற்றிச் சுற்றிப் பார்த்து ஆராய்ந்து கொண்டிருந்தான்.

மாணவர்கள் மத்தியில் இருந்த கசகசப்பான பேச்சு கொஞ்சம் கொஞ்சமாய் குறைந்து அமைதி நிலைக்கு வந்தபோது கல்லூரியின் முதல்வர் எழுந்து மைக்கைப் பிடித்துக் கொண்டு தொண்டையைக் கனைத்தவாறு பேச ஆரம்பித்தார். “மை டியர் ஸ்டூடண்ட்ஸ்.....” சுருக்கமாக பத்து நிமிடத்தில் அவர்களது கல்லூரியின் புகழைப் பாடியதோடு வந்திருப்பவர்கள் குறித்த ஒரு அறிமுகத்தையும் தனக்கேயுரிய முறையில் பேசி முடித்தார். அதன் பிறகு துறைத்தலைவர் அவர் கடமைக்கு அவரும் சம்பிரதாயமாகப் பேசிச் செல்ல அடுத்து கமலியின் முறை. வழக்கமான முறையில் பேச்சை ஆரம்பித்த கமலி தன்னுடன் வந்தவர்களை அங்கிருந்த மாணவர்களுக்கு அறிமுகப் படுத்திவிட்டு, தன்னுடைய ரெஸ்டாரென்ட் குறித்தும், தான் இப்போது வந்திருக்கும் நோக்கம் குறித்தும் ஒரு சிறிய உரையை ஆற்றிவிட்டு “டியர் ஸ்டூடண்ட்ஸ் இன்டர்வியூ ஆரம்பிப்பதற்கு முன்னாடி, எங்க ரெஸ்டாரெண்ட்ல நாங்க செஞ்ச சில ஃபுட் ஐட்டம்ஸ் உங்களுக்கு சாப்பிட குடுக்கணும்னு நினைக்கிறேன். நாங்க இங்க வரும்போது அத எடுத்துட்டு வந்திருக்கோம். அத சாப்பிட்டு முடிச்சுட்டு அப்புறம் இன்டர்வியூ ஆரம்பிக்கலாம்” என்று முடித்தாள்.

அதைக் கேட்டதுமே மாணவர்கள் மத்தியில் உற்சாகம் தொற்றிக் கொண்டது. மற்றவர்களை விட கமலிக்கு கைதட்டல் அதிகமாக விழுந்தது. கமலி சிரித்துக்கொண்டே இருக்கையில் சென்று அமர்ந்து கொண்டாள். கல்லூரி கேண்டீன் ஊழியர்கள் உணவை வழங்கும் பொறுப்பை ஏற்றுக் கொள்ள, மாணவர்கள் வரிசையாக வந்து வாங்கி ருசித்துச் சாப்பிட்டனர். “மச்சா சூப்பர் டேஸ்ட் டா” “மச்சா இன்னொரு ரவுண்டு போலாம்டா” “நல்ல டேஸ்ட் ல” “செம ஐடியா” போன்ற குரல்கள் ஆங்காங்கே கேட்டுக் கொண்டிருந்தன. கமலி ஒரு புன்னகையுடன் அவர்களிடையே கலந்து, கடந்து சென்று கலந்தாய்வு அறையில் அமர்ந்து கொண்டாள். அவ்வறையில் அவளுடன் அக்கல்லூரியின் முதல்வர், யாழ் குழும உணவகங்களின் பொது மேலாளர் சஞ்சீவ் மற்றும், மனித வளத்துறை மேலாளர் ராபர்ட் மூவரும் இருந்தனர்.

அக்கல்லூரியில் இறுதியாண்டு சமையல்கலை மற்றும் விடுதி மேலாண்மை பயிலும் மாணவர்கள் மொத்தம் நூறு பேர் இருந்தனர். அவர்களில் கமலிக்குத் தேவை பத்துப் பேர் மட்டுமே. நூறு மாணவர்களின் விவரத் தரவுகளும் கல்லூரி நிர்வாகம் அமைத்திருந்த விதிகளின் அடிப்படையில் வரிசைப்படுத்தப்பட்டிருந்தது. அதில் இல்லாத விசயமாக சிலவற்றை கமலி முதல்வரிடத்தில் கேட்க, சில தரவுகளுக்கு அவர் அலுவலக உதவியாளரை அழைத்து விவரங்களைப் பெற்றுத் தந்தார். அவர் குடுத்த விவரங்கள் அனைத்தையும் அவள் அவரவர் தரவுகள் தொகுக்கப்பட்ட காகிதத்திலேயே குறித்து வைத்துக் கொண்டாள். அனைத்தும் முடிந்து நேர்முகத் தேர்வுக்குத் தயாராகி ஆரம்பிக்கலாம் என்று முதல்வருக்குத் தெரியப்படுத்த அவர் வெளியில் இருந்த இளம் விரிவுரையாளர் ஒருவரை அழைத்து மாணவர்களை ஒருவர் பின் ஒருவராக அனுப்பி வைக்கும்படி கேட்டுக்கொண்டார்.

முதலில் அடுத்தடுத்து வந்த ஐந்து மாணவர்களுமே கமலியை எந்த விதத்திலும் திருப்திபடுத்தாததால் சற்றே சோர்ந்து போய் காணப்பட்டாள். அவள் எதிர்பார்த்த ஏதோ ஒன்று அவர்களிடம் குறைந்திருந்தது. ஆறாவதாக உள்ளே ஒரு மாணவி நுழைந்தார். அவரைக் கண்டதுமே கமலியின் மனதில் பளிச்சென்று மின்னல் ஒன்று வெட்டிச் சென்றது. உள்ளே நுழைந்த மாணவியை அமரச் சொன்ன கமலி மீண்டும் ஒரு முறை அவளது விவரப் படிவத்தில் கண்களை ஓட்டியவாறே “பெயர் அழகா இருக்கே. அதுல்யா! ம்ம். நல்லா படிப்ப போலயே உன் மார்க்ஸ் எல்லாம் வெரி குட்னு சொல்ற மாதிரிதான் இருக்கு. ஸ்கூல், காலேஜ் ரெண்டுலயுமே. குட்” என்றாள். “நன்றி மேடம்” என்றாள் அதுல்யா கமலியின் பாராட்டிற்குச் சிறிய புன்னகையுடன். அவள் முகம் ஏதோ ஒரு வகையில் பரிச்சயமானதாக கமலிக்குத் தோன்றியது. ஆனால் எங்கே அப்படி என்றுதான் புரியவில்லை. சில நேரங்களில் சிலரின் முகங்கள் நமக்கு அப்படித்தான் தோன்றும் நமக்கும் அவர்களுக்கும் எந்த விதமான அறிமுகமும் இல்லாவிட்டாலும் கூட. இது கமலிக்கும் நன்றாகவே தெரியும் அதனால் அவள் அதைப் பெரிதாய் எடுத்து யோசிக்கவில்லை.

அதுல்யா உள்ளே நுழைந்த அதே தருணத்தில் கல்லூரியைச் சுற்றிப் பார்க்கச் சென்றிருந்த தருணும் அந்த அறையினுள் நுழைந்து அத்தையின் அருகில் அமர்ந்து கொண்டான். அவளின் தரவுகளைப் பார்த்துக்கொண்டே வந்தவள் “நீ ஹாஸ்டல்லயா இருக்க?” என்றாள். “இல்ல மேடம் ஏன்?” “இல்ல ஸ்கூல் எல்லா திருச்சினு இதுல

போட்டுருக்கு அதான் கேட்டேன்" "இல்ல மேடம் நாங்க அப்ப திருச்சில இருந்தோம். இப்ப அப்பா இங்க வேலை மாத்திட்டு வந்துட்டாங்க அதுனால இரண்டு வருஷம் முன்னாடி மொத்தமா கோயம்புத்தூர் வந்துட்டோம் மேடம்" "அப்படியா ஓகே ஓகே.. சரி விஷயத்துக்கு வருவோம் சொல்லுமா உன்னோட இன்ட்ரஸ்ட் என்ன. எதுல நீ பெஸ்ட்" "மேடம் எனக்கு விருப்பம் முழுக்க முழுக்க மேலாண்மைத்துறைதா. உங்களுக்கே தெரியும் நாங்க இதுல கஸ்டமர் சேடிஸ்ஃபேக்ஷன், அப்புறம் ரூம் டிசைனிங்க் இதெல்லாமே படிப்போம். அதுல எனக்கு இந்த டிசைனிங்க்ல அதிக விருப்பம். நான் சேர்ந்ததுல இருந்து இப்ப வர எங்க கல்லூரியில எல்லா ஃபங்ஷனுக்கும் ஸ்டேஜ் டெக்கரேஷன், ஃபுட் டேபிள் ஆர்கனைஸிங்க் எல்லாமும் நான் தான் செய்யறேன். காய்கறிகள்ள விதவிதமான வடிவங்கள உருவாக்குவோம் இல்லையா வெஜிடபிள் கார்விங்க் அதுல எனக்கு கொஞ்சம் ஈடுபாடு அதிகம். காய்களையும் பழங்களையும் விதவிதமா அடுக்கி வைச்சு உருவங்கள உருவாக்குறது. தனித்தனியா செதுக்கி உருவங்கள உருவாக்குறது, அப்புறம் பூவுலயே அலங்காரம் செய்யுறது இதெல்லாம் நான் விரும்பிச் செய்றது" என்றாள். "ம்ம் பார்த்தேன். இன்னைக்குக் கூட ஸ்டேஜ் டெக்கரேஷன் நீ தான் செஞ்சனு சொன்னாங்க. நல்லா இருந்துச்சு" "நன்றி மேடம்".

அதன் பிறகு மேலும் சில சம்பிரதாயக் கேள்விகள், கமலிக்கேயுரிய கேள்விகள் அனைத்தும் முடிந்த பிறகு, "மிஸ். அதுல்யா நாங்க எங்களோட ஒரு பிராஞ்சுல, ஃபேமிலி கஸ்டமர்ஸ் அதிகம் கொண்டு வரதுக்காக சில முயற்சிகள செய்யலாண்ட்டு இருக்கோம். அந்த ஒரு பிராஞ்சு மட்டும்தான் நாங்க ரெசிடென்சியல் ஏரியாவ பேஸ் பண்ணி இருக்கோம். மீதி எல்லாமும் ஸ்கூல், காலேஜ் பேஸ் பண்ணிதான் இருக்கு. சோ அதுக்குத் தகுந்த மாதிரி குழந்தைகள ஈர்க்குற விதமா தினமும் விதவிதமான டெக்கரேஷன்ஸ் அரேஞ்ச்மென்ட்ஸ் செய்யவேண்டி இருக்கும். உங்களால அந்த வேலைய செய்ய முடியுமா?. பெரும்பாலும் ஃபேமிலியோட வெளிய வர்றவங்க ஈவினிங்க் டைம்தா தேர்ந்தெடுப்பாங்க அதனால உங்க கிளாஸ் எல்லாம் முடிச்சுட்டு சரியான நேரத்துக்கு அங்க வந்தாலே இதெல்லாம் செய்ய முடியும்னு நினைக்கிறேன். நீங்க என்ன சொல்றீங்க?" கமலி அதுல்யாவின் பதிலை எதிர்நோக்கி அவளைப் பார்த்தாள்

சற்று யோசித்த அதுல்யா" மேடம் அது எந்த ஏரியானு சொல்ல முடியுமா?" என்று கேட்டாள். "பாரதி நகர் பைபாஸ் பக்கத்துல" கமலி

ஏரியாவின் பெயரைச் சொன்னதும் சட்டென்று அதுல்யாவின் முகம் ஆயிரம் வாட்சு மின்சாரம் வந்ததுபோல் பிரகாசம் ஆனது "மேடம் அங்கதான் எங்க வீடும் இருக்கு. சோ எனக்குப் பிரச்சினை இல்ல மேடம். ஐ கேன்" என்றாள். அதுல்யாவின் முக மாற்றங்களையும், அவளின் பதிலையும் கேட்ட கமலிக்குக் கொஞ்சம் திருப்தியாகவே இருந்தது. அடுத்ததாக அந்த மாணவிக்கான வாய்ப்பாக அவள் கேட்க விரும்பும் ஒரு கேள்வியைக் கேட்பதற்கான நேரத்தை அளித்தார். இந்த வாய்ப்பு அனைத்து மாணவர்களுக்கும் வழங்கப்பட்டது. இன்னும் சொல்வதென்றால் அதைக் கொண்டுதான் அவர்களுக்கான தேர்வும் நடைபெற்றது.

அந்தக் கேள்வி அவளிடமிருந்து தொடுக்கப்பட்டவுடனேயே அதுல்யாவின் விண்ணப்பத்தில் டிக் மார்க் அடித்தாள் கமலி. அந்த கேள்வி காலையில் தருண் கமலியிடம் கேட்ட அதே கேள்வி அவளுக்கு இந்த ஃப்யூஸன் ஐடியா எப்படி வந்தது என்பதே. அந்த கேள்வியைக் கேட்டதும் தருணும் அதற்கான விடையை எதிர்நோக்கி கமலியை நோக்க அவளும் இலேசான புன் சிரிப்புடன் அவனைப் பார்த்துவிட்டு பேச ஆரம்பித்தாள்.

"நாங்க இந்த தொழிலை ஆரம்பிக்கிறதுக்கு முன்னாடி ஒரு பதினைஞ்சுவருஷத்துக்குமேலஃபாரின்ல இருந்தோம். இந்தியாலயே ஃபாஸ்ட்ஃபுட் கலாச்சாரம் இந்த அளவு இருக்கும்போது அங்க எப்படி இருக்கும்னு யோசிச்சுப் பாருங்க. வீட்ட விட்டு வெளிய போனா நம்ம வீட்டுல இருந்து எடுத்துட்டுப் போனால் மட்டும்தான் நம்ம சாப்பாடு சாப்பிட முடியும். இல்லைனா இது போல ஃபாஸ்ட் ஃபுட் தான் ஈஸியா கிடைக்கும். அது எந்த அளவுக்கு ஹெல்தினு எல்லாருக்குமே தெரியும். ஆனா பல நேரத்துல வேற வழி இல்லாமையும், வீட்டு ஃபுட்ல இருந்து ஒரு சேஞ்ச் வேணுங்கறதுக்காகவும், ருசிக்காகவும், அதனுடைய வடிவத்துக்காகவும், சட்டுனு கிடைக்கும்னும் அதத்தான் வாங்கி சாப்பிடுறோம். நாங்களே காலைல ஆஃபிஸ் போக டைம் ஆயிடுச்சுனா சட்டுனு ஒரு ட்ரைவ் துரோல போயி ஒரு பர்கர் வாங்கி ஆன் தெ வே ல சாப்பிட்டே போறதும் உண்டு. அப்படி இருக்கப்போ அதே சமயத்துல நம்ம ஊர்ல பழைய சிறு தானியங்கள் பத்தின விழிப்புணர்வு எல்லோருக்கும் வர ஆரம்பிச்சு பரவலா எல்லோரும் வாங்கி உபயோகப்படுத்த ஆரம்பிச்சாங்க."

சற்று இடைவெளி விட்டு மீண்டும் தொடர்ந்தாள் "நாங்களும் ஒவ்வொரு முறை இந்தியா வரும்போதும் எங்க லக்கேஜ்க்குத் தகுந்த

மாதிரி எப்பவுமே சிறு தானியங்கள வாங்கிட்டுப் போய் உபயோகிக்க ஆரம்பிச்சோம். இதுல என்ன பியூட்டின்னா, எங்க நண்பர் ஒருத்தர் ரொம்பவும் இளம் வயசுலயே சுகர் வந்து சிரமப்பட்டவர். சிறு தானியம் சாப்பிட்டதால தனக்கு சுகர் கன்ட்ரோல் ஆகிருச்சுனு சொன்னார். அது எங்களுக்குப் பெரிய சர்ப்ரைஸா இருந்துச்சு. ஆல்சோ எனக்கு ஊருக்கு வந்ததும் ரெஸ்டாரண்ட் ஆரம்பிக்கனும்னு கனவும் முதல்ல இருந்தே இருக்கு. அப்படி வந்து செட்டிலாகும்போது கனவ நினைவாக்குற முயற்சில மார்க்கெட் ஸ்டடி பண்ணினோம். இங்கயும் ஃபாஸ்ட் ஃபுட்டுக்குதான் மவுசுனு தெரிஞ்சுது, கூடவே சிறு தானியங்கள் மேல மக்களுக்கு இருக்குற கிரேசியும் தெரிஞ்சுது. அதனால சரியான ஒரு சமையல்காரரப் புடிச்சு ரெண்டையும் கலந்து ஒரு ஃப்யூஸன் ட்ரை பண்ணோம். அவங்க பரம்பரையா இந்தத் தொழில்ல இருக்கறவங்க. அதனால அவங்க அப்பா, தாத்தாகிட்ட இருந்து பழைய உணவு முறைகள் பத்தியெல்லாம் நிறைய விஷயம் தெரிஞ்சுகிட்டோம். எந்த தானியம் எதுக்கு செட் ஆகும், எப்படியெப்படி எல்லாம் அத உபயோகப்படுத்தலாம் இதெல்லாம் பற்றி நிறையப் பேசினோம். பின்னாடி சில நாள்ளயே யாழ் உணவகம் தன்னுடைய முதல் கிளையத் தொடங்குச்சு. இதுதான் எங்க கதை. இப்ப எங்களுக்குப் பத்து பிராஞ்சஸ் இருக்கு. இப்போதைக்கு இது போதும் இதுக்கு மேலயும் நீ தெரிஞ்சுக்கணும்னா யாழ் குடும்பத்துல நீயும் ஒரு உறுப்பினர் ஆகனும்" என்று சிரித்தபடியே தன்னுடைய உணவக வரலாற்றைச் சுருங்கக் கூறி முடித்தாள் கமலி.

அதுல்யா, தருண் இருவருமே அதை ஆச்சரியத்துடனும் அமைதியாகவும் கேட்டுக் கொண்டிருந்தனர். "என்ன எங்க குடும்பத்துல சேர சம்மதமா" கமலி கேட்க நினைவுலகத்துக்கு வந்த அதுல்யா சந்தோஷத்துடன் தலையசைத்தாள். "அப்புறம் இன்னொரு விஷயம். நாங்க இப்போ பார்ட்டைம் வேலைக்குத்தான் ஆள் எடுக்குறோம்னு உனக்குத் தெரியும். ஆனா எங்களுக்கு இன்னொரு ஐடியாவும் இருக்கு உங்கள்ள ஒரு சிலருக்கு ஃப்யூச்சர்லயும் எங்களோட கண்டினியூ பண்றதுக்கு ஒரு வாய்ப்புக் கொடுக்கலாம்னு. சோ அத உங்கிட்டயும் கேக்கலாம்னு நினைக்கிறேன் உன் படிப்பு முடிஞ்சதும் ஒரு வேளை உனக்கும் விருப்பம் இருந்தா நீ எங்க நிறுவனத்துலயே முழுநேர வேலைக்கும் சேரலாம். உனக்கு அதுக்கு சம்மதம்னா அதற்கான உத்தரவாதத்த நான் குடுக்குறேன்" என்று கையிலிருந்த பேப்பரில் எதையோ எழுதிக் கொண்டே அதுல்யாவிடம் சொல்லி முடித்த கமலி, அவளின் பதிலை எதிர்பார்த்தவாறு நிமிர "கண்டிப்பா மேடம், ரொம்ப நன்றி"

என்று அதுல்யா தனது சம்மதத்தைத் தெரிவித்தாள். அவளின் முகத்தில் சந்தோஷம் நிறைந்திருந்தது.

அதன் பின்பு மற்ற மாணவர்களின் நேர்முகத் தேர்வையும் முடித்துக்கொண்ட கமலி, மொத்தம் பதினைந்து மாணவர்களின் பட்டியலைத் தயாரித்து வைத்திருந்தாள். தற்போது அதிலிருந்து பத்து மாணவர்களை மட்டும் தேர்ந்தெடுக்க வேண்டும். மூடிய அறையில் கமலி, அவளின் நிறுவன மேலாளர்கள் மற்றும் கல்லூரி முதல்வர், துறைத் தலைவர் ஆகியோர் கூடிப் பேசி அதில் பத்துப் பேரைத் தேர்ந்தெடுத்தனர். அடுத்த ஒரு மணிநேரத்தில் மீண்டும் ஆடிட்டோரியத்தில் நடந்த கூட்டத்தில் அந்தப் பத்துப் பேருக்கும் வேலையில் சேர்வதற்கான கடிதம் கொடுக்கப்பட்டு அடுத்த வாரம் முதல் அவர்கள் சேர்ந்து கொள்ள அழைப்புக் கடிதமும் அளிக்கப்பட்டது. அனைத்தும் முடிந்த பின்னர் அனைவரிடமும் விடைபெற்றுக் கொண்டு தனது மேலாளர்களிடத்தில் வேறுபிற சம்பிரதாயங்கள் எதுவும் இருப்பின் முடித்து விட்டு வரும்படி கூறிவிட்டு கமலியும், தருணும் அங்கிருந்து கிளம்பினர்.

போகும் வழியில் கமலி பெரும்பாலும் அதுல்யாவைக் குறித்தே யோசித்துக்கொண்டும், பேசிக்கொண்டும் வந்தாள். "நல்ல பொண்ணுல்ல. நல்ல டேலண்ட். நாம ஆடிட்டோரியம் போனோம்ல அதுல இருந்த டெக்கரேஷன் எல்லாம் அந்தப் பொண்ணோட ஐடியாதானாம். உள்ள நுழைஞ்சு உட்கார்ந்ததுமே அங்க இருந்த ஒரு லெக்சரர் கிட்டக் கேட்டேன், சொன்னாங்க. நான் எப்பவுமே ஃபீல் பண்ணுவேன். நம்ம ரெஸ்டாரண்ட் எல்லாமே கொஞ்சம் பிரசன்டேசன்ல கம்மியா இருக்கேனு. மெயினா அதுக்காகவே இந்தப் பொண்ணத் தேர்ந்தெடுத்தேன். நம்பிக்கையக் காப்பாத்துவானு நினைக்கிறேன் பார்ப்போம்." தருண் அமைதியாகக் கேட்டுக் கொண்டே வந்தான்.

"அத்த இப்ப அடுத்து எங்க போறோம், வீட்டுக்கா?"
"இல்லப்பா, நம்ம அகில் ஸ்கூலுக்குப் பக்கத்துல நம்ம பிராஞ்ச் ஒன்னு இருக்கில்ல அங்க போ. அவன் புராஜக்ட் செய்ய ஏதேதோ வாங்கணும்னு சொன்னான். ஸ்கூல் முடிஞ்சதும் அங்க வரச் சொல்லியிருந்தேன் அதான்." "அத்த, அப்போ ஒன்னு செய்றேன் ஃபர்ஸ்ட் நேரா வீட்டுக்குப் போறேன். அங்க என்ன இறக்கி விட்டுட்டு நீங்க வண்டி எடுத்துக்கோங்க நான் ஃபிரண்ட்ஸோட கொஞ்சம் வெளில போகணும்" என்றான் தருண். "வீட்டுக்குப்

போனா நேரமாயிடும்டா. அகில் வேற ஏற்கெனவே வந்துருப்பான். நீ ஒண்ணு செய் உன் ஃபிரண்ட் ரோஹன் இருக்கான்ல, அவனுக்கு ஃபோன் பண்ணி நம்ம ரெஸ்டாரெண்ட்டுக்கு வரச்சொல்லி அவன் கூடப் போய்க்கோ. எப்படியும் ரெண்டு பேரும்தான சுத்தப் போறீங்க" ஒரு அசட்டுச் சிரிப்புடன் தலையைக் கோதிவிட்டபடியே அத்தை சொல்லுக்குக் கட்டுப்பட்டு வண்டியை ஓட்டினான் தருண். அப்படியே அலைபேசியில் நண்பனை அழைத்துத் தகவலையும் பகிர்ந்துவிட்டான்.

வண்டி ரெஸ்டாரெண்ட் வாசலில் வந்து நின்றபோது, அங்கே ரோஹன் தன்னுடைய விலை உயர்ந்த புதிய மாடல் பைக்குடன் அவர்களுக்காகக் காத்திருந்தான். கார் அங்கே சென்று நின்றதும், தனது பைக்கின் மீது சாய்ந்து நின்று அலைபேசியில் செல்ஃபி எடுத்துக் கொண்டிருந்தவன், வேகமாக அதைப் பாக்கெட்டில் வைத்துவிட்டு, நேராக காரினருகில் வந்தான். கீழே இறங்கிய கமலியிடம் "ஹாய் ஆன்ட்டி" என்றான் அணிந்திருந்த பழுப்பு நிற கூலிங் கிளாஸைக் கழட்டியவாறே. "என்ன ரோஹன், எப்படி இருக்கே. புது ஜாப் என்ன சொல்லுது? அம்மா, அப்பா நல்லா இருக்காங்களா? அப்பா வேலையெல்லாம் எப்படிப் போகுது?" புன்னகை கலந்த கேள்விகளுடனே அவனை நெருங்கினாள் கமலி.

"நல்லா இருக்கேன் ஆன்ட்டி. ஜாப் அப்படியே போயிருச்சு ஆன்ட்டி. விட்டாச்சு" "என்னப்பா என்ன ஆச்சு ஏன் விட்ட?" ஆச்சரியமானாள் கமலி. "நமக்கு இந்த வேலைக்குப் போறதெல்லாம் செட் ஆகாது ஆன்ட்டி, எதாச்சும் பிஸினஸ் பண்ணனும் அதுதான் சரியா வரும். அதான் இப்ப தருணும் வந்துட்டான்ல, ரெண்டு பேரும் சேந்து எதாச்சும் பண்ணலாம்னு" ரோஹன் சொன்னதைக் கேட்ட கமலி சற்றே ஆச்சரியத்துடன் தருணை ஓரக்கண்ணால் முறைத்தவாறே கேள்வியுடன் பார்க்க, தருண் ஒன்றும் அறியாதவன் போல் அவளின் பார்வையைத் தவிர்த்து அவசரமாக பாக்கெட்டிலிருந்த அலைபேசியை எடுத்து நோண்ட ஆரம்பித்தான்.

"ஹ்ம்ம். சரி, அப்பா எப்படி இருக்காரு? வாலண்டரி ரிட்டையர்மெண்ட் வாங்குறேனு சொன்னாரு. என்ன ஆச்சு?" "அதுக்கு அப்ளை பண்ணிட்டாரு, ஏற்கெனவே. ஆனால் சர்வீஸ் இன்னும் ரெண்டு வருஷம்தானே இருக்கு அதனால கம்ப்ளீட் பண்ணச் சொல்லிக் கேக்குறாங்களாம். அதான் யோசிச்சுட்டு

இருக்காரு. அவரு ஓகே. ஆனா அம்மாதான் ஃபீல் பண்றாங்க" "எதுக்குப்பா?" மீண்டும் ஆச்சரியத்துடன் கமலி கேட்க "அது ஒன்னுமில்ல ஆன்ட்டி; அப்பா இந்த வருஷம் எப்படியும் ரிடையர்ட் ஆயிருவாருன்னு நிறைய டூர் பிளான் பண்ணியிருந்தாங்க. இப்போ அதெல்லாம் கேன்சல் ஆயிடுச்சில்ல அந்த ஃபீலிங்தான்" என்றான் ரோஹன் நக்கலுடன். வாய்விட்டுச் சிரித்த கமலி, அவன் தோள் மேல் தட்டிவிட்டு" ரெண்டு பேரும் உள்ள வந்து எதாச்சும் சாப்பிட்டு போங்க" என்று அழைத்தவாறே உணவகத்தினுள் நுழைந்தாள். "ஐ ஜாலி, சோறு சோறு" என்றவாறே தருணை இழுத்துக்கொண்டு ரோஹனும் உள்ளே நுழைந்தான்.

★

3. காதலெனும் பெருங்கவிதை

"உன் ஆழ்ந்த
பழுப்பு நிறக் கண்களுக்குள்
தேடிக்கொண்டே இருக்கிறேன்
எப்பொழுதும் எதையாகிலும்.."

"டேய் அறிவு கெட்டவனே. எதுக்குடா அப்படிப் பண்ணுன? நானே இன்னும் அத்தகிட்ட இதப் பத்திப் பேசலடா. அதுக்குள்ள உனக்கு என்ன அவசரம்? "இப்ப எப்படிடா நான் அத்தையச் சமாளிப்பேன்" ரோஹனின் தோள் பட்டையில் ஓங்கிக் குத்தியபடியே ஆத்திரத்தைக் கொட்டினான் தருண். இருவரும் ஹைவேயின் ஓரத்தில் இருந்த பேக்கரி ஒன்றின் முன்பு வண்டியை நிறுத்திவிட்டு, தம்மடித்துக் கொண்டு நின்றிருந்தனர். "டேய் என்ன இப்ப. எப்ப இருந்தாலும் சொல்லித்தானே தீரணும். எதுக்குடா பயந்து சாவுற? சும்மா இப்பத்தான் என்னமோ. ஆக்சுவலி நீ இதுக்கு என்ன தேங்க் பண்ணணும் பார்த்துக்க. இப்போ நான் இன்னைக்கு சொல்லலேன்னா நீ இத எப்படிச் சொல்றதுனு யோசிக்கறதுக்கே ஒரு நாலு நாள் எடுத்துருப்படா. இப்போ அது மிச்சம் ஆச்சில்ல. நீயும் மூளையக் கசக்க வேண்டாம் பாரு" என்றான் ரோஹன் நக்கலுடன் அந்தப் பக்கம் திரும்பிப் புகையை ஊதியபடியே.

"நாயே கொல்லப் போறேன் உன்ன. மரியாதையாப் போய்டு" என்றபடி தருண் அவனை ஓங்கி மிதிக்கப் போக, பாக்கெட்டிலிருந்த அவன் அலைபேசி அலறியது. அத்தையாய் இருக்குமோ என்று பதட்டத்துடனே எடுத்துப் பார்த்தான். ஆனால் பயம் மாறி, ஆசுவாசமாய் மாறிய அவன் முகபாவம் அது வேறு யாரோ என்பதை உணர்த்தியது. பேசி முடித்துவிட்டு அலைபேசியை அணைத்துப் பாக்கெட்டில் போட்டபடியே எழுந்தவன் "டேய்

ரோஹன் உனக்குப் புரியல டா.... உனக்கு எங்க அப்பாவைப் பத்தித் தெரியும்ல எதுக்கெடுத்தாலும் கத்துவாரு... அவருகிட்ட நான் எதாச்சும் விசயத்தப் பேசி புரிய வெச்சு சம்மதம் வாங்க முடியுமா? அதுலயும் இந்த லவ்வு, கிவ்வுனா அவருக்கு இன்னமும் அலர்ஜி. இந்தக் காலத்துலயும் ஜாதி அந்தஸ்துன்னு பேசிட்டு இருக்குறவரு. ஆனா உனக்குத் தெரியாத இன்னொரு விஷயம் என்னன்னா, எங்க அத்தை இருக்காங்க பாரு அவங்க எங்க அப்பா ஸ்கொயர். அவரக்கூடச் சில நேரத்துல சமாளிச்சிடலாம்; ஆனா இவங்கள! வாய்ப்பே இல்ல. அதுனாலதான் எதையும் அவங்ககிட்டச் சொல்லும்போது நிறைய யோசிச்சு, சமயம் பார்த்துச் சொல்றேன் புரியுதா? இப்ப எதாச்சும் ஒரு விசயத்துல அவங்க கோவத்தச் சம்பாதிச்சுட்டேன்னு வைய்யி, அப்புறம் பின்னாடி எனக்குத்தான் ஆப்பு." ரோஹனின் தோளில் பலமாய்த் தட்டியபடி சொல்லி முடித்தான் தருண்.

"புரியலயேடா..." "சுத்தம் உனக்கு எப்ப ஈஸியா புரிஞ்சுருக்கு, இன்னைக்குப் புரிய? சரி சொல்றேன் கேளு. இப்ப நிவிதாவப் பத்தி நான் சீக்கிரமே வீட்டுல பேச வேண்டி வரும். அப்போ எனக்கு யாரு சப்போர்ட் பண்ணுவா? நீ வந்து பேசுவயா என் அப்பாகிட்ட" "அய்யய்யோ ஆள விடுறா சாமி" ரோஹன் தருணை நோக்கிக் கும்பிட்டான். "ம்ம்ம் அதுதான் உன்னால முடியாதில்ல. அப்புறம் யார் அவர்கிட்டப் பேசுறது. அதுக்கு எங்கிட்ட இருக்கிற ஒரே ஒரு ஆளு எங்க அத்ததான். அவங்க முதல்ல ஓகே சொல்லிட்டா அப்புறம் எங்க அப்பாவ ஈஸியாச் சமாளிச்சுடலாம். ஆனா அவங்க எதாச்சும் முடியாதுன்னு சொல்லிட்டாங்கனு வெய்யி, அப்புறம் என்பாடு திண்டாட்டம் தான். எனக்கு எந்தக் காரியம் ஆகணும்னாலும் அத்த வழியா மட்டும்தான் போவேன். அதுனாலதான் அவங்கள கோபப் படுத்துற மாதிரி எதுவும் செய்ய வேண்டாம்னு பாக்குறேன். புரியுதா?" "ஓகே, ஓகே இப்ப எனக்குப் புரிஞ்சுது. ஆனா நீ இவ்வளவு பெரிய தில்லாலங்கடின்னு தெரியாமப் போச்சேடா" தருணைப் பார்த்து கிண்டலாகப் பேசினான் ரோஹன்.

"சரி சரி நான் என் ஆளப் பார்க்கப் போறேன். உன்ன பஸ் ஸ்டாப்புல எறக்கி விடுறேன் அப்படியே மெதுவாப் பொடி நடையா நடந்தோ இல்ல பஸ் ஏறியோ உன் விருப்பம்போல வீடுபோய்ச் சேரு, சரியா. வண்டிய நான் நைட் தர்றேன்" கடையிலிருந்து இறங்கி வந்து வாயிலிருந்த சிகரெட்டைக் கீழே போட்டுக்காலால்

நசுக்கி அணைத்துவிட்டு தருண் வண்டியை நோக்கி நடக்க, அதிர்ச்சியான ரோஹன் அவன் பின்னாலேயே சத்தமாகக் கத்திக் கொண்டே ஓடி வந்தான். "டேய், டேய் நில்லுடா! ஒழுங்கா என்ன வீட்ல விட்டுட்டு நீ எங்கயோ போ. இல்லன்னா நான் உன்ன உங்க வீட்டுல எறக்கிவிடுறேன் போய் உன் பைக்க எடுத்துட்டு எங்க வேணாப் போ. என்னால பஸ்ல எல்லாம் போக முடியாது. என் இமேஜ் என்ன ஆவுறது" பேசிக்கொண்டே தருணின் முன்னால் வந்தான்.

அவனை மேலும் கீழுமாய்ப் பார்த்த தருண் "இங்க பாரு, வந்தீன்னா பக்கத்துல இருக்கற பஸ் ஸ்டாப்ல இறக்கி விடுறேன். இல்லைனா அதுக்குமே பொடி நடையா நடந்துதான் போகணும், என்ன சொல்ற?... டெஸிசன் ஈஸ் யுவர்ஸ். எனக்கு மூளை இல்லன்னு சொன்னல்ல இப்போ, உனக்கு உன் பைக் இல்ல" ரோஹனைப் பார்த்து பழித்துக் கொண்டே பலமாகக் கிக்கரை அடித்து ஸ்டார்ட் செய்தான் தருண். "டேய் பாவி, இருடா வர்றேன்" அவசரமாக சிகரட்டைப் பலமாக ஒரு முறை இழுத்து, கீழே வீசி நசுக்கிவிட்டு பைக்கில் ஏறி அமர்ந்தான் ரோஹன்.

"டேய் மச்சா! இப்படிச் செஞ்சா என்ன" ரோஹன் தருணிடம் கேட்கும்போது வண்டி ஹைவேயில் அடுத்து வரும் பேருந்து நிறுத்தத்தை நோக்கிச் சென்று கொண்டிருந்தது. "எப்படி?" "பேசாம நானும் உங்கூட வர்றனே. அப்படியே உன் ஆளு நிவிதாவப் பார்த்து ஒரு ஹாய் சொன்ன மாதிரியும் இருக்கும். எப்படியும் இன்னக்கி அவ உன் கூட வண்டில வரப்போறதில்ல. அவ அவளோட வண்டில வந்திருப்பா. சோ திரும்பிப் போறப்ப உனக்கும் துணைக்கு ஆளாச்சில்ல மச்சான்" ரோஹன் பேசி முடிக்கவும், தருண் சடாரென வண்டியை பிரேக் போட்டு நிறுத்தினான்" நீ ஒண்ணும் வந்து கிழிக்க வேணாம். திரும்பி வர எங்களுக்குத் தெரியும். பஸ் ஸ்டாப் வந்துருச்சு இறங்கு கீழ. ஆமா என் ஆள நீ எதுக்குடா பார்க்கணும்? என்ன புடுங்குறதுக்கு!" பல்லைக்கடித்தான் தருண்.

"டேய் மச்சா நான் உன் சேஃப்டிக்குத்தான் சொல்றேன் டா. நீ வேற ஊர விட்டுப் போயி ரொம்ப நாளாச்சு. ரோடெல்லாம் சரியாத் தெரியாம தொலைஞ்சு போயிட்டேனா. அப்புறம் உன் வீட்டுக்கும், உன் ஆளுக்கும் யாருடா பதில் சொல்றது?" ரோஹன் முடிக்கும் முன் தருண் வாய் மேல் கையை வைத்து எடுத்துச்

சைகை காமித்துவிட்டு, பைக்கைக் கிளப்பி விர்ரென்று பறந்து போனான்.

அடுத்த அரை மணி நேரத்தில் தருண் ஒரு ஐஸ்கிரீம் பார்லரில் இருந்த மேஜை ஒன்றின் முன்பு, அலைபேசியில் சுரத்தின்றி விளையாடிக்கொண்டே வழிந்து கொண்டிருந்த ஒரு ஆங்கிலப் பாடலுக்கு இலேசாகக் காலசைத்துக் கொண்டிருந்தான். சற்று நேரத்தில் அங்கு வந்த அழகிய யுவதி ஒருத்தி, கடையின் முன்பு தன்னுடைய வெஸ்தாவை நிறுத்திவிட்டு, இறங்கி நேராக உள்ளே வந்து தருணின் முன்பு அமர்ந்தாள். "ஹாய்டா, வந்து ரொம்ப நேரமாச்சா. சாரி கன்டினியூவா சிக்னல்ல மாட்டிக்கிட்டேன் அதான்." என்றபடி தன்னுடைய அடையாள அட்டையைக் கழுத்திலிருந்து கழட்டி பைக்குள் வைத்துவிட்டு அவனை ஆர்வத்துடன் நிமிர்ந்து பார்த்தாள்.

"லவ்வர் வெளிநாடு போய்ட்டு ஒன்றரை வருஷம் கழிச்சு வந்துருக்கான். பாக்கப் போறோம் நேரத்துக்குக் கிளம்பி வரணும்னு இல்லாம, இவ்வளவு அசால்டா வர. உன்னை எல்லாம் லவ் பண்ணி, கல்யாணம் பண்ணி. என்னவோ போ" சலிப்பாகப் பேசினான் தருண்; குறும்புடன் அவளை மொத்தமாய் ரசித்துக் கொண்டே. தனது கையிலிருந்த பையால் அவனைச் செல்லமாய் அடித்த நிவிதா "அதான் ரீசன் சொல்றேன்ல, அப்புறம் என்ன?" என்றாள் கூந்தலை சரி செய்துகொண்டே. இருவருமாகச் சிறிது நேரம் கதை பேசிக்கொண்டிருந்தனர். கொஞ்சநேரம் பொறுத்து அங்கிருந்த உணவு பரிமாறுபவர் அவர்கள் முன்பு பணிவாக வந்து நின்றார். "சார் ஆர்டர் ப்ளீஸ்" என்றார். அப்போதுதான் நடப்புலகத்துக்குத் திரும்பியவர்கள், அவசரமாக அங்கிருந்த மெனு கார்டைப் பார்த்து ஒரு மில்க் ஷேக்கும், கோல்ட் காஃபியும் ஆர்டர் செய்தனர்.

மீண்டும் ஒரு பதினைந்து நிமிட இடைவெளி அவர்களுக்கு வாய்த்தது. கனடாவில் இருக்கும்போது தினமும் ஸ்கைப்பில் இரண்டு மணி நேரம் பேசினாலும், அவர்களுக்குப் பேச இன்னும் நிறைய இருந்து கொண்டுதான் இருந்தது. தனது அலைபேசியில் எடுத்த புகைப்படங்களை நிவிதாவிடம் காண்பித்துக் கொண்டே அதைக்குறித்து ஆவலுடன் அவளிடம் தருண் விவரித்துக் கொண்டிருந்தான். ஒரு படத்தில் நயாகரா நீர்விழ்ச்சி தெரிந்தது. "இது ஸ்கைலேன்ட் டவர்ல இருந்து எடுத்தது. செம எக்ஸ்பீரியன்ஸ் தெரியுமா! இந்த டவர்ல இருந்து பார்த்தா நயாகரா மட்டும் இல்லாம கிட்டத்தட்ட மொத்த ஆன்டோரியோவே பார்க்கலாம். அப்புறம்

ஃபால்ஸ் கிட்ட குயின் விக்டோரியா பார்க்குன்னு இருக்கு. அங்க அப்சர்வேஷன் ரூம்னு ஒன்னு இருக்கு. அதுக்குள்ள போனா, நாம அப்படியே ஃபால்ஸ்க்குள்ள போற மாதிரியே ஒரு ஃபீலிங் இருக்கும் அப்படிக் கிரியேட் பண்ணி வெச்சிருக்காங்க. ஆல்சோ, அங்க கேஸினோஸ் எல்லாம் கூட இருக்கு. பட் நான் போகல" என்று பேசிக்கொண்டேபோக நிவிதாவும் ஆவலுடன் கண்கள் விரியப் பார்த்துக்கொண்டும் கேட்டுக்கொண்டும் இருந்தாள்.

நடுவில் அலைபேசி ஒலிக்க திரையில் கமலி அத்தை என்ற பெயர் மிளிர்ந்தது. அதைப் பார்த்ததும் தருணின் முகம் இலேசான பதட்டத்தை வெளிக்காட்டியது. நெற்றியைத் தேய்த்துக்கொண்டே சில நொடிகள் கழித்துக் காதில் வைத்தான் "சொல்லுங்க அத்தே" "எங்கடா இருக்க" என்றது எதிர்முனைக் குரல் சற்றே கோபத்துடன். "அத்த இங்கதான் ரோஹன் கூட" "சரி நைட் வீட்டுக்கு வர்றதான... டின்னர் என்ன வேணும்?" "அத்த இல்ல. நான் நாளைக்கு வரட்டுமா...? ஏன்னா இப்போதான் அம்மா மறுபடியும் கால் பண்ணி நைட் வரச் சொன்னாங்க. யாரோ வீட்டுக்கு வர்றாங்களாம் அதான்" "ஓகே. அப்போ நாளைக்கு நைட் கண்டிப்பா வந்துரு சரியா" என்ற உத்தரவுடன் எதிர்முனைத் தொடர்பைக் கமலி துண்டித்தாள்.

எதிரில் நிவிதா அவனைப் பார்த்து ஏளனமாய்ச் சிரித்துக் கொண்டிருந்தாள் "என்ன ஒரு அதிசயம்! தருண் அவங்க அத்தையப் பார்த்துப் பயப்படுறானா? என்னங்கடா நடக்குது இங்க" "வெறுப்பேத்தாத இன்னைக்கு அந்த ரோஹன் அத்தகிட்ட என்னப் போட்டுக் கொடுத்து விட்டுட்டான். ஆனா அவங்க அதப் பத்தி எதுவும் கேக்குறக்கு முன்னாடி நான் கிளம்பி ஓடி வந்துட்டேன். நெக்ஸ்ட் அவங்கள பார்க்குறக்கு முன்னாடி நான் என்னை ரெடி பண்ணிக்கனும்ல பேசுறதுக்கு, போதாததுக்கு இப்ப நீ வேற கூட இருக்க. அதுதான்" "அடப்பாவி, அவ்வளவு பயந்தவனா நீ! என்னடா போட்டான் ரோஹன் உன்ன"

"அத ஏன் கேக்குற! நாங்க பிஸினஸ் ஸ்டார்ட் பண்ற ஐடியால இருந்தோம்ல, அதத்தான் போட்டான். ஏற்கெனவே அத்தகிட்ட இதப்பத்திப் பேசி திட்டு வாங்கியிருக்கேன். குறைஞ்சது இரண்டு வருஷமாச்சும் வேலைக்குப் போயிட்டு அப்புறம்தான் பிஸினஸ் பண்ணணும் அப்படின்றது அத்தையோட அட்வைஸ். நான் அப்போ சரி சரின்னு தலைய ஆட்டினாலும் மைண்ட் ஃபுல்லா பிஸினஸ்லதான் இருக்கு. இதுல இன்னைக்கு வர்றப்போ

ரோஹன் அத்தைய பார்த்தானா, அத்தை அவன் வேலையப் பத்திக் கேட்டாங்க, இவன் கம்முனு இருக்காம வேலையை விட்டுட்டேனு சொன்னான். அதோட விட வேண்டியது தான. கூடவே நானும் தருணும் பிஸுனஸ் ஸ்டார்ட் பண்றோம் அதனாலதான் விட்டேன்னும் சேத்துச் சொல்லிட்டான். அத்தை அப்போ வெறும் பார்வை மட்டும்தான் பார்த்தாங்க வேற எதுவும் கேக்கல. ஆனா அதுக்குத்தான் இப்போ ஃபோன் பண்ணிருக்காங்க நைட் வர்றியானு. நான் வரலேன்னுட்டேன்."

இதைகேட்டுக் கலகலவென்று சிரித்தாள் நிவிதா. "நல்ல ஃபிரண்டுடா உனக்கு" "நானே என்ன செய்றதுன்னு தெரியாமப் பொலம்பிட்டு இருக்கேன் இதுல நீ வேற சிரிக்கிறயா" என்றபடி நிவிதாவை முறைத்தான் தருண். இதனிடையே அவர்கள் ஆர்டர் செய்தவை மேஜைக்கு வர, இருவரும் அதில் மூழ்கிப் போயினர். தருணின் முகம் இன்னும் யோசனையுடனே இருப்பதைப் பார்த்த நிவிதா "டேய் தருண்... ரிலாக்ஸ் டா இப்போ என்ன நீ எப்படியிருந்தாலும் சொல்லித்தானே தீரணும். எவ்வளவு நாள் மறைச்சு வைப்ப? அதுக்கு அவன் ஹெல்ப் பண்ணான்னு நினைச்சுக்கோ. இப்போ அடுத்து அத்தைகிட்ட என்ன பேசுறதுனு யோசி. எத்தன நாள் ஓடி ஒழிவே சொல்லு" "அவனும் அதையேதான் சொன்னான் ஹெல்ப்புனு. இல்ல நிவி, பிரச்சினை என்னன்னா அத்தைக்கு ஒரு கேரக்டர் இருக்கு. அவங்க என்ன சொல்றாங்களோ அதத்தான் சுத்தி இருக்கரவங்க கேக்கணும்னு. அதுலயும் எங்கிட்ட அவங்களுக்கு நிறையவே எதிர்பார்ப்பு இருக்கு. அப்படி இருக்கப்போ இவன் பண்ணது அவங்களுக்கு நிச்சயம் கோவத்தக் கிளப்பிருக்கும் அதான். ஈவன், இன்னைக்குக் காலைல கூட அத்த கேட்டாங்க என்ன பிளான் வெச்சுருக்கேனு, 'நான் அப்ப அவங்ககிட்ட இப்போதைக்கு ஒன்னும் இல்லங்கிற மாதிரி ஏதோ சொல்லிச் சமாளிச்சேன். சரியான நேரம் பார்த்துப் பேசலாம்ன்ட்டுதான் அப்போ எதுவும் சொல்லல. அதுக்குள்ள இந்த நாயி முந்திகிச்சு. அதுதான் இப்பப் பிரச்சின," இன்னமும் அவன் முகம் யோசனையிலேயே மூழ்கி இருந்தது.

நிவிதா எழுந்து வந்து அவனருகில் அமர்ந்து, அவன் தோளைத் தொட்டு ஆறுதல் கூறினாள். "கம் ஆன் சியர் அப் மேன். உண்மையச் சொல்லணும்னா அவங்க கோபமும் நியாயம் தானே. இவ்வளவு நாளா நீ அவங்ககிட்ட எல்லாமே அவங்க சொல்றபடியே கேக்குறமாதிரி பில்டப் பண்ணி வெச்சுருக்க.

அதுனால எல்லாத்தையும் தன் கிட்டச் சொல்ற மருமகன், சாரி சாரி மூத்த மகன் இத மறச்சுட்டானேன்னு சங்கடம் அவங்களுக்கும் இருக்கத்தானே செய்யும். அதுலயும் நீ வேற கிட்டத்தட்ட ஒண்ணரை வருஷம் வெளி நாட்டுல இருந்துட்டு வந்துருக்க. வந்ததும் இப்படினா கண்டிப்பா கோவப்படத்தான் செய்வாங்க. நீ அவங்களச் சமாதனப்படுத்து. சரியாயிடுவாங்க. உனக்குத் தெரியாத டெக்னிக்கா? ஓகே" என்றபடி குனிந்து அவன் முகத்தைப் பார்த்தாள். ஹ்ம்ம் என்ற பெருமூச்சுடன் தருண் நிவிதாவை நிமிர்ந்து பார்த்து, மேலும் கீழுமாய்த் தலையசைத்தான்.

"குட், அவ்வளவுதான். ஓகே, அப்படியே அந்த ரோஹன் கிட்ட நான் அவனப் பார்க்கணும்னு சொன்னேனு சொல்லு" என்றபடி தன்னுடைய இருக்கைக்குத் திரும்ப வந்தமர்ந்தாள். "அவனையா, எதுக்கு?" கேள்விக்குறியுடன் நிவிதாவைப் பார்த்தான் தருண். "அவன்கிட்ட ஒரு மேட்டர் பேசணும் அதான்" இன்னும் கேள்விக்குறியுடன் இருந்த அவனை ஒருமுறை நிமிர்ந்து பார்த்துவிட்டு நிவிதா தன்னுடைய மில்க் ஷேக்கில் மூழ்கினாள். "அவனே இன்னக்கி வர்றேனுதான் சொன்னான் நான் தான் வேண்டாம்னுட்டேன். ஆமா அப்படி என்ன ரகசியம் பேசணும் அவங்கிட்ட தருண் நிவிதாவைப் பார்க்க அவள் குறும்புடன் நிமிர்ந்து "இல்ல, இந்த விஷயத்த போட்ட மாதிரியே அவன ஒரு நல்ல நாள் பார்த்து நம்ம விஷயத்தையும் உங்க அத்தைகிட்டப் போட்டு விடச் சொல்லத்தான். எப்படியும் நீ இந்த ஜென்மத்துல சொல்லமாட்ட" நிவிதா கண்ணடிக்க "அடப்பாவி ரெண்டு பேரும் என்ன முடிக்கிறதுன்னே முடிவுல இருக்கீங்களா என்றபடி டிஸ்யூ பாக்ஸை எடுத்து அவள் மீது எறிவது போல பாவ்லா செய்தான். நிவிதா சிரித்தபடியே அதைக் கை நீட்டித் தடுத்து நிறுத்தியதுடன், அதைப் பிடுங்கி மீண்டும் மேஜையின் மேல் வைத்தாள்.

"ஆமா தருண், உங்க அத்தைகிட்ட மட்டும் நீ உன் வீட்டுக்குப் போறேனு சொன்னியே, உன் அம்மாகிட்டச்சொன்னியா வர்றேனு. அதுமட்டுமில்லாம உன் பைக் அத்த வீட்லதானே இருக்கு பின்ன எப்படி நீ போவ" ஆமா இல்ல அது வேற இருக்கில்ல. இப்பவே அம்மகிட்டச் சொல்றேன். வண்டி பிரச்சினை இல்ல அவனுக்கு நாளைக்குக் குடுத்தாப் போதும்" என்றபடி தனது அலைபேசியை எடுத்து அவனது அம்மாவை அழைத்தான் "ஹலோ அம்மா, இன்னைக்கு நைட் நான் வீட்டுக்குத்தான் வர்றேன். அத்தை வீட்டுக்குப் போகல" என்றான். மறுமுனையில் "ஏன்டா என்ன

ஆச்சு? நைட் வரமாட்டேனு காலைலயே சொல்லிட்டுப் போனயே" என்றது. "சும்மாதான் நான் நாளைக்கு அங்க போய்க்கறேன். சரி வச்சிடுறேன். அப்புறம் பேசுறேன்" என்றபடி அலைபேசியை அணைத்துவிட்டு நிமிர்ந்தான். "சரி வேற எதுவும் சாப்பிடுறயா. எதாச்சும் சொல்லட்டுமா?" "இல்ல இல்ல போதும். வேற எதுவும் வேண்டாம். பில் குடுக்கச் சொல்லிடலாம்" என்றாள் நிவிதா.

பில் வந்ததும் பணத்தைக் கொடுத்துவிட்டு இருவருமாய் வெளியில் எழுந்து வந்தனர். வெளியில் மாலை நேரக் காற்று இதமாய் வீசிக் கொண்டிருக்க தருண் வண்டியை நோக்கி நடந்தான். "ஏய் தருண் ஒரு நிமிஷம். உனக்கு ஏதாவது அவசர வேலை இருக்கா?" "இல்லையே நிவி ஏன்?" "இல்ல கொஞ்ச நேரம் இந்த பக்கம் நடக்கலாமானு கேட்டேன். கிளைமேட்டும் நல்லா இருக்கில்ல" என்றாள் நிவிதா அங்கிருந்த சாலையோரப் பூங்காவைக் காட்டியபடியே சற்றே தயக்கத்துடன். கொஞ்சமும் யோசிக்காமல் தருண் சரி வாவென்று அவளுடன் சேர்ந்து நடக்கத் தொடங்கினான்.

★

4. வீடெனும் பூந்தோட்டம்

"எங்கெங்கோ
சுற்றித் திரிந்தாலும்
அடையத்தான் வேண்டும்
தனக்கென ஒரு சிறுகூட்டில்..."

நான்கைந்து மாணவிகளை அந்த நிறுத்தத்தில் இறக்கி விட்டுவிட்டு அந்த மஞ்சள் நிறக் கல்லூரிப் பேருந்து அங்கிருந்து நகர்ந்து சென்றது. ஒருவருக்கொருவர் கலகலப்பாகப் பேசிக்கொண்டு செல்ல அதில் ஒருத்தி அடுத்து வரும் வார விடுமுறையில் தான் அவளுடைய மாமாவின் வீட்டிற்குச் செல்லப் போவதாகவும், உறவினர்கள் அனைவரும் ஒன்றுகூடலுக்குத் திட்டமிட்டிருப்பதாகவும் குதூகலமாகச் சொல்லிக் கொண்டிருந்தாள். மற்றொருத்தி, அடுத்த வாரம் நடக்க இருக்கும் தன்னுடைய பெரியம்மாவின் மகள் திருமணத்திற்கு விடுமுறை எடுக்க வேண்டியிருப்பதைக் குறித்தும் அதற்கான திட்டமிடல்கள் குறித்தும் பேசிக்கொண்டு வந்தாள்.

இது எதிலும் கலந்து கொள்ளாமல் அதுல்யா அமைதியாக வர அவர்கள் இருவரும் பேச்சை இவளை நோக்கித் திருப்பினர். "என்ன அதுல்யா, உனக்கு என்ன பிளான். வழக்கம்போல புக்ஸ், லைப்ரரி, படிப்பு இது மட்டும்தானா இல்ல வேற எதாச்சுமா" இந்தக் கேள்விக்கு பதில் எதையும் சொல்லாமல், வெறும் புன்முறுவலை மட்டும் பூக்க, சரியாக அந்நேரத்தில் அவள் வீடிருக்கும் தெருமுனையும் வந்ததால் அதுல்யா அனைவரிடமும் விடை பெற்றுக்கொண்டு வீடு நோக்கிச் சென்றாள்.

தெரு முனையிலிருந்து மூன்றாவது வீடு அவர்களுடையது. வீட்டின் முன்பு அழகழகான செடிகள் வருபவர்களை தலையசைத்து வரவேற்றுக் கொண்டிருந்தன. காம்பவுண்ட் கேட்டின் இரண்டு

புறமும் செம்பருத்திச் செடிகள் சிவப்பு மற்றும், மஞ்சளும் சிவப்பும் கலந்த இரட்டை வர்ணம் என்று அழகழகாய் “பூத்துக் குலுங்கிக் கொண்டிருந்தன. அதனருகிலேயே நந்தியாவட்டை கிளை பரப்பி குடைபோல் நின்றிருந்தது.

உள்ளே நுழைந்தவுடன் துளசி, திருநீற்றுப்பத்தினி, கற்பூரவள்ளி போன்றவை வரிசையாக இருக்க அதையடுத்து பிங்க் நிற பூக்களைத் தந்தபடி அழகான ரோஜாச்செடி நின்றிருந்தது. மறுபுறம் சிறிய சிறிய செடிகளாக மாதுளை, எலுமிச்சம்பழம், கருவேப்பிலை போன்றவையும், நீளமான தொட்டி ஒன்றில் புதினாவும் இருந்தன. அதுல்யாவின் தாய் பூர்ணாவிற்குச் செடிகள் வளர்ப்பில் அத்தனை விருப்பம். திருச்சியில் அவர்கள் வீட்டிலும் இப்படித்தான் வீடு முழுவதும் செடிகள் இருக்கும். வீட்டைக் காலி பண்ணி வேறு ஒருவரைக் குடி வைத்துவிட்டு வரும்போது, அவளின் பெருங்கவலை செடிகளாய்தான் இருந்தது. புதியவர்கள் அதைப் பத்திரமாகப் பார்த்துக்கொள்ள வேண்டுமே என்று. அவள் பயந்தது போலவே செடிகளை வந்தவர்கள் பெரிதாய் கவனிக்கவில்லை. தண்ணீர் இல்லை மழை இல்லை என்று காரணங்களை மட்டும் சொல்லிக்கொண்டிருந்தார்கள். அந்தக் காயத்தை ஆற்றவே பூர்ணா இங்கு இத்தனை செடிகளை வளர்த்தாள்.

வீட்டினுள் நுழையும் போதே இரண்டு துளசி இலைகளையும், திருநீற்றுப்பத்தினி இலைகளையும் பிய்த்து வாயில் போட்டுக் கொண்டே நுழைந்தாள் அதுல்யா. ஹாலில் டிவி பார்த்துக் கொண்டிருந்த அவள் தம்பியின் தலையில் செல்லமாகத் தட்ட “பாரும்மா இவள. வந்ததும் தலைல அடிக்கிறா” என்று அதுல்யாவின் தம்பி அபய் அவன் தாயிடத்தில் புகார் தெரிவித்தான். அவனுக்கு வெவ்வே என்று பழிப்புக் காண்பித்துவிட்டு கல்லூரிப் பையை உள் அறையினுள் கொண்டு போய் வைத்தவள் நேராக குளியலறைக்குச் சென்று கை, காள், முகம் கழுவிவிட்டு, வேறு உடை மாற்றிவிட்டுத் தாயைத் தேடிச் சென்றாள். “அம்மா அம்மா....” “இங்கதான் இருக்கேன்” என்று சமையலறையிலிருந்து பூர்ணா குரல் கொடுத்தாள். கல்லூரி செல்லும் பெண்ணிற்கு அம்மா என்று கூற முடியாது அவ்வளவு இளமையாய் இருந்தாள் பூர்ணா. அருகிலிருக்கும் சிறிய பள்ளி ஒன்றில் ஆசிரியையாகப் பணி புரிகிறாள்.

சூடாக காபி கலந்து கொண்டிருந்தவள், பூர்ணாவின் கையில் ஒரு காபி டம்ளரைக் கொடுத்துவிட்டு, “எத்தன தடவ

சொல்லிருக்கேன், வெளில போய்ட்டு வந்தா கை, கால் கழுவாமத் துளசிச் செடிகிட்டப் போகாதேன்னு. கேக்கவே மாட்டயா" என்று மகளைக் கண்டிக்க நேரடியாய் எதுவும் பதில் பேசாமல் முகத்தைச் சுழித்துக் காண்பித்தவளைப் பார்த்து முறைத்துவிட்டு, மகனை நோக்கிக் குரல் கொடுத்தாள். "அபய், வா வந்து காபி எடுத்துட்டுப்போ" அருகில் இரண்டு சிறிய தட்டுகளில் மாலை நேர நொறுக்குத் தீனி வகையறாக்களும் நிரப்பப்பட்டிருந்தன. அபயைக் கூப்பிட்டுவிட்டு பூர்ணா நேராக கையில் காபியுடன் முன்னறைக்குச் செல்ல, அதுல்யாவும் அவள் பின்னாலேயே ஒரு கையில் காபி டம்ளரையும், மறு கையில் ஒரு தட்டையும் எடுத்துக்கொண்டு நடந்தாள். எதிரில் வந்த அபய் அவளை முறைத்தவாறே வாயில் சத்தம் வெளிவராமல் திட்டிக்கொண்டு வந்தான். அவள் அவனை அடித்ததற்கான எதிர்வினை அது. முன்னறையில் பூர்ணா கையில் ஒரு புத்தகத்துடனும், காபி டம்ப்ளருடனும் அமர்ந்திருந்தாள். "அம்மா, அம்மா..." "என்ன விஷயம் எதுக்கு இத்தன அம்மா" என்றாள் பூர்ணா புத்தகத்திலிருந்து தலையை எடுக்காமல்.

"அம்மா நமக்கு ஏன் சொந்தக்காரங்களே இல்ல" அதுல்யாவை நிமிர்ந்து பார்த்துவிட்டு பூர்ணா மீண்டும் தன் கையில் இருந்த புத்தகத்தில் மூழ்கிப் போனாள். அதுல்யா விடுவதாய் இல்லை "சொல்லும்மா.... ஏன் இப்படி" "இப்ப உனக்கு என்னடி பிரச்சின?" "இல்ல காலேஜ் பஸ் விட்டு இறங்கி வந்தப்ப, என் ஃப்ரண்ட்ஸ் லீவுக்கு அவங்க மாமா வீட்டுக்கு, பெரியம்மா வீட்டுக்குப் போறதப் பத்தி எல்லாம் பேசிட்டு வந்தாங்க. அப்ப எங்கிட்ட நீ என்ன செய்யப் போறேன்னு கேட்டாங்க எனக்கு என்ன சொல்றதுன்னே தெரியல; அமைதியா இருந்துட்டேன்." "ஏன்... எங்கயும் போகல வீட்லதான் இருப்பேனு சொல்ல வேண்டியதுதான" "அம்மா என் ஃப்ரண்ட்ஸ்ம் கூடக் கேட்டாங்ம்மா. எல்லாரும்மே மாச லீவுக்கு எங்கெங்க போனாங்கனு பேசிட்டு இருந்தமா. அப்போதான் என் கிட்டயும் கேட்டாங்க. நான் எங்கயும் போகலேனு சொன்னனா. ஏண்டா உனக்குப் பாட்டி தாத்தா வீடெல்லா இல்லையானு கேட்டாங்க. ஏம்மா நம்ம பாட்டி தாத்தா எல்லாம் எங்கம்மா "இம்முறை பேசியது அபய். வார்த்தைகள் கொஞ்சம் தயங்கித் தயங்கி வெளிவந்தன. "இத்தன நாளா இல்லாமா இப்ப என்ன ரெண்டு பேரும் மாமா, பெரியம்மா, பாட்டி, தாத்தானுட்டு... போங்க போய் வேலையப் பாருங்க" பூர்ணா குரலில் சற்றே கடுமையைக் காட்ட இருவரும் ஒருவரை ஒருவர் பார்த்துக்கொண்டு அப்போதைக்கு அமைதியாகினர்.

திடீரென ஏதோ தோன்றியவளாக கையிலிருந்தவற்றைத் தரையில் வைத்துவிட்டு உள்ளே சென்ற அதுல்யா தன்னுடைய பையிலிருந்து அன்றைக்கு அவள் வாங்கிய வேலைக்கான கடிதத்தை, பூர்ணா படித்துக் கொண்டிருந்த புத்தகத்தை மறைத்தபடி, அவள் முன் நீட்டினாள். அப்படி நீட்டும்போது அவள் முகத்தில் அத்தனை சந்தோஷம். "என்ன இது?" என்று வாங்கிப் பார்த்த பூர்ணா, அதை முழுவதும் படித்துவிட்டு நிமிர்ந்து மகளைப் பார்த்தாள். அவள் முகத்திலும் சந்தோஷம். "அருமை, போ! இது எப்போ நடந்துச்சு? நீ எங்கிட்ட எதுவுமே சொல்லல" "இல்லம்மா, பத்து நாள் முன்னாடியே காலேஜ்ல சொல்லீட்டாங்க. நான்தான் யோசிச்சுட்டே இருந்தேன். அட்டெண்ட் பண்ணலாமா வேண்டாமான்னு. பார்ட்டைம் வேலைதான அதுதான் யோசனையா இருந்துச்சு. அதனாலதான உங்கள்டயும், அப்பாட்டயும் கூடச் சொல்லல. ஆனா ஹெச்.ஓ.டி தான் அட்டெண்ட் பண்ணு அட்டென்ட் பண்ணுனு சொல்லிகிட்டே இருந்தாரு. இன்னைக்குக் காலைல திடீர்னு தோணுச்சு போலாம்னு. போனேன். பார்த்தா செலக்ட் ஆயிட்டேன்." என்றாள் தாயின் கழுத்தைக் கட்டிக் கொண்டே.

"ரொம்ப சந்தோஷம் டா. வேலை எங்க? எப்ப இருந்து போகணும்? டைமிங் எல்லாம் எப்படி" "அடுத்த வாரம் வரச் சொன்னாங்கம்மா. நம்ம பஸ் ஸ்டாப் பக்கத்துல அந்தப் பெரிய காம்ப்ளக்ஸ் ஒண்ணு இருக்கில்ல. அதுல கூட கிரவுண்ட் ஃப்ளோர்ல ஒரு ஃபாஸ்ட் ஃபுட் கடை இருக்கில்லமா. யாழ் ரெஸ்டாரென்ட்னு அந்த குரூப்லதான் வேலை." இவர்களின் பேச்சைக் கேட்டுகொண்டிருந்த அபய் "ஐய் அப்போ நீ அங்க வேலைக்குப் போறியாடி... சூப்பர் அப்போ எனக்கு வேணும்போதெல்லாம் பர்கர் ஃப்ரீயா கிடைக்குமா" என்றான் சிரித்துக் கொண்டே. சற்றுமுன் அக்காவுடன் அவனிக்கிருந்த சண்டையெல்லாம் இப்போது மறந்து போயிருந்தது. "டேய் குண்டா இதுக்கு மேல நீ பர்கர் தின்னா வெடிச்சுப் போயிருவடா" அதுல்யா அவனை வம்பிக்கிழுத்து மறந்திருந்த அவன் கோபத்தை நியாபகப்படுத்திவிட்டுச் சிரித்தாள். கடுப்பான அபய் முகத்திலிருந்து சிரிப்பு மறைந்து போக, மீண்டும் அவளைப் பார்த்து முறைத்துக் கொண்டே தட்டையும், டம்ளரையும் எடுத்துக் கொண்டு டிவியைப் பார்க்க ஏதுவாக, அங்கிருந்த நாற்காலியில் சென்று அமர்ந்து கொண்டான்.

"வேலை நேரம்லாம் என்ன? யாழ் உணவகத்துக்கு நிறைய பிராஞ்ச் இருக்குனு கேள்விப்பட்டுருக்கனே. உனக்கு எங்க வேலை

குடுத்துருக்காங்க?" "அம்மா. அங்கதான் மா சர்பிரைசே இருக்கு. எனக்கு நம்ம வீட்டுக்கிட்ட இருக்கிற பிராஞ்சுலதான் வேலை. ஈவினிங் 5 ல இருந்து நைட் 10 மணி வர" "அப்படியா, பக்கத்துலதான நல்ல விஷயம் தான். ஆனா நைட் பத்து மணி வரைன்னு சொல்றயே அதுதான் யோசிக்கணும்" என்றாள் பூர்ணா யோசனையுடன். "சரி நீ இப்போ காபியக் குடி அப்பா வரட்டும் அப்புறம் பேசலாம்" என்று அப்போதைக்கு அதை முடித்துவைத்தாள். வாயில்தான் முடித்தாளே ஒழிய, மனது அதைப்பற்றியேதான் யோசித்துக் கொண்டிருந்தது. குடும்பம் இருக்கும் நிலையை யோசித்துப் பார்க்கையில் அதுல்யாவின் இந்த வேலை என்பது நிச்சயம் அவர்களுக்கு உதவியாகத்தான் இருக்கும். குறைந்த பட்சம் அடுத்த செமஸ்டருக்கான கட்டணத்திற்கு இது கொஞ்சம் பயன்படும். ஆனால் பத்து மணி வரை இந்த விளையாட்டுப் பெண்ணால் அங்கு வேலை செய்ய முடியுமா? பிறகு வந்து எப்படிப் படிப்பாள்? இந்த வேலையால் படிப்பைக் கோட்டை விட்டு விட்டால் என்ன செய்வது? குழப்பம் அவளை நிறைத்திருந்தது.

யோசனையில் ஆழ்ந்திருந்த பூர்ணாவை "அம்மா பக்கத்து வீட்டு ஆன்ட்டி வந்துருக்காங்க" என்ற அபயின் குரல் நனவுலகத்திற்குத் திருப்பியது. "வாங்க கேசவ் அம்மா" என்றபடி வாசலை நோக்கிச் சென்றாள். முன்புறக் கதவிற்கு வெளியே நின்று கொண்டிருந்த கேசவின் அம்மா பூர்ணாவைப் பார்த்துச் சிரித்தபடி "என்ன, வேலையா இருந்தீங்களா" என்றாள். "இல்ல இல்ல இப்பக் கொஞ்சம் முன்னாடிதான் வந்தேன், அதான் வந்து காபி போட்டு குடிச்சுட்டு அப்படியே உக்காந்துட்டேன். வாங்க காபி சாப்பிடலாம்" என்றவாறே அவளும் கதவினருகில் சென்றாள். சற்று நேரம் பேசிக்கொண்டிருந்த கேசவின் அம்மா "இந்த செம்பருத்திப்பூ கொஞ்சம் பறிச்சுக்கட்டுமா. நாளைக்கு செவ்வாக்கிழமைல காலைல நேரத்துலயே கோயிலுக்குப் போலான்னு இருக்கேன் அதுதா" என்றாள். "பறிச்சுக்கங்க அதனால என்ன எப்படியும் செடியிலதான காயப்போகுது" என்றாள் பூர்ணா.

"ஆமா இது எதுக்கு காஞ்ச பூவெல்லாம் செடில அப்படியே இருக்கு பிடுங்கி வீசிடவா?" என்று கேட்டவாறே கேசவின் அம்மா செடியில் பூக்களைப் பறிக்கத் தொடங்கினாள். "இல்ல இல்ல வேண்டாம் அது அதுல்யா சீயக்காய் அரைக்குறப்போ கூடப் போட்டு அரைக்க விட்டு வைச்சுருக்கா அதப் பறிச்சுக் காய வைக்கணும். எங்க நானும் சொல்லிக்கிட்டே இருக்கேன் கேட்டாத்தான. அதுல்யா இங்க வா" உள் நோக்கிக் குரல் கொடுக்க

உள்ளேயிருந்து என்னம்மா என்று சலித்துக் கொண்டே வெளியே வந்தாள் அதுல்யா. "எப்ப இருந்து சொல்றேன் இந்தக் காஞ்சு பூவையெல்லாம் பிடுங்கி எடுத்து வெயில்ல காய வெச்சு எடுத்து வைய்யுனு கேக்குறயா. பாரு! எல்லாம் கீழ விழுந்து வீணாப் போகுது. போ போய் ஒரு கூடை எடுத்துட்டு வந்து அதெல்லாம் பிடுங்கிப் போடு" என்றாள் பூர்ணா.

அதுல்யா சிணுங்கிக் கொண்டே உள்ளே சென்று ஒரு சிறிய கூடையை எடுத்துவந்து, காய்ந்தவற்றைப் பிடுங்கிப்போடத் தொடங்கினாள். "என்ன அதுல்யா! காலேஜ் எல்லாம் எப்படிப் போகுது.? இந்த வருஷம் கடசி வருஷம்ல" என்றாள் கேசவின் அம்மா. "ஆமா ஆன்ட்டி முடியப் போகுது." என்று அதுல்யா முடிக்கும் முன்னரே "அவ இன்னைக்கு காலேஜ்ல நடந்த இன்டர்வியூல பார்ட் டைம் வேலைக்கு செலக்ட் ஆயிருக்கா. இப்பதான் ஆஃபர் லெட்டர் காமிச்சா. அத எடுத்துட்டு வந்து ஆன்ட்டிக்குக் காமி அதுல்யா" என்று இடைமறித்தாள் பூர்ணா. அதுல்யா அதை எடுத்து வரச் சந்தோஷமாக வீட்டினுள் சென்றாள்.

"அப்புறம் என்ன, நல்ல விஷயம்தானே! ஸ்வீட் எதுவும் இல்லையா" என்று கேசவின் அம்மா கேட்க, "சந்தோஷம் தான், ஆனா எனக்குத்தான் யோசனையா இருக்கு அனுப்பலாமா வேண்டாமானு?" "அபய் அம்மா இப்ப எதுக்கு இவ்வளவு யோசிக்கிறீங்க புள்ளைங்க வேலைக்குப் போனா நமக்கும் ஆறுதல்தானே. எத்தனை நாளைக்குத்தான் நீங்களும், அபய் அப்பாவுமே கஷ்டப்படுவீங்க. அவங்களும் ஒரு கை குடுக்குறாங்கன்னா ஏத்துக்க வேண்டியதுதான" என்றாள் கேசவின் அம்மா. "அது இல்ல, வேலைக்குப் போறேன் அது இதுனு படிப்புக் கெட்டுப் போச்சுனா. அதுதான் யோசனை. இது வெறும் பார்ட் டைம் வேலை தான இத நம்பி வாழ்க்கைய விட்டுறக் கூடாதில்ல. படிப்புத்தான வாழ்க்கை" என்றாள் பூர்ணா. "அதுவும் சரிதான். ஆனா அதுல்யா நல்லாப் படிக்குற புள்ள தான. சோ அதெல்லாம் பிரச்சின ஆகாதுன்னு நினைக்கிறேன். நம்பி அனுப்பிவைங்க" அவர் ஆதரவாகப் பேசிக்கொண்டிருக்கும் போதே, அதுல்யா உள்ளிருந்து ஆஃபர் லெட்டருடன் வெளியே வந்தாள்.

அதை வாங்கிப் படித்த கேசவின் அம்மா "அபய் அம்மா இது அதுல்யா படிக்கிற அதே கோர்ஸ்க்குச் சம்மந்தப்பட்ட வேல தானே, அப்புறம் என்ன? இது அவளுக்குப் பிராக்டிக்கல் எக்ஸ்பீரியன்ஸ் மாதிரியும் இருக்கும்ல. அனுப்பிவைங்க போகட்டும்" என்றாள்.

அதுல்யா முகமெல்லாம் பூரிப்பாக "தேங்க்ஸ் ஆன்ட்டி" என்றாள். கேசவின் அம்மா மேலும் சிறிது நேரம் பேசிக்கொண்டிருந்துவிட்டு பூக்களை எடுத்துக் கொண்டு, அவர்கள் வீட்டிற்குக் கிளம்பினாள். பூர்ணா அதுல்யாவிடம் பூச்செடிகளுக்குத் தண்ணீர் விடும்படி கூறிவிட்டு மற்ற வேலைகளைப் பார்ப்பதற்கு உள்ளே சென்றாள். கேசவின் அம்மாவின் பேச்சு அவளுக்கு சற்றே தெளிவைக் கொடுத்திருந்தது. இருப்பினும் அவள் கணவன் முகுந்தன் வந்த பிறகு அவனிடமும் பேசிவிட்டு அதுல்யாவிடம் பேசிக்கொள்ளலாம் என்று நினைத்தவள் அப்போதைக்கு மற்ற வேலைகளில் மூழ்கிப் போனாள்.

முன்னறையில் அபய் வீட்டுப்பாடம் எழுதிக்கொண்டிருந்தான். அதுல்யா தனது பாடப்புத்தகங்களைப் புரட்டிக் கொண்டிருந்தாள். வீட்டின் வெளியே வண்டி வந்து நிற்கும் சத்தம் கேட்க, அதுல்யா "அம்மா... அப்பா வந்தாச்சு" என்று உள் நோக்கிக் குரல் கொடுத்தாள். முகுந்தன் வண்டியை விட்டுக் கீழே இறங்கி தன்னுடைய லஞ்ச் பேக்கை எடுத்துக் கொண்டு உள்ளே வந்தார். எதிரில் வந்த அதுல்யாவிடம் பேக்கைக் கொடுத்துவிட்டு, புக்கும் கையுமாக அமர்ந்திருந்த அபயின் தலையைக் கலைத்து விட்டவாறே உள்ளே சென்றவர், சட்டையைக் கழற்றிப் போட்டுவிட்டு குளியலறைக்குள் நுழைந்து, குளித்துவிட்டு வெளியே வர, பூர்ணா அவரிடத்தில் காபி டம்ளரைக் கொண்டு வந்து கொடுத்தாள். அதை வாங்கிக் கொண்டு முன்னறைக்கு வந்த முகுந்தன், அங்கே அமர்ந்திருந்த அதுல்யாவைப் பார்த்து "என்னம்மா அதுல்யா உனக்கு காலேஜ் எல்லாம் எப்படிப் போகுது?" என்று கேட்கவும் உள்ளே இருந்து பூர்ணா வெளியே வந்து "அதுபத்தித்தான் உங்ககிட்டப் பேசலாம்ன்ட்டு இருந்தோம் நீங்களே ஆரம்பிச்சுட்டீங்க" என்றபடி அதுல்யாவைப் பார்க்க, முகுந்தனும் கேள்விக் குறியுடன் அவளைப் பார்த்தார்.

அதுல்யா தன் கையில் தயாராக வைத்திருந்த வேலைக்கான அழைப்புக் கடிதத்தை அவரிடம் கொடுத்து "அப்பா இன்னைக்கு எங்க காலேஜ்ல பார்ட் டைம் வேலைக்கு இன்டர்வியூ நடந்துச்சு. அதுல நான் செலக்ட் ஆயிட்டேன். அடுத்த வாரத்துல இருந்து ஜாயின் பண்ணச் சொன்னாங்கப்பா" என்றாள். அதைக் கேட்டதுமே சந்தோஷப்பட்ட முகுந்தன் அவள் அளித்த காகிதத்தைப் பிரிக்காமல் அப்படியே கையில் வைத்துக்கொண்டு அவளிடம் விசாரிக்க ஆரம்பித்தார் "ரொம்ப சந்தோஷம்டா சந்தோஷம். பார்ட் டைம்னா எப்படி காலேஜ் முடிஞ்சு போனா போதுமா? டைமிங்

எல்லாம் என்ன? வேலை எங்க?" என்று கேட்க "அப்பா வேலை ஒரு ஃபாஸ்ட் ஃபுட் ரெஸ்டாரென்ட்லப்பா. எனக்குப் புடிச்ச டெக்கரேஷன் வேலை தான். டைம் சாயந்தரம் 5ல இருந்து பத்து மணி வரை" என்றாள் அவரைப் பார்த்தபடி.

கொஞ்சம் யோசனையில் ஆழ்ந்த முகுந்தன் "நேரம் தான் செட் ஆகுமான்னு தெரியலையேமா 5ல இருந்து 10 மணி வரைனா, நீ எப்படி படிப்ப? படிக்க நேரமே கிடைக்காதே" என்றார். "அப்பா, அதெல்லாம் பிரச்சினை இல்லப்பா எனக்கு இந்த வருஷம் பேப்பர் கமில. புராஜெக்ட் வொர்க் தான இருக்கும் சோ பிரச்சினை இல்லப்பா. அதுவுமில்லாம எனக்கு இது ஒரு பிராக்டிக்கல் எக்ஸ்பீரியன்ஸாவும் இருக்கும் அதுதான்" என்று இழுத்தாள் அதுல்யா. "இல்லடா படிச்சு முடிச்சப்புறம் ஃபுல் டைம் ஜாப்னா தெரியாது" என்று முகுந்தனும் இழுக்க, அதுல்யா உற்சாகமாய் "அப்பா அந்த மேடம் எங்கிட்ட உனக்கு விருப்பம் இருந்தா நீ படிச்சு முடிச்ச பின்னாடியும் கூட எங்க கிட்டயே ஃபுல் டைம் ஜாபுக்கும் சேர்ந்துக்காலாம்னு சொன்னாங்கபா" என்றாள். "அப்படியா சொன்னாங்க நீ அதப்பத்தி எங்கிட்டச் சொல்லவே இல்லையே" என்றாள் பூர்ணா "இல்லம்மா நானும் சொல்ல மறந்துட்டேன் இப்ப அப்பா ஃபுல் டைம் ஜாப் பத்திக் கேக்கவும்தான் ஞாபகம் வந்துச்சு". "அப்பா, வேல கூட நம்ம ஏரியாவுல தான் பா" "நம்ம ஏரியாவுலயா? இங்க எங்க" என்றபடி முகுந்தன் அந்தக் கடிதத்தைப் பிரித்துப் பார்க்கவும் "யாழ் உணவகம் பா" என்று உற்சாகமாய் அதுல்யா சொல்லவும் சரியாக இருந்தது.

பெயரைக் கேட்டதுமே சடாரென்று நிமிர்ந்து அதுல்யாவைப் பார்த்தவர் மீண்டும் ஒருமுறை அக்கடிதத்தை மொத்தமாய்ப் படித்து முடித்தார். பொதுவாய்ப் பார்க்கையில் சமையல்கலை பயிலும் தன் மகளுக்கு அது ஒரு சிறந்த வாய்ப்பென்பது யாரும் கூறாமலேயே அவருக்குத் தெரிந்தது. ஆனால் உணவகத்தின் பெயர்தான் ஏதோ இடித்தது. "இப்போதைக்கு எதுவும் முடிவு செய்ய வேண்டாம். நான் யோசிச்சுச் சொல்றேன்" என்று கூறிய முகுந்தன் அமைதியாய் எழுந்து அறைக்குள் சென்று விட்டார். உற்சாகமாய்ப் பேசிக்கொண்டிருந்த தனது தந்தைக்குத் திடீரென்று என்ன ஆனது? என்று புரியாமல் அதுல்யா தனது தாயைப் பார்த்தாள், அவளும் எதுவும் புரியாமல் மகளைப் பார்த்தாள். "ஐ ஊத்திக்கிச்சா ஜாலி ஜாலி, என்னக் கிண்டல் அடிச்சேல்ல, நல்லா வேணும்" என்று அபய் அதுல்யாவைக் கிண்டலடிக்க

அவளும் திருப்பி அவனைப் பழித்துக் கொண்டே தாயை நோக்கி கெஞ்சல் பார்வை ஒன்றை வீசினாள்.

"என்னங்க, என்ன ஆச்சு? ஏன் பேசப்பேச வந்துட்டீங்க?" பூர்ணா கேட்டபடியே உள்ளே நுழைய "ஒண்ணும் இல்ல பூர்ணா கொஞ்சம் டயர்ட் அவ்வளவுதான் நீ போய் நைட் டிஃபன் எதுனா செய் சீக்கிரம் சாப்பிட்டுட்டு தூங்கலாம்" என்றபடியே கண்ணை மூடிப்படுத்துக் கொண்டார். இத்தனை வருட இல்லற வாழ்வில் கணவனின் அனைத்துச்செய்கைக்கும் அர்த்தம் புரிந்தவள் இதையும் புரிந்தவளாய் அப்போதைக்கு எதையும் பேச வேண்டாமென்று முடிவு செய்து சமையலறையை நோக்கிச் சென்றாள். சிறிது நேரத்தில் இட்லியும், சாம்பாரும் தயாராக அதுல்யா தந்தையையும், தம்பியையும் சாப்பிட அழைத்து விட்டு வந்தாள்.

பூர்ணாவும், முகுந்தனும் எதுவும் பேசாமல் சாப்பிட, அபயும், அதுல்யாவும் மட்டும் டிவியில் ஓடிக்கொண்டிருந்த நிகழ்ச்சி ஒன்றைக் குறித்துக் கேலி பேசிக்கொண்டு சாப்பிட்டுக் கொண்டிருந்தனர். சாப்பாட்டு வேலை எல்லாம் முடிந்து, பூர்ணா சுத்தம் செய்து முடிக்க அக்காவும் , தம்பியும் அவர்கள் வேலைகளை முடித்துவிட்டு தங்கள் அறைக்குச் சென்று படுத்துக் கொண்டனர். செல்லும்முன் அதுல்யா பூர்ணாவிடம் "அம்மா, அப்பாகிட்ட பேசும்மா நான் இந்த வேலைக்குப் போறேன். இதுனால என் ஸ்டடீஸ் எல்லாம் ஒன்னும் பிரச்சின வராதும்மா. ப்ளீஸ்" என்று கெஞ்சினாள். பேசுவதாக வாக்குறுதி அளித்து அவளைப் படுக்கச்சொன்ன பூர்ணா எஞ்சியிருந்த வேலைகளை முடித்துவிட்டு காம்பவுண்ட் கதவு, முன்னறைக் கதவு என அனைத்தையும் தாழிட்டு, விளக்குகள் அனைத்தையும் அணைத்துவிட்டு உள்ளறைக்குச் சென்றாள்.

முகுந்தன் படுக்கையில் கண்களை மூடிப்படுத்துக் கொண்டிருந்தார். "என்னங்க" அவரிடம் எந்த பதிலுமில்லை, மீண்டும் அழைத்தாள் "என்னங்க" மௌனம். "எனக்குத் தெரியும் நீங்க தூங்கலைன்னு, எந்திரீங்க, எத்தன வருஷமாப் பாக்குறேன்" சில நொடிகளுக்குப் பின் முகுந்தன் அவளை நோக்கித் திரும்பிப் படுத்தார். பூர்ணா கீழே விரிக்கப்பட்டிருந்த பாயில் அமர்ந்து கொண்டு, அவனையே பார்த்துக் கொண்டிருந்தாள். படுக்கையில் எழுந்து உட்கார்ந்த முகுந்தன் மீண்டும் ஏதோ யோசனையில் ஆழ்ந்து போனான். அவன் எதையோ சொல்ல வந்து சொல்லாமல் தவிப்பதைக் கண்டு பூர்ணா எழுந்து சென்று அவனருகில் அமர்ந்தாள். "என்ன ஆச்சுங்க! என்ன மனசுக்குள்ள போட்டுக் குழப்பிக்கிட்டே

இருக்கீங்க? எதையோ சொல்ல வர்றீங்கனு தெரியுது! ஆனா சொல்லத்தான் மாட்டடீங்குறீங்க. என்ன சொல்லுங்க" என்றாள்.

"அது ஒண்ணுமில்ல பூர்ணா நம்ம பொண்ணு வேலைக்குப் போறேனு சொல்றாளே அதப்பத்தித்தான்" "அதப்பத்தித்தான் யோசிக்கிறீங்கன்னு எனக்கும் தெரியுது ஆனால் அதுல உங்களுக்கு என்ன பிரச்சினைனுதான் தெரிய மாட்டேங்குது." "இல்ல, இப்ப அவ வேலைக்குப் போய்த்தான் தீரனுமா. படிப்ப முடிச்சுட்டு அப்புறம் போகட்டுமே என்ன அவசரம்?" "ம்ம் நானும் முதல்ல அப்படித்தாங்க நினைச்சேன். ஆனா யோசிச்சுப்பார்த்தா, அவ வேலைக்குப் போனா கொஞ்சம் நல்லதும் இருக்கத்தாங்க செய்யுது." "என்னது?" என்றார் முகுந்தன். "நான் சொல்றத முதல்ல முழுசாக் கேளுங்க. முதல்ல நம்ம குடும்பப் பொருளாதாரச் சூழ்நிலை. இந்த வருஷம் அபய்க்கு பாதி ஃபீஸ் கட்டவும், அதுல்யாக்கு செமஸ்டர் ஃபீஸ் கட்டவுமே சிரமப்பட்டுத்தான் கட்டுனோம். இதுல இன்னும் மீதி ஃபீஸ் அப்புறம் அதுல்யாவுக்கு அடுத்த செமஸ்டர் ஃபீஸ். நினைச்சாலே தூக்கம் வர மாட்டேங்குதுங்க. சரி இந்த வருஷத்தோட அவளுக்குப் படிப்பு முடிஞ்சுதுல்ல அப்புறம் என்னன்னு நினைக்கலாம். ஆனா இனிமேதான அபய் செலவே ஆரம்பிக்கப் போகுது. புள்ளைக பெருசாய்ப்டே போறாங்கங்க. சின்னதாகறதில்லைல" என்றாள் பூர்ணா.

"அது சரிதான். நான் அவள வேலைக்குப் போகவேண்டாம்னு சொல்லல. ஆனா இப்பவே போகணும்மான்னுதான் யோசிக்கிறேன்." "அவ இப்பப் போனானு வெச்சுக்கங்க, அவளோட அடுத்த செமஸ்டருக்கான ஃபீஸ அவ சம்பளத்துல இருந்தே அவ கட்டிப்பா. அந்தப் பிரச்சின நமக்குக் கொஞ்சம் குறஞ்சுடும்ல. அபய் ஃபீஸ் பத்தி மட்டும் நாம யோசிச்சாப் போதும்" பூர்ணா முகுந்தனைப் பார்க்க, அவன் இன்னமும் யோசனையுடனே இருந்தான். "எதாச்சும் பேசுங்க, இப்படி இருந்தா எப்படி" "பூர்ணா அவ இந்த ரெஸ்டாரென்டுக்கு வேலைக்குப் போக வேண்டாம்னு நான் நினைக்கிறேன் வேற எதாச்சும் கிடைச்சாப் போகட்டும்" என்றபடி முகுந்தன் படுக்கையில் படுக்கப் போக பூர்ணா கோபத்துடன் அவரின் படுக்கையிலிருந்து எழுந்து நின்றாள்

"இவ்வளவு சொல்லியும் புரிஞ்சுக்கலைன்னா எப்படி? இந்த ரெஸ்டாரென்ட் வீட்டுக்குப் பக்கத்திலயே இருக்கு படிச்சு முடிஞ்சதும் ஃபுல் டைம் வேலைக்கும் எடுத்துக்கறேனும் சொல்லிருக்காங்க. சம்பளமும் அப்படி ஒண்ணும் மோசம் இல்ல. பின்ன உங்களுக்கு என்னதான் பிரச்சின. சும்மா பிடிவாதம்

பிடிச்சுகிட்டு. பிள்ளைக ஆசை தெரியாம" என்று புலம்பியபடியும், கோபத்துடனும் தன்னுடைய படுக்கையில் வந்து அமர்ந்தாள். "நான் ஒண்ணும் பிடிவாதம் பிடிக்கல. காரணமாத்தான் வேண்டாம்னு சொல்லுறேன்" என்றார் முகுந்தன் அவள் முகத்தைப் பார்க்காமல் வேறு எங்கோ பார்த்தபடி. "அந்தக் காரணத்தத்தான் நானும் கேக்குறேன். சொல்லுங்களே எனக்கும் புரியுதான்னு பாப்போம்!"

பூர்ணாவைப் பார்த்தபடி சடாரெனப் படுக்கையில் இருந்து எழுந்து உட்கார்ந்த முகுந்தன் "அந்த ரெஸ்டாரெண்ட் ஓனர் யாருன்னு தெரியுமா? இத்தன நாள்ல நான் ஏன் உங்கள அந்தப்பக்கமே கூட்டிட்டுப் போலனு தெரியுமா? சொல்ல வேண்டாம்னு பார்த்தா சும்மா பேச வெச்சுட்டு" பூர்ணா, கனத்த மெளனத்துடனும், கேள்விகளுடனும் அவரையே பார்த்துக் கொண்டிருந்தாள், அவர் மேலும் பேசப்போவதை எதிர்நோக்கி. "தயவு செஞ்சு என்ன விட்ரு பூர்ணா பேச வைக்காத" திரும்பி அவளை மீண்டும் ஒரு முறை பார்த்துவிட்டுச் சொன்னார். பூர்ணா விடுவதாக இல்லை "இப்ப என்ன சொல்ல வந்தீங்க? அதச் சொல்லி முடிங்க முதல்ல!" "இப்ப என்ன பிரச்சின உனக்கு" "நீங்க சொல்ல வந்ததச் சொல்லி முடிங்க, அது போதும்" "சொன்னாதான்டி பிரச்சின, அதனாலதான் சொல்ல மாட்டீங்கறேன்" "இப்ப சொல்லப் போறீங்களா இல்லையா?" பூர்ணா அவரையே உற்றுப் பார்த்து அழுத்தமாகக் கேட்டாள்.

அதற்குமேல் எப்படிச் சமாளிப்பதென்று முகுந்தனுக்கும் தெரியவில்லை. அதற்குமேலும் மறைக்க முடியாமல் சில விசயங்களைச் சொல்லிவிட்டு முகுந்தன் அமைதியாய் இருக்க, அதைக் கேட்ட பூர்ணாவின் முகத்தில் அதிர்ச்சி அப்பட்டமாய் வெளிப்பட்டது. அவள் நிச்சயமாய் இதை எதிர்பார்க்கவில்லை. அவர் வேறு எதைப்பற்றியோதான் சொல்லப் போகிறார் என்று நினைத்துக் கொண்டிருந்தவளுக்கு, இந்த விஷயம் பேரிடியாய் வந்து விழுந்தது, எண்ணங்கள் எங்கெங்கோ அலைபாயத் தொடங்கின. அடுத்த ஓரிரு நிமிடத்தில் அவள் கண்களில் இருந்து கண்ணீர் எந்தக் கட்டுப்பாடும் இல்லாமல் வழிந்து கொண்டிருந்தது. முகுந்தனும் எதுவும் செய்யஇயலாதவராய், அவளைத் தேற்றும்வழியும் தெரியாமல் தலை குனிந்து அமர்ந்திருந்தார்.

★

5. கூடடைதல்

"இறக்கை விரித்து வானில்
உயர உயரப் பறந்தாலும்
கடைசியில் தேவை என்னமோ
சிறு கிளைதான்..."

அந்த மாடிவீட்டின் வாசலில் வந்துநின்ற காரிலிருந்து கமலியும், அவள் மகன் அகிலும் இறங்கி வந்தனர். "என்னடா எல்லாம் வாங்கியாச்சில்ல அப்புறம் நாளைக்குக் காலைல ஸ்கூல் போறப்போ எந்திரிச்சு அதில்ல இதில்ல புராஜெக்ட் பண்ணல நான் ஸ்கூலுக்குப் போகலனு பொலம்பக் கூடாது சரியா" என்றாள் கமலி மகன் அகிலைப் பார்த்து ஒற்றை விரலை நீட்டியபடி. "அம்மா புராஜெக்ட் நாளைக்கு இல்ல, அடுத்த வாரம் சப்மிட் பண்ணாப் போதும்" என்று சிரித்தபடியே கூறிவிட்டு ஷு காலுடன் உள் நோக்கி ஓடினான் அகில். "டேய், டேய் அகில் நில்லுடா, ஷு கழட்டிட்டுப் போ. எத்தன தடவ சொல்லியிருக்கேன் ஷு போட்டுட்டுப் போகாதேன்னு கேக்கவே மாட்டியா" குரலுக்குப் போன வேகத்தில் உள்ளிருந்து வெளியே வந்து கையிலிருந்த ஷுக்களை விட்டெறிந்துவிட்டு மீண்டும் மாடியை நோக்கி ஓடிவிட்டான்.

கமலி அவனைப் பார்த்துச் சலித்துக்கொண்டே உள்நோக்கிக் குரல் கொடுத்தாள். "கஸ்தூரி கொஞ்சம் இங்க வாயேன்". உள்ளிருந்து அவர்கள் வீட்டில் வேலை செய்யும் கஸ்தூரி வெளியில் வர, "இந்தா இதையெல்லாம் உள்ள எடுத்து வை. இந்தக் கவர் மட்டும் கிச்சனுக்கு எடுத்துட்டுப் போய்டு, மீதியெல்லாம் அகிலோடது வேணும்னா அவன் வந்து எடுத்துட்டுப் போகட்டும்" என்றாள்.

ஹாலில் அமர்ந்து டிவி பார்த்துக்கொண்டே இதைக் கேட்டுக் கொண்டிருந்த அவள் மாமனார் "ஏம்மா அதையும் கொண்டுபோய் உள்ள வைக்கட்டுமே, ஏன் வேணாங்கிற?" என்றார். மாமியார்

அவர் அருகில் அமர்ந்து பூ கட்டிக்கொண்டிருந்தார். "இல்ல மாமா, எப்படி வீசிட்டுப் போயிருக்கான் பாருங்க. இப்ப இருந்தே சொன்னாத்தான் அவன் வேலைகள அவனே செய்யணும்னு எண்ணம் வரும். அதனாலதான் கஸ்தூரிய எடுக்க வேண்டாம்னு சொன்னேன்" என்க "ஆமாம் கமலி சொல்றது சரிதான். நீங்க சும்மா இருங்க செல்லம் குடுத்துக் கெடுக்காதீங்க" என்று மாமியாரும் அவளுக்குச் சாதகமாகவே பேசினார்.

"அத்த யாழினிக்கு இப்ப எப்படி இருக்கு? ஸ்கூல்ல இருந்து வந்துட்டாளா? எதுவும் சாப்பிட்டாளா?" என்று கேட்டபடியே அவர்கள் அமர்ந்திருந்த சோபாவின் அருகில் வந்து நின்றாள் கமலி. "வந்துட்டாம்மா. இப்ப நல்லாத்தான் இருக்கா. வந்ததும் கொஞ்சம் பால் குடிச்சா. அப்புறம் அந்த சத்துமாவும், பாதாமும் கொஞ்சம் சாப்டுட்டு படிக்கிற வேலை இருக்குன்னு உள்ள போய்ட்டா" என்றார். அவர்கள் பேசிக்கொண்டு இருக்கும்போதே அகில் தனது தந்தையுடன் மாடியிலிருந்து கீழே இறங்கி வந்தான். "அப்பா... வாங்கப்பா வந்து நான் என்ன வாங்கிட்டு வந்துருக்கேன்னு பாருங்க. இத வெச்சு எனக்கு புராஜெக்ட் பண்ணிக்குடுங்கப்பா, வாங்கப்பா" என்று அவன் தந்தை குருவைப் பிடித்து இழுத்துக் கொண்டு வந்தான்.

"டேய், டேய் பார்த்து எங்கயாச்சும் ரெண்டு பேரும் சேர்ந்து விழுந்துடாதீங்க" மாமனார் என்று எச்சரிக்க. "தாத்தா நான் கீழ விழுக மாட்டேன் தாத்தா, இங்க பார்த்தயா எனக்கு எவ்ளோ ஸ்ட்ரென்த்துன்னு" தன்னுடைய சட்டைக் கையை மேலே இழுத்து விட்டபடி, கால்களை அகட்டி வைத்து இரண்டு கைகளையும் L போல மேலே உயர்த்திக் காட்டியபடி நின்றான் அகில். உள் அறையிலிருந்து வெளியே வந்த யாழினி அவன் தலையில் பலமாய் தட்டிவிட, ஸ்ட்ராங் பாடி அகில் முன்னோக்கிச் சாய்ந்து தடுமாறினான். இதனைப் பார்த்து வீட்டில் அனைவரும் சிரிக்க, அவன் மட்டும் கோபத்துடன் அவன் அக்காவைப் பார்த்து முறைத்தான். பின்பு டைனிங் டேபிள் சேரில் சென்று மேஜையின் மேல் கையூன்றிக் கன்னத்தில் முட்டுக் குடுத்து அமர்ந்து கொண்டான்.

பூக்கட்டிக் கொண்டிருந்த பாட்டி எழுந்து அவனைச் சமாதானம் செய்யச் செல்ல, யாழினி கமலி அமர்ந்திருந்த சோபாவின் கைப்பிடியில் அவளின் அம்மாவின் அருகே சென்று

அமர்ந்து கொண்டாள். "இப்ப எப்படிடா இருக்கு வயித்து வலி? சரியாயிடுச்சா... மாத்திரை எல்லாம் சரியாச் சாப்பிட்டயா?" "சாப்பிட்டேன் மா, ஆனாலும் கொஞ்சம் டயார்டாவே இருக்கு. தூக்கம் தூக்கமா வருது" என்றாள் யாழினி. "அது நேத்து நைட் சரியா தூங்கல இல்ல அதனால வந்த டயர்ட்னெஸ். நல்லாத் தூங்கி எந்திரிச்சா சரியாப் போகும். அதுக்குத்தான் நான் இன்னக்கி ஸ்கூலுக்கு லீவ் போடுன்னு சொன்னேன் நீ தான் கேக்கல" என்றாள் கமலி தன் மகளின் தலையை நீவியபடி. "அதில்லம்மா இன்னக்கி பிராக்டிக்கல்ஸ் இருந்துச்சும்மா. மிஸ் ஆல்ரெடி போன வாரமே சொல்லிட்டாங்க எல்லாரும் லீவ் எடுக்காம வாங்கன்னு அதான்" பேசிக்கொண்டே எழுந்து சென்று தாயின் மடியில் படுத்துக் கொண்டாள் யாழினி.

மகளின் தலையைக் கோதியவாறே உள்நோக்கிக் குரல் கொடுத்தாள் கமலி "கஸ்தூரி.." உள்ளிருந்து வெளியே வந்த கஸ்தூரி "சொல்லுங்கம்மா" என்றாள் "இல்ல, நைட் டிபன்னுக்கு எதாச்சும் ரெடியாயிருச்சான்னு கேக்கத்தான் கூப்பிட்டேன்" "அய்யோ இல்லயேம்மா இன்னும் எதுவும் செய்யலயே, இப்பதான் ஆரம்பிச்சேன். மணி ஏழு தானே ஆகுதுன்னு மெதுவா செஞ்சுட்டு இருக்கேன்" என்றபடி இழுக்க "அதுக்கில்ல, யாழ் கொஞ்சம் முடியலேன்னா. சீக்கிரம் சாப்பிட்டுத் தூங்கச் சொல்லிட்டு இருந்தேன் அதான் கேட்டேன். அவ நேத்து நைட்டும் சரியாத் தூங்கலை இல்ல" "அம்மா தோச மாவு இருக்கு நான் வேணும்னா சீக்கிரமா தோச ஊத்தித் தேங்காச் சட்னி அரச்சிடவா? ஒரு பத்து நிமிஷத்துல ரெடி ஆய்டும்" என்றாள் கஸ்தூரி சமையலறையை நோக்கித் திரும்பியவாறே "ம்ம் சரி, செஞ்சிடு நமக்கெல்லாம் வேண்ணா அப்புறம் செஞ்சுக்கலாம். இந்த அகில் என்ன பண்றான்" என்று அவனைத்தேட அங்கே அகிலின் பாட்டி அவனிடம் கதை பேசிக்கொண்டே கொஞ்சம் பாலில் பிஸ்கட்டை நனைத்து ஊட்டிக் கொண்டிருந்தாள். அவனும் தலையை ஆட்டி ஆட்டிச் சாப்பிட்டுக் கொண்டிருந்தான்.

ஹாலில் யாழினி கமலியின் மடியில் படுத்துக் கொண்டிருக்க குருவும் அவன் தந்தையும் டிவியில் செய்தி பார்த்துக் கொண்டிருந்தனர் "குரு, ஷேர் மார்க்கெட் இப்போ எப்படி இருக்கு?" "அது அப்படியேதான்பா அப்ஸ் அண்ட் டவுன்ஸ் இருந்துட்டே இருக்கு... நிறைய கார்ப்பரேட் கம்பெனிக அவங்க யூனிட் ஒரு சிலத ஷட்டவுன் பண்ணிட்டு இருக்காங்க. என்ன ஆகும்னு தெரியல" என்றார் குரு. சட்டென ஏதோ ஞாபகம்

வந்தவராக குரு கமலியைப் பார்த்து "ஆமா கமலி இன்னைக்கு என்னென்ன வாங்கிட்டு வந்தீங்க அகில் பிராஜெக்டுக்கு" என்று கேட்க "எனக்கு என்ன தெரியும் கடைக்குக் கூட்டிட்டுப் போனேன் அவனா என்னென்னமோ வாங்கிட்டிருந்தான். எதக் கேட்டாலும் இது புராஜெக்டுக்கு வேணும் அப்பாதான் வாங்க சொன்னாருன்னு சொல்றான். அங்கதான இருக்கு பாருங்க அந்த கவர்ல" என்றவள் "ஆமா அது எதுக்கு குட்டியா ஒரு ரிமோட் கார் ஒண்ணு வாங்குனான். கார வெச்சு என்ன புராஜெக்ட்"

"காரா அதெல்லாம் நான் ஒண்ணும் சொல்லலயே, ஒரு வேளை அவன் வேற எதுவும் புராஜெக்ட் யோசிச்சானா நான் சொன்னத விட்டுட்டு" யோசனையுடன் குரு அந்த கவர்களை எடுத்துப் பார்க்கத் தொடங்கினார். குரு கவரை எடுப்பதைப் பார்த்த அகில் பாட்டியிடமிருந்து அப்பாவை நோக்கி ஓடி வந்தான். "ஆமா, அகில் எதுக்கு ரிமோட் கார் வாங்குன? நம்ம புராஜெக்ட் மழைநீர் சேகரிப்பும், சோலார் பிளான்ட்டும் தான் அதுல எங்க கார் வந்துச்சு. மிஸ் எதுவும் சொன்னாங்களா" என்று கேட்க அகில் வாயில் கையை வைத்துப் பலமாக சிரித்துக் கொண்டே தாயைப் பார்த்தான் "கார் பிராஜெக்ட்டுக்கெல்லாம் இல்ல. அப்படின்னு சும்மா சொன்னேன். இது நான் விளையாடுறதுக்கு" என்றான் "அடப்பாவி " என்று கமலி எழ முயல குரு அவனைப் பிடித்து "டேய் பொடியா, என்ன பொய் சொன்னயா? எதுக்கு அப்படிச் சொன்ன?" "ஆமா இல்லைன்னா அம்மா தொணதொணன்னு கேள்வி கேட்கும். புராஜெக்ட்னு சொல்லிட்டா ஒண்ணும் சொல்லாதில்ல அதான்" என்று கூறியபடியே காரைக் கையில் எடுத்துக்கொண்டு குடுகுடுவென்று பாட்டியிடம் ஓடி விட்டான்.

"என்னக் காப்பாத்து பாட்டி" பின்னாலேயே குரு ஓடிச்சென்று அவனைப் பிடித்துத் தன் கைகளுக்குள் இறுக்கி வைத்தவாறு "பொய் சொல்லுவியாடா பொய் சொல்லுவியா" என்று விளையாட்டாக மிரட்டிக் கொண்டிருந்தார். கமலி அதைப் பார்த்து இலேசாகத் தலை ஆட்டியவாறு சிரித்துக் கொண்டிருந்தாள். சிறிது நேரத்தில் கஸ்தூரி தட்டில் தோசையுடன் டைனிங் டேபிளின் அருகே வந்து நின்றாள். "அம்மா தோச ரெடி ஆய்டுச்சு. பாப்பாவ சாப்டச் சொல்றீங்களா" "சரி கஸ்தூரி நான் வரச் சொல்றேன் நீ வச்சுட்டு போ" என்றாள் கமலி. பின் மகளிடம் திரும்பி "எந்திரிமா தோச ரெடி ஆய்டுச்சு பாரு எந்திரிச்சுப் போய் சாப்பிடு" என்று வாஞ்சையுடன் தலையைக் கோதிக்கொண்டே கூறவும், யாழினியும் எழுந்து டைனிங் டேபிளை நோக்கிச் சென்றாள்.

“அத்த, அவளப் பார்த்துக்கங்க நான் கொஞ்சம் டிரஸ் மாத்திட்டு வர்றேன்” தனது மாமியாரிடம் கூறிவிட்டு மாடிக்குச் செல்லும் படிக்கட்டுகளை நோக்கி நடந்தாள் கமலி. மாடிப்படிக்குச் சென்றவள் திரும்பி அகிலைப் பார்த்து அவனும் இன்னும் உடை மாற்றிக் கொள்ளாமல் இருப்பதைக் கண்டு அவனையும் அழைத்தாள் “அகில் வா குளிச்சுட்டு டிரஸ் சேஞ்ச் பண்ணிக்கலாம்” அவன் லேசாய்ச் சிணுங்க “போடா போய் மாத்திட்டு வா, நாம புராஜெக்ட் ஸ்டார்ட் பண்ணலாம்” என்று குரு அவனைச் சமாதானப்படுத்தி அனுப்பி வைத்தார். அகிலும் எதில் சமாதானம் ஆனவனாக எழுந்து சென்றான்.

யாழினியைக் கவனிக்க அவள் பாட்டி அவளருகில் சென்று மற்றுமொரு நாற்காலியை இழுத்துப்போட்டு அமர்ந்து கொண்டு சட்னியை எடுத்துத் தட்டில் ஊற்றியவாறே “நல்லாச் சாப்புடுமா. வளர்ர வயசு இப்படி கம்மியாச் சாப்பிட்டு என்ன பண்றது? நல்லா வயிறு நிறையச் சாப்பிடு” என்று கூறிக்கொண்டிருந்தார் .பதிலுக்கு “அய்யோ பாட்டி, நான் நல்லாத்தான் சாப்பிடுறேன். எனக்கு இதுவே போதும்” என்று யாழினி சிணுங்கிக் கொண்டிருந்தாள். ஹாலில் அமர்ந்திருந்த குருவிடம் அவன் அப்பா கேட்டுக் கொண்டிருந்தார் “ஏன்பா, தோட்டத்துல தண்ணி எல்லாம் இருக்குதா? இந்த வருஷம் மழை வேற கமியா இருக்குது. எப்படி பரவாயில்லயா” “இப்ப வரை பரவாயில்லப்பாப் போர்ல தண்ணி இருக்கு, ஒண்ணும் பிரச்சினை இல்ல” “தோட்டத்துக்குப் போயி நாளாயிடுச்சு “நாளைக்கு நீ போறப்போ என்னையும் கூட்டிட்டுப் போறயா?” என்றார் குருவிடம். “சரிப்பா, நாளைக்குக் காலைல கிளம்பி ரெடியா இருங்க, ஒரு எட்டு மணிக்குப் போயிடலாம்” என்று கூறிவிட்டு ஏதோ யோசனையில் ஆழ்ந்தார் குரு.

அவர்கள் வீட்டிலிருந்து இருபத்தைந்து கிலோ மீட்டர் தொலைவில் அவர்களுக்கும் சொந்தமாக பதினைந்து ஏக்கர் விவாசய நிலம் இருந்தது. வெளிநாட்டில் இருக்கும்போதே குருவுக்கு விவசாயம் செய்வதில்தான் ஆர்வம் இருந்தது. எப்பொழுது நாட்டிற்குத் திரும்பினாலும் விவசாயமே எனது தொழில் என்று சொல்லிக் கொண்டேயிருப்பார். அதற்குத் தகுந்தாற்போல் இந்த நிலமும் இசைவான விலைக்குக் கிடைக்க மொத்தமாய் தமிழ்நாட்டிற்குத் திரும்ப வரும் முன்னரே இதை வாங்கிப் போட்டுவிட்டார்கள். குருவிற்கு வீடும் கூட அங்கேயே கட்ட வேண்டுமென்றுதான் ஆவல் ஆனால் பிள்ளைகளின் படிப்பிற்காகவும், கமலிக்கு உணவகம் ஆரம்பிப்பதில் இருந்த

ஆர்வத்தின் காரணமாகவும் நகரத்திற்குச் சற்று வெளியே இந்தப் பத்து சென்ட் நிலத்தை வாங்கி வீட்டைக் கட்டியிருந்தார்கள்.

அங்கே விவசாய நிலத்தில் வேறு ஒரு குடும்பத்தை வேலைக்கு அமர்த்தியிருந்தார். அங்கிருந்த ஒரு சிறிய வீட்டில் அவர்கள் குடியிருந்தனர். குரு தினமும் காலை எழுந்து நிலத்திற்குச் சென்று விட்டு மாலைதான் வீடு திரும்புவார். வீட்டிற்கும், கமலியின் உணவகத்திற்கும் தேவையான காய்கறிகள், பழங்கள், தானியங்கள் முதலியவை பெரும்பாலும் அங்கேதான் உற்பத்தி செய்யப்பட்டன. அதனால் குருவிற்கு அங்கேயே வேலை சரியாக இருக்கும். தினமும் கடைகளிலிருந்து வரும் ஆர்டர்களைப் பிரித்துப் பார்த்து அதற்குத் தகுந்தாற்போல் வாகனங்களில் அவற்றை ஏற்றி அனுப்பி விடுவார். வீட்டைச் சுற்றி இருக்கும் காலியிடமெங்கும் செடிகளும் மரங்களும் நிறைந்திருந்தன. நிறைய கீரை வகைகளும், மருத்துவ மூலிகைகளும் எப்பொழுதும் பசுமையாய் நிறைந்திருந்தன.

குருவின் அப்பாவிற்கும், விவசாயத்தில் நல்ல ஆர்வம் வயதாகிவிட்ட காரணத்தால் தினமும் போக இயலாவிட்டாலும், அவ்வப்போது அவரும் தோட்டத்திற்குச் சென்று வருவதுண்டு. அங்கிருக்கும் தென்னை மரத்தில் இளநீர் போட்டுக் குடித்துவிட்டு, கயிற்றுக் கட்டிலில் அமர்ந்து கொண்டு அங்கு வேலை செய்பவர்களிடத்தில் பேசிப் பொழுதைப் போக்குவது அவருக்குப் பிடித்தமான விஷயம். குருவோ அல்லது அவனது அப்பாவோ வேலையாட்களிடம் அவரவர் தேவை அறிந்து நடந்து கொள்பவர்கள். யாரிடத்திலும் அதட்டிப் பேசுவது கிடையாது. அதனால் யாழ் உணவகம் போலவே இங்கும் நம்பிக்கையாகவும், நீண்ட நாட்களாகவும் இவர்களுடன் இருக்கும் வேலையாட்கள் அதிகம். குரு தோட்டத்தில் பெரிதாக வேலை இல்லாத சமயங்களில் எல்லாம் உணவகத்திற்குச் சென்று விடுவது வழக்கம். அதிலும் முடிந்த வரை அனைத்துக் கிளைகளுக்கும் சென்று வேலை எப்படி நடக்கிறது என்று பார்த்து காய்கறிகளின் தேவைகள் எல்லாம் சரியாகப் பூர்த்தியாகிறதா இல்லை கூடக்குறைய இருக்கிறதா? என்று அனைத்துத் தலைமைச் சமையல்காரர்களிடத்தும் கேட்டு விடுவார்.

மாடியிலிருந்து கீழே வேகமாக இறங்கி வந்த அகிலின் சத்தம் குருவை யோசனையிலிருந்து மீட்டது. "அப்பா வந்துட்டேன், ஸ்டார்ட் பண்ணலாமா" என்று சத்தமிட்டுக் கொண்டே வந்தான். "இல்ல, இல்ல சாப்பாடு ரெடி சாப்பிட்டுட்டு என்ன

வேணும்னாலும் செய்ங்க” என்றார் குருவின் அம்மா. “நோ சாப்பாடு ஃபர்ஸ்ட் புராஜெக்ட் அப்புறம்தான் சாப்பாடு” என்றான் அகில் பாட்டியிடத்தில். “நோ மை டியர். பாட்டி சொன்ன மாதிரி ஃபர்ஸ்ட் சாப்பிடலாம் தென் புராஜெக்ட், ஓகே” என்றார் குரு மகனிடத்தில் “போங்கப்பா ஏமாத்திட்டே இருக்கீங்க” என்றவாறு கோபமாக சோபாவில் சென்று அமர்ந்துகொண்டான் அகில். “அப்பாவுக்கு ரொம்பப் பசிக்குதே என்ன செய்றது” என்று குரு கேட்டுக்கொண்டிருக்கும் போதே, மேலே இருந்து கீழே இறங்கிய கமலி “அகில் வா சாப்பிடலாம். சாப்பிட்டு அப்புறம் என்னமோ செய்” என்று அழைத்துக் கொண்டே கீழிறங்க “இல்ல அகில் கோபமா இருக்கானாமா. சாப்பிட மாட்டானாமா” என்றார் குரு நக்கலுடன் ஓரக்கண்ணில் மகனைப் பார்த்தவாறு.

“அப்படியா?” என்று கேட்டுக் கொண்டே டைனிங் டேபிளின் அருகே சென்ற கமலி “வாவ் கஸ்தூரி இன்னைக்கு என்ன பொங்கல், அப்புறம் கொழுக்கட்டையா, அதுலயும் இனிப்பு, காரம் ரெண்டுமா?” என்று சத்தமாகக் கேட்டாள் வேண்டுமென்றே அகிலுக்குக் கேட்க வேண்டுமென்று. அவனுக்கு இந்த இரண்டுமே பிடித்தமான உணவு. இறுக்கம் குறையாமல் அகில் இலேசாக அம்மாவை நோக்கித் திரும்பிப் பார்த்தான். அவன் பார்ப்பதைக் கண்டு கொண்ட கமலி “ம்ம்ம் வாசமே சூப்பரா இருக்குதே டேஸ்ட் இன்னும் சூப்பரா இருக்கும்னு நினைக்கிறேன். கஸ்தூரி நீங்க நிறையச் செஞ்சீங்களா அளவாச் செஞ்சீங்களா” என்று கேட்டுக்கொண்டே கஸ்தூரியைப் பார்த்துக் கண்ணடிக்க, சைகையைப் புரிந்துகொண்ட கஸ்தூரி “அளவாத்தான் மா செஞ்சேன். மாவு கம்மியாத்தான் இருந்துச்சு” என்று கூறினாள். “அச்சச்சோ! அப்போ சீக்கிரம் சாப்பிட்டாத்தான் நிறைய கிடைக்குமா லேட்டா வந்தா கிடைக்காதா? அப்போ நான் சாப்பிடப் போறேன்பா” என்று தட்டை எடுத்து வைப்பதைப் போல பாவ்லாப் பண்ண அகில் சோபாவிலிருந்து இறங்கி வேகமாக ஓடிச் சென்றான் “அம்மா நானும் சாப்புடுறேன். அப்புறமா புராஜெக்ட் பண்ணுறேன். அப்பா நீங்களும் வாங்கப்பா சீக்கிரம்” என்றபடி.

பின்பு கமலி மாமியார், மாமனார், கணவர் என அனைவரையும் அழைக்க. ஒருவர் பின் ஒருவராக வந்து மேஜையில் அமர்ந்தனர். அகில் ஆடிக்கொண்டே ருசித்துச் சாப்பிட்டுக் கொண்டிருந்தான். அனைவருக்கும் தட்டில் எடுத்து வைத்துவிட்டுத் தானும் எடுத்துக்கொண்டு கமலியும் சாப்பிட அமர்ந்தாள். சாப்பாட்டு வேலை முடிந்ததும் பாத்திரங்களை எடுத்து ஒதுக்கிக் கொண்டிருந்த

கஸ்தூரியை அழைத்து "நீயும் போய் சாப்பிடு கஸ்தூரி அப்புறம் மீதி வேலைகளைப் பார்க்கலாம்" என்றபடி அவளைச் சாப்பிடச் சொல்லிவிட்டு கமலி சமையலறை பாத்திரம் கழுவுமிடத்தில் அனைத்தையும் கொண்டுபோய் வைத்துவிட்டு, டைனிங் டேபிளைத் துடைத்துச் சுத்தம் செய்துவிட்டு முன்னறைக்கு வந்தாள்.

மாமியார் அவரது அறையினுள் ஏதோ வேலையாக இருக்க, அகில், குரு மற்றும் அவனது தந்தை மூவரும் வீட்டிற்கு வெளியே நின்று கொண்டிருந்தனர். அகில் அங்கே இருந்த ஜெர்மன் ஷெப்பர்டு நாயுடன் விளையாடிக் கொண்டிருக்க, மற்ற இருவரும் ஏதோ பேசிக் கொண்டிருந்தனர். கொஞ்ச நேரம் அகிலுடன் சேர்ந்து விளையாடிக் கொண்டிருந்த கமலி, பின்னர் வீட்டைச் சுற்றி உள்ள தோட்டத்தில் மெதுவாக நடக்கத் தொடங்கினாள். ஒவ்வொரு செடியாகப் பார்த்துக்கொண்டே நடந்து சென்றவள், முடித்துவிட்டுப் படுக்கைக்குத் திரும்பும் போது மணி பத்தைத் தாண்டியிருந்தது. அனைவரும் படுக்கைக்குச் சென்றுவிட்டனர். கஸ்தூரியும் வேலை அனைத்தையும் முடித்து விட்டு படுக்கையை விரித்துக் கொண்டிருந்தாள்.

கமலி கதவுகள் அனைத்தையும் தாழிட்டு விட்டு, விளக்குகளை அணைத்துவிட்டு படுக்கையறைக்குச் செல்லும்போது அங்கே குரு இன்னும் தூக்கம் வராதவராக ஏதோ ஒரு புத்தகத்தைப் புரட்டிக் கொண்டிருந்தார். "என்ன, இன்னும் தூங்கலயா?. அதிசயமா இருக்கு" என்றாள் கமலி "இல்ல... தூக்கம் வரல அதான்" என்றபடி குரு புத்தகத்தை எடுத்து வைக்க, கமலி அருகில் அமர்ந்தாள்.

"சோ, இன்னைக்கு இன்டர்வியூ எல்லாம் எப்படிப் போச்சு. நினைச்ச மாதிரி செலக்ட் பண்ணியாச்சா?" "இன்டர்வியூ சூப்பராப் போச்சு, பத்துப் பேரசெலக்ட் பண்ணிருக்கேன். அதுல அதுல்யானு ஒரு பொண்ணப் பார்த்தேன் இன்னைக்கு. என்னவோ தெரியல பார்த்தவுடனே மனசுல பச்சக்குனு ஒட்டிக்கிட்டா. இன்னைக்கு காலேஜ்ல டெக்கரேஷன் எல்லாம் அவளோட ஐடியாதான்னு சொன்னாங்க. ரொம்பவும் அருமையா இருந்துச்சு. பார்த்தவுடனே மனசுக்குள்ள டிக் பண்ணிட்டேன். அதுக்கு பின்னாடிதான் பயோடேட்டாவப் பார்த்தேன் அதுவும் நல்லாதான் இருந்துச்சு. சோ அப்பாயின்ட்மென்ட் ஆர்டர் கொடுத்தாச்சு" என்றாள் கமலி. "என்ன ஒரு அதிசயம் உனக்கு ஒருத்தவங்கள அவ்வளவு சீக்கிரம் பிடிச்சுருச்சா" என்றார் குரு முகத்தில் கேள்விக்குறியுடன்.

"ஆமாங்க, அதுதான் என்னன்னு எனக்கும் தெரியல. ரொம்பப் பிடிச்சுருச்சு. ஆல்சோ அந்தப் பொண்ணுகிட்ட படிப்பு

முடிஞ்சதும் உனக்கு விருப்பமிருந்தா எங்க கிட்டயே நீ தொடர்ந்து வேலை செய்யலாம்னும் சொன்னேன். அதையும் அவளுக்குக் குடுத்த ஆஃபர் லெட்டர்லயும் மென்ஷன் பண்ணிட்டேன்." "ம்ம் ஆச்சரியம்தான். சரி எப்ப எல்லாரும் வேலைல ஜாயின் பண்றாங்க?" "அடுத்த வாரத்துல இருந்து வரச்சொல்லியிருக்கேன்" "ஓ சரி சரி. ஆமா தருணும் இன்னைக்கு வந்தானா உன் கூட?. வண்டி இங்கதான் நிக்கிது. நைட் வீட்டுக்கு வருவான்னு பார்த்தேன் காணோம். நேத்து வர்றேன்னு சொன்னான்" என்றான் குரு. "ஆமா ஆமா வந்தான். சார் ரொம்பப் பெரிய மனுஷன் ஆயிட்டாரு. அப்படித்தான் இருப்பாரு. இன்னைக்கு முழுசா என் கூடத்தான் இருந்தான். ஈவினிங் தான் ரோஹன் கூட எங்கயோ போனான். நாளைக்கு வீட்டுக்கு வரேன்னு சொன்னான்" என்றாள் கமலி சற்றே சலிப்புடன்.

"என்ன ஆச்சு. மருமகன் மேல எதாச்சும் கோவத்துல இருக்கியோ" என்றார் குரு நக்கலுடன். "என்ன கோவம். எல்லா பெரிய மனுஷங்க ஆயிட்டாங்க. நம்மளையெல்லாம் தெரியுமா என்ன?" "கமலி, இப்ப உனக்கு என்ன பிரச்சின. என்ன கோவம் அவன் மேல?" போர்வையைப் போர்த்திப் படுத்தவளின் அருகில் சென்று அனுசரனையாகக் கேட்டான் குரு. "இன்னைக்கு அவன் ஃபிரண்ட் ரோஹன் கடைக்கு வந்தான் இவன கூட்டிட்டுப் போக. அப்போ பேசிட்டு இருக்கும் போது அவன் சொல்றான் ஏதோ ரெண்டு பேரும் சேர்ந்து பிஸினஸ் பண்ணப் போறாங்களாம். அதுக்காக அவன் வேலையை எல்லாம் விட்டுட்டானாம்" ரெண்டு பேரும்னா யாரு...?" "தருணும் ரோஹனும் தான்" "தருண??? நல்ல விஷயம்தான். ஆமா என்ன பிஸினஸ் பண்ணப் போறாங்களாம்.

"என்னக் கேட்டா எனக்கு என்ன தெரியும்? அவன் என்கிட்ட எதாச்சும் சொன்னாத்தான தெரியும். கொஞ்சநாள் முன்னாடி, ஒருவாட்டி ஆரம்பிச்சான் பிஸினஸ்னு நான் கொஞ்ச நாள் பொருடா முதல்ல எங்கயாச்சும் வேலைக்குப் போ அப்புறம் பிஸினஸ் பண்ணுன்னு சொன்னேன் கேட்டாத்தான. இன்னைக்குக் காலைல கூட நான் கேட்டேன் என்னடா என்ன பிளான்ல இருக்கேன்னு? அதுக்கும் மழுப்பிட்டான்" என்றாள் கோபத்துடன். "கமலி இப்ப எதுக்கு இப்படி டென்ஷன் ஆகுற. அவன்தான் உன்ன "கேக்காம எதையும் செய்ய மாட்டான்ல அப்புறம் என்ன! பாரு அவனே வந்து உன்கிட்டப் பேசுவான். சரியா. ரொம்ப குழப்பிக்காத" "நானும் இவ்வளவு நாள் அப்படித்தான் நம்பினேன்" என்றாள் கமலி குரலில் சற்றே ஏமாற்றம் வெளிப்பட்டது. "சொன்னாக்கேளு

ரொம்பப் புலம்பாத அவன் நாளைக்குக் கட்டாயம் வருவான். வந்து உன்கிட்டப் பேசுவான் சரியா" மனைவிக்குச் சமாதானம் சொன்னார் குரு.

"சரி அது இருக்கட்டும் அந்த டிரைவர் விசயம் என்ன ஆச்சு? என்ன பண்ணி வெச்சுருக்க?" "யாரு அந்த வாசுவா!" "ஆமாம் அவந்தான்" "பிளடி இடியட், இருக்கான். இப்போதைக்கு அவன ஒண்ணும் செய்ய முடியாது. என்ன செய்ய டிரைவர் வேலைக்கு இந்தச் சேரிக்காரனுகன விட்டா நமக்கு வேற வழியும் இல்ல. இந்த ஒரு காரணத்துக்காக இவனுகளை எல்லாம் கடைக்குள்ளயும், ஆஃபிஸ்குள்ளயும் விட்டு, வாங்க போங்கன்னு மரியாத குடுத்து வேற பேச வேண்டி இருக்கு. எல்லாம் என் தலை எழுத்து." "ஏன் இவ்வளவு டென்ஷன் ஆகுற. காலம் மாறிப் போச்சு அதுக்குத் தகுந்த மாதிரி நாமளும் மாறிக்க வேண்டியதுதான்" "ஆமா, ஒரு தராதரமே இல்லாம நமக்கு இணையா இல்ல நின்னு பேசுறானுக. என்ன காலம் மாறிப் போச்சு. எது மாறினாலும் அவனும் நாமளும் வேற வேறதான் அது மாறுமா சொல்லுங்க. நாளைக்கு அவன் நடு வீட்டுக்குள்ள வந்து உட்கார்ந்து கால் மேல கால் போட்டா ஒத்துக்குவீங்களா" கமலியின் கண்கள் கோபத்தில் மின்னியது.

★

6. வெயிலோடு உறவாடி

"வெயிலாகினும், மழையாகினும்
எதுவாகினும்
அது எதுவோ
அதுவே நானாகினேன்..."

காலை ஒன்பது மணி இருக்கும். குரு தோட்டத்தில் ஆட்களுடன் சேர்ந்து அங்குமிங்குமாய் அலைந்து கொண்டிருந்தார். அவன் தந்தை அங்கிருந்த வேப்ப மர நிழலில் போடப்பட்டிருந்த கயிற்றுக்கட்டிலில் அமர்ந்து கொண்டு பண்ணையாளுடன் பேசிக் கொண்டிருந்தார். அவரும் இளநீரைச் சீவிக்கொண்டே அவருடன் பேச்சுக் கொடுத்துக் கொண்டிருந்தார். "என்னதான் சொல்லு இந்த வேப்பமரக்காத்துன்னா ஒரு தனி சுகந்தான். அங்க டவுனுக்குள்ள என்ன ஃபேன் ஓடினாலும், ஏசி ஓடினாலும் இது மாதிரி வருமா" என்றார் குருவின் தந்தை. "ஐயா பேசாம நீங்க இங்கயே வந்துருங்க; குரு அண்ணங்கிட்ட சொன்னீங்கனா ஒரு வீடு கட்டிக் கொடுத்துடுவார்ல உங்களுக்கு. நாங்களும் துணைக்குப் பக்கத்துல இருக்கோம். நீங்க இங்க வந்துட்டா அண்ணனுக்கும் அலைச்சல் இருக்காது. வாரத்துக்கு ஒரு தரம் வந்தா போதும் பாருங்க" என்றான் பண்ணையாள் உற்சாகத்துடன்.

"எங்கப்பா நானும் சொல்லிப் பார்த்துட்டேன். ஆகாதுங்கறான். வயசானகாலத்துல எங்க தனியாப் போய் இருக்கீங்கன்னு கேக்குறான். அவங்க அம்மா அதுக்கு மேல. என்ன பொலம்பு பொலம்புறன்னுட்டுருக்குற. வயசாயிப்போச்சு பேரப் புள்ளைக கூட இருக்கோணும், என்னால அது ஆகாது, இது ஆகாதுன்னு ஏன் சொல்ற போ" என்றார் குருவின் தந்தை. அவர்கள் பேசிக்கொண்டு இருக்கும்போதே, குரு அங்கே வந்தார் "ரெஸ்டாரெண்ட்ல இருந்து வண்டி வந்துருச்சு. அங்க அந்த வெள்ள போர்டுல என்னென்ன காய் இந்த வண்டில அனுப்பனும்ணு ஒட்டி வெச்சுருக்கேன். போய்ப்

பார்த்து அனுப்பி விடுங்க. சரியா இருக்கனும் எதாச்சும் மாறிடப் போகுது” என்றபடி பண்ணையாளை அங்கிருந்து விரட்டினான்.

“அப்படியே கூடக் கொஞ்சம் இளனியும் போட்டு அனுப்புங்க ஒரு நாலஞ்சு, அண்ணி வேணும்னு சொல்லியிருந்தாங்க” என்று இங்கிருந்து மீண்டும் சத்தமிட்டான். “ஆகட்டும்ணா, கவுளில கெடக்கு அதயே போட்டுக் குடுத்துடறேன்” என்றபடி திரும்பிப் பாராமல் காய்கறி வண்டி இருக்குமிடத்தை நெருங்கினான் பண்ணையாள் சின்னான். காட்டுக்குள்ளிருந்து புதிதாய்ப் பறிக்கப்பட்ட காய்களும், கனிகளும். கீரை, கருவேப்பிலை, புதினா, கொத்துமல்லி போன்றவையும் கூடைகளில் நிரப்பப்பட்டு வண்டியின் அருகில் வரிசையாக அடுக்கப்பட்டிருந்தன.

வண்டியின் அருகில் இரண்டு வேலையாட்கள் பண்ணையாளின் கட்டளையை எதிர்பார்த்துக் காத்திருந்தனர். பண்ணையாள் வந்து அங்கு ஒட்டப்பட்டிருக்கும் லிஸ்டைப் படிக்கப்படிக்க, ஒவ்வொன்றாக அனைத்தும் வண்டியில் ஏற்றிவைக்கப்படும். அங்கிருக்கும் அனைவருக்கும் எழுதப்படிக்கத் தெரியுமென்றாலும், ஆளாளுக்கு எடுத்து வைக்க நினைத்தால் யார் எதைப் படித்தார்கள், எதை எடுத்து வைத்தார்கள் என்பதில் குழப்பம் நேரிடும் அதைத் தவிர்ப்பதற்கே இந்த ஏற்பாடு. பண்ணையாள் வேகமாய் வண்டியினருகில் சென்று அங்கிருந்த இருவருக்கும் கட்டளைகள் இட்டுக் கொண்டிருந்தான். முதல் வண்டியில் பொருட்கள் ஏற்றிக் கொண்டிருந்தபோதே, இரண்டாம் வண்டியும் வந்துவிட்டது. வண்டியைப் பார்த்த குரு வேகமாகக் கட்டிலிலிருந்து எழுந்து சென்றார்.

கைலியிலும், அரைக்கைச் சட்டையிலும் பார்ப்பதற்கு அத்தனை எளிமையாய் விவசாயக் களை முகத்தில் வழிய குரு செல்வதை அவனது தந்தை கண்குளிரப் பார்த்துக் கொண்டேயிருந்தார். அவரின் மனக்கண்ணில் வெளிநாட்டில் வாழ்ந்த குரு, ஒருமுறை வந்து போனார். அங்கிருந்த படாடோபமும், டாம்பீகமும் எங்கே! இங்கிருக்கும் எளிமை எங்கே. குரு காட்டுக்குள் வேலை செய்து கொண்டிருந்த மேலும் இரண்டு பேரையும் சத்தமிட்டு அழைத்தவாறே வண்டியை நோக்கி நடந்து சென்றார். அங்கு சென்று ஓட்டுனரிடம் பேசிவிட்டுப் பண்ணையாளை நோக்கிச் சென்றார் “சின்னா இந்த ரெண்டாவது வண்டில அனுப்ப வேண்டிய லிஸ்ட் இதுல இருக்கு. நீ ஒண்ணு செய் இவங்ககிட்ட இந்த வண்டில எது எது ஏத்தனும்னு சொல்லித் தனியாப் பிரிச்சு வெச்சிரு. அப்புறம்

அவங்க ரெண்டு பேரையும் ரெண்டாவது வண்டிக்கு ஏத்த வேண்டிய பொருளக் காமிச்சு ஏத்தச் சொல்லிரு. வண்டிய ரொம்ப நேரம் நிறுத்தி வைக்க வேண்டாம் நேரமாயிட்டுருக்கும். கடகடன்னு இந்த வேலைய முடிச்சுட்டு அப்புறம் மத்த வேலைகளைப் பார்க்கலாம்'' என்றார் லிஸ்டைச் சின்னானின் கையில் கொடுத்தவாறே.

பேசி முடிக்கும்போதே மேலும் இருவர் கிட்டத்தட்ட அருகில் வந்து விட்டனர். “இதா இந்த மல்லி கூட, அப்புறம் அந்த பீட்ரூட், புடலங்காய், பீக்கங்காய் அதையும் இந்த வண்டில ஏத்திருங்க. அப்புறம் அந்தா அந்தப் பச்சக் கலர் கூடை இருக்கில அதயும். சரியா. அவ்வளவுதான் இந்த வண்டிக்கு. இத முடிச்சுட்டு நீங்க சாப்புடப் போங்க'' என்றுவிட்டு அடுத்த வண்டியை நோக்கிச் சென்றான் சின்னான். “நீங்க ரெண்டு பேரும் இங்க வாங்க; அதோ அந்தக் கூடை எல்லாத்தயும் எடுத்துட்டு வாங்க. மச மசன்னு நிக்காதீங்க. நான் உங்களுக்கு இதச் சொல்லிட்டு அடுத்த வண்டி வர்றதுக்குள்ள போய் எளநியைப் போட்டுட்டு வரணும். சீக்கிரம்'' என்று வந்தவர்களை அதட்டிக் கொண்டிருந்தான் சின்னான்.

“சின்னான், இளனி அடுத்த வண்டீல இல்ல, இந்த வண்டீலதான் போகணும். நீ போய் வேகமா போட்டுட்டு வா. இல்லைனா வேற யாரயாச்சும் போய்ப் போடச்சொல்லு'' என்றார் குரு அங்கிருந்த தென்னை மரத்தில் கை ஊன்றி நின்றபடி. “அண்ணே இந்த வண்டிலயா? நான் அடுத்ததுலன்னு இல்ல நினைச்சேன். அண்ணி ஹெட் ஆபீஸ்ல தான இருப்பாங்க?'' என்றான் கேள்வியுடன் “இல்ல, இல்ல இன்னைக்கு அங்க போகல இந்தக் கடைக்குத்தான் போறாங்க அங்கதான் இருப்பாங்க நீ இதுலயே போட்டு விடு “சரிண்ணே சரிண்ணே இதா இவங்களுக்கு எத வைக்கணும்னு சொல்லிட்டு ஓடிப்போய் நானே போட்டுட்டு வந்துடறேன்'' என்றவன் வேகமாய் அவர்களுக்குக் கட்டளைகள் இடத் தொடங்கினான். அடுத்த ஐந்தாவது நிமிடத்தில் அந்த வண்டிக்கான கூடைகள் தனியாக வைக்கப்பட்டன. “சரி நீங்க இத ஏத்திட்டு இருங்க; இதா நான் இப்ப வர்றேன்'' என்றபடியே வேகமாக இளனீர் பிடுங்கும் சல்லைக் குச்சியை எடுக்க வேப்ப மரத்தை நோக்கிச் சென்றான் சின்னான்.

முதல் வண்டியில் பொருட்கள் ஏற்றப்பட்டதும் ஒரு முறை சரிபார்த்துவிட்டு, குரு சைகை காமிக்க அந்த வண்டி அங்கிருந்து கிளம்பியது. ரெண்டாவது வண்டியில் ஆட்கள் அனைத்தையும் ஏற்றி முடிக்கும் சமயம், சின்னான் செதுக்கிய இளனீருடன்

அங்கே வந்தான். ஓட்டுனரைச் சத்தமாக அழைத்து "இளனீ அம்மாவுக்குப் போக வேண்டியது. பார்த்துக்கங்க வேற யாராச்சும் எடுத்துறப் போறாங்க. சரியா" என்றபடி அவற்றை உள்ளே அடுக்கி வைத்தான். பின்பு ஒரு முறை தன் கையில் இருந்த லிஸ்டைக் கொண்டு உள்ளிருந்த பொருட்களைச் சரிபார்த்தவன். "ஓகே ரைட், ரைட் எல்லாம் ஏத்தியாச்சு கிளம்பலாம்" என்று வண்டியைத் தட்டியவாறு கதவுகளை மூடித் தாளிட்டான். குருவின் தந்தையிடம் பேசிகொண்டிருந்த ஓட்டுனர் அவரிடம் விடைபெற்று வேகமாக ஓடி வந்து வண்டியில் ஏறிக் கொண்டார்.

உள்ளே இருக்கும் பொருட்களுக்கான விவரப் பட்டியல், முந்தைய நாள் இரவு கடையில் இருந்து அனுப்பப்பட்ட பட்டியலுடன் சேர்த்து பின்னடிக்கப்பட்டு குருவின் கையெழுத்துடன் அவரிடம் வழங்கப்பட்டது. தினமும் இவ்வாறு கொள்முதல் செய்யப்படும் காய்கறிகளுக்கான பில் தொகையானது மாதமொருமுறை கடையின் வங்கிக் கணக்கிலிருந்து குருவின் கணக்கிற்கு மாற்றி விடப்படும். இது கமலி மற்றும் குரு இருவரின் கூட்டு ஏற்பாடு, கடை மற்றும் பண்ணையின் சரியான நிர்வாகத்திற்காக. இரண்டு வண்டிகளும் கிளம்பியதும் அனைவருக்கும் உணவு இடைவேளை வழங்கப்பட்டது. இனி மீதமிருக்கும் இரண்டு வண்டிகளும் வருவதற்கு ஒரு மணி நேரத்திற்கு மேலாகும். மற்றுமொரு வண்டி அதிகாலையிலேயே வந்து பால் மற்றும் பால் பொருட்களை ஏற்றிச் செல்லும் அதனால் அந்த வேலை சின்னானுடையது.

அவனும் அவன் மனைவியும் காலையில் அந்த வண்டியைக் கவனித்து அனுப்பிவிடுவார்கள். சின்னானின் மனைவிக்கு இதுதான் வேலை, தினமும் மீதமிருக்கும் பாலைத் தயிராக்குவது, அதிலிருந்து வெண்ணெய எடுத்து, வெண்ணையைத் தனியாகவும், அதில் கொஞ்சம் உருக்கி நெய்யாகவும் ஆக்குவாள். அத்துடன் பாலைக் காய்ச்சும்போது தண்ணீர் சேர்க்காமல் பதமாகக் காய்ச்சி ஆடையைக் கொஞ்சம் தனியாகவும் நீக்கி எடுத்துவைப்பாள் ஃபிரெஷ் கிரீமுக்காக. மாட்டுப்பண்ணையும், பால்சார்ந்த பொருட்களும் அவள் பொறுப்பு, அவள் காட்டு வேலைகளில் பங்கெடுப்பதில்லை. காட்டு வேலைக்காக வந்த ஒரு பெண்ணையும் மாடுகளின் எண்ணிக்கை அதிகரிக்கையில் அவளுடன் வேலைக்கு அமர்த்திக் கொண்டாள்.

மாடுகளைப் பிடித்து மேய்ச்சலுக்கு வெளியில் கட்டுவது, தீவனம் தயாரிப்பது, தண்ணீர் வைப்பது, கன்றுகளை கவனிப்பதென்று

அவளுக்கும் வேலை சரியாக இருக்கும். குருவின் மாடுகளுடன் சேர்த்து அவர்களுடையதும் இரண்டு மாடுகள் இருந்தன. வேலையாட்கள் கிளம்பிய பின்பு சின்னானும் அவளுக்கு உதவிகள் செய்வான். ஆட்கள் சாப்பிடச் சென்றபோது சின்னானும் தனது வீட்டிற்குள் சாப்பிடச் சென்றான். குருவிற்கும் அவனது தந்தைக்கும் வீட்டிலிருந்தே சாப்பாடு வந்திருந்தது. இரண்டாவதாய் வந்த வண்டியில் கமலி குடுத்து விட்டிருந்தாள். "அப்பா வாங்க உள்ள போய் உட்கார்ந்து சாப்பிட்டுட்டு வரலாம்" என்று குரு தனது தந்தையை அழைத்தார். "இதுக்கு உள்ள போகாட்டி என்ன. இங்கயே காத்து ஜம்முன்னு வருது! எடு இங்கயே சாப்பிடலாம்" என்றார் குருவின் தந்தை. குரு அங்கிருந்த அவர்களின் வீட்டினுள் சென்று தட்டு டம்ளர் போன்றவற்றை எடுத்து வந்தார்.

குருவின் பொருட்களை வைப்பதற்காகவும், பகலில் சற்று ஓய்வு தேவைப்பட்டால் உபயோகிக்கவும், குடும்பத்துடன் வந்தால் தங்கிக் கொள்ளவும் சிறிய சமையலறையுடன் கூடிய அந்த வீட்டைக் கட்டியிருந்தனர். உள்ளிருந்து தேவையானவற்றுடன் வெளிப்பட்ட குரு வந்திருந்த கேரியரில் இருந்து காலை உணவை எடுத்து ஒரு தட்டில் வைத்து அவனது தந்தைக்கு அளித்துவிட்டு தானும் ஒரு தட்டில் எடுத்துக் கொண்டான். சிறிது நேரத்தில் அவர்கள் சாப்பிட்டு முடித்தவுடன் சின்னான் மனைவி கையில் ஒரு நீர்மோர் கலயத்தை எடுத்துக்கொண்டு வந்து கொடுத்தாள். அதைப் பார்த்த குருவின் அப்பா "அடடா இப்பதான சாப்பிட்டோம். இது இருக்குதுன்னு தெரிஞ்சிருந்தா கம்மியாச் சாப்பிட்டிருப்பேனே. சரி விடு அத குடு, நான் இங்க வச்சிட்டு, கொஞ்ச நேரம் கழிச்சு குடுச்சுக்கறேன். வெயிலுக்கு நல்ல இதமாத்தான் இருக்கும்" என்றபடி அதை வாங்கி தனது அருகில் ஒரு ஓரமாக வைத்துக் கொண்டார்.

அதைப் பார்த்த குரு சிரித்துக்கொண்டே "என்னப்பா பழையது சாப்பிட்ட ஞாபகம் வந்துருச்சா?" என்றார். "ஆமாப்பா, பின்ன அந்தக் காலத்துல நான் காட்டுக்குப் போறப்போ காலை நேரச் சாதம் பழையதுதான் எத்தன ரம்மியமா இருக்கும் தெரியுமா" என்றார் குருவின் தந்தை அப்படியே கொஞ்சம் பழங்கால நினைவுகளில் மூழ்கிப் போனார். "அப்பா அதனாலதான் ஃபாரின்ல பெரிய பெரிய டிபார்ட்மென்ட் ஸ்டோர்ல எல்லாம் பழையத பாட்டில்ல அடைச்சு விக்கிறாங்க. எல்லாரும் அத விரும்பி வாங்கிட்டுப் போய் சாப்பிடுறாங்க தெரியுமா! ஏன் நம்ம கடைல கூட பானைல பழைய சோறும், அது கூட மோர் மிளகாய், சின்ன வெங்காயம், பச்ச

மிளகாய் வெச்சு புது டிஷ் அறிமுகப்படுத்தலான்னுட்டு இருக்கோம் தெரியுமா! அதிகபட்சம் அடுத்த மாசம் வந்துடும்" என்றார் சாப்பிட்டுக்கொண்டே. அதைக்கேட்டு நினைவுலகிற்கு வந்தவர், குரு சொல்லி முடிக்கும் வரை வாய்பிளந்து ஆச்சரியத்துடன் கேட்டுக் கொண்டிருந்தார்.

"என்னப்பா சொல்ற பழைய சோற்றை பாட்டில்ல அடச்சு விக்குறாங்களா?" என்றார் ஆச்சரியம் தாங்காமல். "ஆமாம்பா, சத்தான பானம்னு விளம்பரம் வேற குடுக்குறாங்க" "அப்படிப்போடு எப்படியோ ஜனங்களுக்கு நல்லது நடந்தாச் சரி. ஆமா, அப்புறம் என்ன சொன்ன, நம்ம கடைலயும் பழையது போடப் போறீங்களா?" "ஆமாம்பா, அடுத்த மாசத்துல இருந்து" "அட்ராசக்கன்னானா! குரு, அப்போ எனக்கு ஒரு உதவி செய் கமலி கிட்டச் சொல்லி அப்பப்போ எனக்கும் பழையது கடையில இருந்து குடுக்கச் சொல்லுடா! தினமும் இல்லாட்டியும், வாரத்துல ஒரு வாட்டி" என்றார் கெஞ்சும் தோரணையுடன். "ஹா ஹா. அப்பா அதுக்கென்ன சொல்லிட்டாப் போச்சு. நம்ம வீட்டுக்கிட்ட ஒரு பிராஞ்ச் இருக்கில்ல அதுல அறிமுகப்படுத்துன உடனே உங்களுக்கு அனுப்பச் சொல்லிடறேன் சரியா" என்றார் குரு சிரிப்புடன்.

சாப்பிட்டு முடித்துச்சிறிது நேரம் அமர்ந்திருந்ததும் அடுத்தடுத்து மீதமிருந்த இரண்டு வண்டிகளும் வந்து சேர்ந்தன. அனைத்தையும் அனுப்பி முடித்து மீதமிருந்த வேறு சில வேலைகளையும் முடித்துவிட்டு குரு அக்கடாவென்று அவர் அப்பாவின் அருகில் அமர்ந்தபோது, மணி மூன்றைத் தாண்டியிருந்தது. "என்னப்பா, வேலை எல்லாம் முடிஞ்சுதா?" என்றார் குருவின் அப்பா. "முடிஞ்சு அப்பா, இன்னும் ஒரு மணி நேரத்துல கிளம்பிடலாம்" "இப்பவே வா, ஏன் பா எதுவும் வேலை இருக்கா என்ன?" "ஆமாம்பா வீட்டுக்குப் போய் அகிலுக்குக் கொஞ்சம் புராஜெக்ட்ல ஹெல்ப் பண்ணணும். அவன் நேத்தே கேட்டான் சமாதானப்படுத்தித் தூங்க வெச்சுட்டேன். இன்னைக்கு முடியாது." "ஏன்பா புராஜெக்ட் மகனுக்கு குடுக்குறாங்களா? இல்ல அப்பாவுக்கா?" என்றார் குருவின் தந்தை கிண்டலாக.

அவரைத் திரும்பிச் செல்லமாக முறைத்த குரு "ஆமாம்பா என்னை மாதிரி அவனையும் ஊர்ல இருக்கற எலிமென்டரி ஸ்கூல்ல சேத்துருந்தா இந்த டார்ச்சர் இருந்துருக்காது. என்ன பண்ண, என் நேரம் இந்த ஸ்கூல்ல சேத்துட்டேன். இல்லனா உங்கள மாதிரியே நானும் ஜாலியா இருந்திருப்பேன்" என்றார்

கிண்டலாக மார்பில் அடித்தபடி. அதைக்கேட்டு கடகடவென்று சிரித்தார் குருவின் தந்தை. "அது யாரு, வண்டி ஏதோ வர்ற மாதிரி இருக்கே" நெற்றியில் கை வைத்துப் பார்த்துக்கொண்டே கேட்டார் குருவின் தந்தை. அவர் சுட்டிக் காட்டிய இடத்தில் திரும்பிப் பார்த்த குரு "அப்பா அது நம்ம தருண் பா. கமலியோட அண்ணன் பையன்" "அவன் வண்டி நம்ம வீட்ல இல்ல நின்னுச்சு. இது யாரு வண்டி? அதுவும் கூட வேற யாரோவும் வர்ற மாதிரி இருக்கு" என்றார் இன்னும் சந்தேகம் தீராதவராக. குருவும் அந்த பக்கம் சிறிது நேரம் பார்த்துவிட்டு "அப்பா அது தருண் ஃப்ரண்ட் ரோஹன்னு நினைக்கிறேன். வந்தாத் தெரியும் பார்த்துக்கலாம் விடுங்க" என்றார்.

அடுத்த ஐந்தாவது நிமிடத்தில் தருண் வண்டியை ஸ்டேண்ட் போட்டு நிறுத்திவிட்டு ரோஹனை அழைத்துக்கொண்டு அவர்களருகில் வந்தான். "ஹாய் மாமா எப்படி இருக்கீங்க? ஹாய் தாத்தா நல்லா இருக்கீங்களா" என்றபடி தருண் குருவின் தந்தையின் அருகில் அமர்ந்தான். உடன் வந்த ரோஹன் "ஹாய் அங்கிள், ஹாய் தாத்தா" என்றபடி அங்கிருந்த மரக்கிளை ஒன்றின் மீது அமர்ந்தான். "ஆமா ரெண்டு பேரும் இன்னும் ஜோடியாத்தான் சுத்திட்டு இருக்கீங்களா?" என்றார் தாத்தா நக்கலுடன். "ஆமா தாத்தா இது விடாது கருப்பு மாதிரி. எப்பவும் தொடரும்" என்றான் ரோஹன். "இப்ப இத்தன வாய் பேசறியே, இவன் ஊருக்குப் போயிருந்தப்ப வீட்டுப் பக்கமோ, தோட்டத்துப் பக்கமோ வந்தயா நீ" குருவின் தந்தை ரோஹனைப் பார்த்துக் கேட்டார். "தாத்தா அப்ப நான் ரொம்ப பிஸி தாத்தா" "எப்புடி அப்ப ஐயா கலெக்டர் வேல பாத்தீங்களோ" என்றார் பெரியவர் மீண்டும் நக்கலுடன்.

"தாத்தா அப்ப நான் வேலைக்குப் போயிட்டு இருந்தன்ல. இப்பதான போறதில்ல" என்றான் ரோஹன் ரோஷத்துடன். "ஏன் போறதில்ல?" "அது அப்ப தருண் ஊர்ல இல்ல எனக்கு போர் அடிச்சுது அதனால வேலைக்குப் போனேன் இப்பதான் அவன் வந்துட்டான்ல அதான் நின்னுட்டேன்" என்றான் ரோஹன் மிகவும் இயல்பாக. "அப்ப நீ வாழ்க்கைல முன்னேறணும்னு வேலைக்குப் போல போர் அடிக்குதுனு போன. ம்ம்ம், உனக்கெல்லாம் வேலை குடுத்தான்ல அவனச் சொல்லனும்டா." என்றார் குருவின் அப்பா ரோஹனை மேலும் கீழும் பார்த்தபடி. "அய்யய்யே, தாத்தா இப்பத் தெரியுதா நான் ஏன் இங்க அடிக்கடி வர்றதில்லேனு. சும்மா நொய் நொய்னுட்டு போங்க தாத்தா" என்றான் ரோஹன் "அடிங்கத்

தென்ன மட்டை எடுத்துப் புடிச்சன்னா தெரியும். உனக்கெல்லாம் சோறு போடுறாங்க பாரு, அவங்களச் சொல்லணும் பார்த்துக்க" குருவின் அப்பா ரோஹனை முறைத்தபடி தொடர்ந்தார்.

குரு சிரித்துக் கொண்டே பேச்சை மாற்றும் விதமாக தருணைப் பார்த்து "என்ன நேத்து நைட்டே வீட்டுக்கு வருவேன்னு பார்த்தேன். ஆளக் காணோம்" "அது இல்ல மாமா வரலான்னுட்டுதான் இருந்தேன். அப்புறம் மறுபடியும் அம்மா ஃபோன் பண்ணாங்களா அதான் அங்க போயிட்டேன்" என்றான் தருண் இழுவையோடு "அதெல்லாம் ஒண்ணும் இல்ல அங்கிள் நேத்து இவன் இவங்க அத்தகிட்ட வகதொகையா மாட்டிக்கிட்டான். அதுதான் வீட்டுக்கு வர பயந்துகிட்டு அவங்க வீட்டுக்கு ஓடிட்டான்" என்றான் ரோஹன் தருண் முடிக்கும்முன். "அடிங்க என்று ஒரு சிறு கல்லை எடுத்து அவன் மீது எறிந்து விட்டு "நாயே கிளப்பி விட்டதே நீ தானடா. என்னமோ ரொம்ப நல்லவன் மாதிரிப்பேசுற" தருண் ரோஹன் மேல் எரிந்துவிழுந்தான்.

"அரசியல்ல இதெல்லாம் சகஜமப்பா. இப்பவும் சொல்றேன் நான் உனக்கு ஹெல்ப் தான் பண்ணியிருக்கேன்" "யாரு நீயா?" என்றார் குருவின் அப்பா ரோஹனைப் பார்த்து. "எஸ் தாத்தா, நானே தான்." என்ற ரோஹனை இடைமறித்து "என்ன ஆச்சு, என்ன பிரச்சினை?" குரு தருணிடம் கேட்டார். "இல்ல மாமா அது" என்று தருண் இழுக்க, "நாங்க பிஸினஸ் பண்ணலாம்னு பிளான்ல இருக்கோம்னு நான் நேத்து ஆன்ட்டிகிட்ட சொல்லிட்டேன் அங்கிள். அதக் கேட்டதும் ஆன்ட்டி டென்ஷன் ஆயிட்டாங்க. இவன்கிட்ட எதுவும் கேக்கல, ஆனா இவந்தான் டர் ஆயிட்டான்" என்றான் ரோஹன். "இது தாண்டா இதே தாண்டா நேத்தும் பண்ணுனே. முந்திரிக் கொட்ட! இப்ப எதுக்கு முந்திட்டு வந்த? மாமாகிட்டச் சொல்லத் தெரியாதா எனக்கு" தருண் ரோஹனை அடிப்பதைப் போல கை ஓங்க குரு அவனைச் சமாதானப்படுத்தி அமர வைத்தார். குருவின் தந்தை அமைதியாக அவர்கள் பேசுவதைக் கேட்டுக் கொண்டிருந்தார்.

"உங்க அத்தை நேத்து நைட் என்கிட்டச் சொன்னாங்க இதப்பத்தி" என்று குரு பொதுவாகப் பேசினார். "மாமா என்ன சொன்னாங்க மாமா! என் மேல ரொம்பக் கோபமா இருக்காங்களா" "கோபம் எல்லாம் இல்ல தருண், வருத்தம்தான் இருக்கு. நீ எதுனாலும் அவகிட்டத்தான மொதல்ல சொல்லுவ. இப்ப நீ எதுவும் சொல்லாம ரோஹன் மூலமா விஷயம் தெரிஞ்சதுல கொஞ்சம் அப்செட்டா இருக்கா. நீ போய்ப் பேசு பேசுனீனா

எல்லாம் சரி ஆயிடும்னு நினைக்கிறேன்". தருண் முழுவதுமாய் முகம் தொங்கிப்போய் அமர்ந்திருந்தான். அவன் மனம் முழுவதும் அத்தையிடம் எப்படி என்ன பேசுவது என்ற யோசனையிலேயே நிறைந்திருந்தது. அத்துடன் அத்தையைக் காயப்படுத்தியதை எண்ணிச் சங்கடமும் இருந்தது. அதற்குள் ஆளுக்கொரு இளநீருடன் அங்கு வந்து சேர்ந்த சின்னான் "என்ன தம்பி, எப்படி இருக்கீங்க வெளிநாடெல்லாம் போயிட்டு எப்ப வந்தீங்க? படிப்பெல்லாம் முடிஞ்சுதா?" என்று வாஞ்சையுடன் விசாரித்தான்.

"நல்லா இருக்கேன் நீங்க எப்படி இருக்கீங்க" என்று தருணும் கேட்க அப்படியே பேச்சு நீண்டு கொண்டே சென்றது. பேச்சு சுவாரசியத்தில் தருணும் கொஞ்சம் இறுக்கம் குறைந்து அமைதியாகக் காணப்பட்டான். சூழ்நிலையைக் கலகலப்பாக்கிக் கொண்டிருந்த ரோஹன் தூரத்தில் சின்னான் மனைவியைப் பார்தத்தும் "அக்கா நெய் இருக்கா?. இருந்தா அம்மா வாங்கிட்டு வரச் சொன்னாங்க" என்றான் சத்தமாக. "இருக்கு தம்பி. இருங்க மாட்டக் கட்டிட்டு வந்து ஊத்தித் தர்றேன். பாத்திரம் கொண்டு வந்தீங்களா" கேட்டவாறே மாட்டுக் கொட்டகைக்குள் போனாள். "இருக்குக்கா" என்றவன் எழுந்து சென்று வண்டியிலிருந்த எவர்சில்வர் ஜாடியை எடுத்துக்கொண்டு போய் அவளிடம் கொடுத்தான். "நீங்க பேசிட்டு இருங்க நான் ஊத்திக் கொண்டு வர்றேன்." அவனிடம் ஜாடியை வாங்கிக் கொண்டு வீட்டினுள் சென்றாள் சின்னான் மனைவி.

"ஆமா, தருண் உன் வண்டி எங்க? இன்னும் வீட்டுலதான் நிக்குதா" "ஆமாம் மாமா இன்னும் வீட்டுப் பக்கமே போகல இனிமேதான் போகணும்" என்றான் தருண். "அப்போ நீ வேணும்னா எங்க கூடவே வாயேன். வேலை முடிஞ்சுது. நாங்களும் கிளம்பியாச்சு. அகில் வேற ஏதோ புராஜெக்ட் பண்ணனும்னு சொன்னான். நீ வந்தேன்னா என்ன விட்டுருவான்" என்றார் குரு சிரித்துக்கொண்டே. "சரி மாமா, அப்போ நான் உங்க கூடவே வந்துர்றேன். டேய் ரோஹன், அப்ப நீ கிளம்பிக்கோ நான் மாமா கூடப் போறேன்" என்றான் தருண் ரோஹனைத் திரும்பிப் பார்த்து. "ஓகே, நோ பிராப்ளம். நானும் நெய்ய வாங்கிட்டுக் கிளம்பறேன்". சின்னானின் மனைவி நெய்யை ஊற்றிப் பாத்திரத்தை ரோஹனிடம் கொண்டு வந்து கொடுத்தாள். எவ்வளவு என்று கேட்டுவிட்டு, ரோஹன் அதற்குரிய பணத்தையும் பேன்ட் பாக்கெட்டிலிருந்த பர்ஸிலிருந்து எடுத்து அவளிடம் கொடுத்தான். அதற்குள் சின்னான் இரண்டு சீப்பு வாழைப்பழங்களை ஒரு பையில் போட்டு அதையும்

அவனிடம் கொண்டுவந்து கொடுத்தான் "ரஸ்தாளி தம்பி, பழம் நல்ல டேஸ்ட்" கொண்டு போய்ச் சாப்பிடுங்க என்றான். "ரொம்ப தேங்க்ஸ்ணே" ரோஹன் அதையும் கையில் எடுத்துக்கொண்டான்.

"என்ன தாத்தா வர்றீங்களா. நான் உங்கள வீட்டுல ட்ராப் பண்றேன்" என்றான் ரோஹன் குருவின் தந்தையைப் பார்த்து. "வரலாம்தான் ஒன்னும் பிரச்சினை இல்ல. கமலி கூட இன்னைக்கு வீட்டுக்கு நேரத்துலயே வர்றேன்னு சொன்னா" என்றபடி அவர் கட்டிலிலிருந்து எழுந்திருக்க முயன்றார். "என்ன அவங்களா?. அப்போ நான் தனியாவே போறேன். நீங்க கார்லயே போங்க. அங்கிள் பாய், அண்ணா பாய், டேய் மச்சா கௌம்புறன்டா" என்று வேகமாக பைக்கைக் கிளப்பிக் கொண்டு விர்ரென்று சென்றான் ரோஹன். அவன் சென்றதைப் பார்த்து அனைவரும் சிரித்துக் கொண்டிருக்க குரு தந்தையைப் பார்த்து "நாமளும் கிளம்பலாமப்பா" என்றார். "போலாம்பா" என்றவர், கட்டிலிலிருந்து எழுந்து நடந்தார். குரு சென்று உடை மாற்றி வருவதற்குள் சின்னான் அவர்களின் உணவு வந்த பை, சில காய்கறிகளுடன், ஒரு சிறிய தார் ரஸ்தாளியையும் கார் டிக்கியில் ஏற்றியிருந்தான்.

அவசரமாக ஒரு மாட்டிலிருந்து பாலைக் கறந்து கொண்டு வந்திருந்த சின்னான் மனைவி, பாலை ஒரு கூடையில் வைத்து "பின்னாடி வெச்சா சிந்திடும் கையில வச்சுக்கங்க. அண்ணன் மட்டும் தனியா வந்தா முன்னாடிச் சீட்டுகிட்ட கீழ வெச்சுப்பாங்க சிந்தாமப் போயிடும்" பேசியபடியே தருணிடம் கொடுத்தாள். தருண் அதை வாங்கிக் கொண்டான். உள்ளிருந்து கிளம்பி வெளியே வந்த குருவும் சின்னானிடம் எதை எதையோ சொல்லிக் கொண்டே வந்தார். பின் காரின் அருகில் வந்து "சரி காலைல எப்பவும் போல நேரத்துலயே வந்துருவேன். பார்த்துக்கங்க" என்றபடி காரின் கதவைத் திறந்துவிட்டு அவன் தந்தையை ஏறச் சொன்னார். உடன் தருணும் வந்து அவருக்கு உதவினான். "சரிப்பா, அப்ப நான் கிளம்புறேன். அடுத்து ஒரு நாள் இதே மாதிரி வர்றேன்." என்று அவர் சின்னானிடமும், சின்னான் மனைவியிடமும் விடைபெற்றுக் கொண்டார்.

"ஐயா அடிக்கடி இங்க வாங்கய்யா. வந்து ரெண்டு நாள் தங்கிட்டுப் போங்க. நாங்கெல்லாம் இருக்கோம்ல, அப்படியே அண்ணனுக்கும் கொஞ்சம் ரெஸ்ட் குடுத்த மாதிரி இருக்கும்" என்றான் சின்னான். "சரிப்பா, ஆகட்டும் பாக்கலாம்" என்று சிரித்துக் கொண்டே கூறினார் குருவின் தந்தை.

★

7. புயல் ஓய்ந்த நிமிடம்

"புயலுக்கு
முன்னோ பின்னோ
பற்றிக்கொள்ள
தோணிக்குத்
தேவை என்னவோ
கரைதான்..."

அடுத்த அரைமணி நேரத்தில் கார் குருவின் வீட்டு வாசலில் வந்து நின்றது. தருண் முதலில் வேகமாக இறங்கித் தாத்தாவின் பக்கமிருந்த கதவைத் திறந்துவிட்டு, அவர் கீழே இறங்க உதவி செய்தான். குருவின் தந்தை இறங்கிச் சென்று போர்ட்டிக்கோவில் போட்டிருந்த ஈஸி சேரில் சாய்ந்து அமர்ந்து கொண்டார். தருண் முன் பக்கக் கதவைத் திறந்து அங்கிருந்த பால் கூடையை எடுத்து எதுவும் சிந்திவிட்டதா என்று பார்த்திவிட்டு, கூடையைக் கொண்டு போய் உள்ளே டைனிங் டேபிளின் மீது வைத்தான். சத்தம் கேட்டு சமையலறையிலிருந்து வெளியே எட்டிப் பார்த்த கஸ்தூரி, "தோட்டத்துல இருந்தா வர்றீங்க தம்பி" என்றாள் தருணிடம் "ஆமா, மாமா கூடத்தான் வந்தேன். இதுல பால் இருக்கு எடுத்துக்கோங்க" என்று கூறிவிட்டு முன்னறையை நோக்கி நகர்ந்தான்.

வேலையாக இருந்தவள் கையைத் துடைத்துக் கொண்டே வந்து, பாலை எடுத்து ஃப்ரிஜ்ஜில் வைத்துவிட்டு, வெளியே சென்று காரிலிருந்த காய்கறிகளை எடுத்து வந்தாள். அதற்குள் குரு பழத்தாரை எடுத்து வெளியே போர்டிக்கோவில் சாக்கு ஒன்றைப் போட்டு அதன் மீது சாத்தி வைத்திருந்தார்.

"ரஸ்தாளி பழமாதிரியிருக்கு ஐயா" என்று கேட்டபடியே கஸ்தூரி வர, "ஆமா, ஆமா இப்பக் கொஞ்சம் பழுத்துருக்கு சாப்பிடச் சாப்பிட மீதியும் பழுத்துரும். சின்னத்தாருதான். ஒரு

கத்தியும், கூடை எதாச்சும் கொண்டு வா கஸ்தூரி பழுத்தத அறுத்து வைக்கலாம்" என்றார் குருவின் தந்தை. உள்ளே சென்ற கஸ்தூரி ஒரு கத்தியும், பழைய செய்தித்தாள் விரிக்கப்பட்ட பிரம்புக் கூடை ஒன்றையும் எடுத்து வந்தாள். அதற்குள் சத்தம் கேட்டு வெளியே வந்த அகில் "ஐ வாழப்பழம்" என்றபடி அதில் பழுத்திருந்த ஒன்றைப் பிடுங்கி சாப்பிடத் தொடங்கினான்.

"டேய் டேய் பார்த்துப் பிய்யுடா அப்புறம் மீதிப் பழமும் பிஞ்சு தொங்கும். ஒரு நிமிஷம் இரு நான் கத்தீல கட் பண்ணித் தர்றேன் அப்புறம் சாப்பிடு" என்றபடி குரு அகிலை விலக்கி விட்டு, கஸ்தூரியிடம் இருந்த கத்தியை வாங்கி வெட்டத் தொடங்கினார். "அப்பா செம டேஸ்டா இருக்குப்பா" அகில் ருசித்துக் கொண்டிருந்தான். "எங்க எனக்கும் ஒண்ணு குடு பாக்கலாம்" குருவின் தந்தை கேட்கவும் குருவின் தாய் உள்ளிருந்து வெளியே வரவும் சரியாக இருந்தது "வாழத்தாரு வந்துருக்குதா தோட்டத்துல இருந்து, அருமை போ. என்னது ரஸ்தாளியா" கேட்டுகொண்டே அவரும் அவர்களின் அருகில் வந்தார். வாழைத்தாரின் குதூகலம் முடிந்து ஓய்ந்தபோது குருவும், குருவின் தந்தையும் டிவியின் முன்பும், தருணும், அகிலும் புராஜெக்ட்டுக்கான பொருட்களுடனும் அமர்ந்திருந்தனர்.

ஆறரை மணிவாக்கில் பள்ளியிலிருந்து யாழினி வீடு திரும்பினாள். உள்ளே நுழைந்தவுடன் அனைவருக்கும் ஒரு ஹாயை உதிர்த்துவிட்டு தனது அறையினுள் நுழைந்து கொண்டாள். அவள் புத்தகப்பையை வைத்துவிட்டு உடைமாற்றி வெளியே வந்தபோது கஸ்தூரி கலக்கி வைத்திருந்த பாதாம் பாலை யாழினியின் பாட்டி அவளிடம் கொண்டு வந்து கொடுத்தார். அவள் சோபாவில் சாய்ந்து குடிக்க ஆரம்பித்ததும், தோட்டத்து ரஸ்தாளியும், வேறு சில தின்பண்டங்களும் ஒரு தட்டில் அவளருகில் வைக்கப்பட்டது. அடுத்த பத்தாவது நிமிடத்தில் கமலியின் கார் போர்ட்டிக்கோவில் நிற்கும் சத்தம் கேட்டது. "உங்கம்மா வந்துட்டாடா" என்றார் குருவின் தாய்.

அறையிலிருந்த அனைவருமே அந்த அறிவிப்புக்குப் பெரியதாய் எதுவும் உணர்ச்சிகளைக் காட்டிக்கொள்ளாமல் இயல்பாய் இருக்க, தருணுக்கு மட்டும் இருதயம் வேகமாய் துடிக்கத் தொடங்கியது. உள்ளே நுழைந்த கமலி சற்றே சோர்வாய்க் காணப்பட்டாள். நேராக மகளிடம் சென்று "இப்ப எப்படிடா இருக்கு? இன்னைக்கு வயித்து வலி இல்லைல" என்றாள் வாஞ்சையுடன். "இல்லம்மா இன்னைக்கு நார்மல் ஆயிட்டேன். எந்த பிரச்சினையும் இல்ல"

யாழினி தாயைப் பார்த்துச் சிரித்துக்கொண்டே கூறினாள். "குட். இது என்ன ரஸ்தாலியா. ஏது?" என்றாள் யாழினியின் அருகிலிருந்த தட்டைப் பார்த்து. "ஆமா தோட்டத்துல இருந்து இன்னைக்கு சின்னான் கொடுத்தான். தாரோட" என்றார் குரு. "தாரோடயா அத்தன எதுக்குங்க?" என்றாள் கமலி. "தாருன்னா ரொம்ப பெருசெல்லாம் இல்லமா. சின்னதுதான். மொத்தமா ஒரு ஆறேழு சீப்புத்தான் இருக்கும்" என்றார் குருவின் தந்தை. "ஓ அப்படியா அப்படின்னா சரிதான். நானுங்கூட எங்க பெருசா குடுத்துட்டானோனு நினைச்சேன்" பேசிக்கொண்டே அவளும் ஒன்றை எடுத்துச் சாப்பிட்டாள்.

அத்தை வந்து இவ்வளவு நேரமாகியும் தன்னைப் பெரிதாய்க் கண்டுகொள்ளாதது தருணுக்கு இலேசாய் எரிச்சலைக் கொடுத்தாலும், சில காரணங்களுக்காகப் பொறுமையாய் இருந்தான். ஆனால், அவனே எதிர்பாராத நேரத்தில் கமலி அவனிடத்தில் பேசினாள். "நீ எப்படா வந்த?" "கொஞ்ச நேரம் ஆச்சு அத்த. மாமா கூடத்தான் வந்தேன்" "மாமா கூடவா... நீ தோட்டத்துக்குப் போயிருந்தயா என்ன?" கமலி ஆச்சரியத்துடன் கேட்டாள். "ம்ம் ஆமா அத்த, ரோஹனோட அம்மா நெய் வேணும்னு சொன்னாங்க. அதுதான் வாங்கப் போயிருந்தோம். அங்க மாமாவும் தாத்தாவும் இருந்தாங்க. அவன அப்படியே அனுப்பிவிட்டு, நான் மாமா கூட இங்க வந்துட்டேன்" அத்தை தன்னுடன் இயல்பாகப் பேசும் குதூகலம் தெரிந்தது அவனது குரலில். ம்ம்ம் என்று தலையாட்டிவிட்டு கமலி எழுந்து மேலே மாடியில் இருக்கும் அவள் அறையை நோக்கிச் சென்றாள்.

தருண் திரும்பி குருவைப் பார்க்க குரு அவனைப் பார்த்து மேலே செல்லும்படி சைகை காட்டினார். கமலி சென்ற சிறிது நேரத்திலேயே மேலே ஏறிச் சென்ற தருண் அவளின் அறைக்குள் செல்லாமல் மேலே இருந்த வரவேற்பறை சோபாவில் அமர்ந்துகொண்டு அவளுக்காகக் காத்திருக்கத் தொடங்கினான். கொஞ்சம் அங்கும் இங்கும் பராக்குப் பார்த்துக் கொண்டிருந்தவன் பின்பு அங்கிருந்த மாத இதழ் ஒன்றை எடுத்துப் புரட்டிக்கொண்டே கமலி வெளியே வந்தவுடன் என்ன பேசுவது, எப்படி ஆரம்பிப்பது? என உள்ளுக்குள்ளேயே ஒத்திகை பார்த்துக்கொண்டிருந்தான். குளித்து உடை மாற்றி வெளியே வந்தவள் அங்கு அவன் அமர்ந்திருப்பதைப் பார்த்து "என்னடா இங்க உக்காந்துருக்க என்ன விஷயம்?" என்றாள் குரலில் நேற்றைய கோபம் இன்னும் மிச்சமிருப்பது தெரிந்தது.

“அத்த இல்ல, அது வந்து சும்மா உங்களப் பார்த்துப் பேசலாம்னு” என்று இழுத்தான் தருண் தலையைக் குனிந்தபடி. “நீங்கள்ளாம் தான் பெரிய மனுஷங்க ஆயிட்டீங்களே, உங்களுக்கு எங்களோட பேச என்ன இருக்கும்?” கமலி அவனைத் தவிர்த்துவிட்டுப் பார்வையை வேறு எங்கோ நிறுத்தியபடி பேசினாள். அதனால் இலேசான கோபம் கொண்டாலும், பெரிதாய் வெளியே காட்டிக் கொள்ளாமல் “அத்த அப்படி எல்லாம் ஒண்ணும் இல்ல. உங்கள விட்டு நான் வேற யாருகிட்டப் போய் நிப்பேன்” கவனமாய் வார்த்தைகளைக் கையாண்டான் தருண். ஆனால் அவனுக்கு எந்தப் பதிலையும் அளிக்காமல் கமலி அமைதியாகவே நின்று கொண்டிருந்தாள். “அத்த பிளீஸ் இங்க பாருங்க. நீங்க ஃபர்ஸ்ட் இங்க வாங்க இங்க வந்து உக்காருங்க” தருண் எழுந்து சென்று அவளைக் கையைப் பிடித்து இழுத்து வந்து சோபாவில் அமர வைத்தான்.

“அத்த ப்ளீஸ் என்னப் பாருங்களேன்” முகத்தைத் திருப்பிக் கொண்டிருந்த கமலியைப் பார்த்துக் கெஞ்சியவாறே அவள் காலடியில் அமர்ந்தான். “அத்த ப்ளீஸ் சத்தியமாச் சொல்றேன் நானே உங்ககிட்ட இதப்பத்திப் பேசலான்ட்டுதான் இருந்தேன். அதுக்குள்ள அவன் அவசரப்பட்டுட்டான். அவன் அப்படிச் சடனா சொல்லுவான்னு நானே எதிர்பார்க்கல” “ஓ அப்போ அவன் சொல்லலேனா, நீ அதப்பத்தி என்கிட்ட பேசியிருக்கவே மாட்ட அப்படித்தானே” அவளது கண்ணில் கோபம் இன்னும் அதிகரித்திருந்தது. தருண் தலையில் கை வைத்துக் கொண்டான் “அய்யய்யோ அப்படி எல்லாம் இல்ல. கண்டிப்பா நானே சொல்லியிருப்பேன். அத்த உங்களுக்கே தெரியும் எனக்கு என்ன வேணும்னாலும் நான் உங்ககிட்டத்தான் வந்து கேப்பேன். நீங்கதானே அப்பாகிட்டச் சொல்லுவீங்க. எனக்கு விவரம் தெரிஞ்சு எப்பயாச்சும் நானே அப்பாகிட்டப் போய் எதப்பத்தியாச்சும் பேசியிருக்கேனா? நீங்களே சொல்லுங்க” தருண் மெதுவாய்க் கொக்கியை இறக்கத் தொடங்கினான்.

“அப்படித்தானேடா நானும் நம்பிட்டு இருந்தேன் இவ்வளவு நாளா” “இவ்வளவு நாளா மட்டுமில்ல, இனிமேலும் அப்படித்தான் அத்த. இன்னைக்கு அவன் முந்திகிட்டுச் சொல்லிட்டான்கறதுக்காக நான் தப்பானவனா ஆயிட மாட்டேன். எப்பவுமே, எந்த விஷயத்தயுமே நான் என் மனசுக்குள்ள நிறையத் தரம் உருப்போட்டுட்டுத்தான் அப்புறமா உங்ககிட்டப்

பேசுவேன். அதேபோலத்தான் இப்பவும். அதுக்குள்ள அவன் அவசரப்பட்டுட்டான் அவ்வளவுதான்" தடாலடியாய்ப் பேசி கமலியை தற்காலிகமாய் அமைதிப்படுத்திவிட்டு, ஒரு சிறு இடைவெளிக்குப் பின் மீண்டும் தொடர்ந்தான் தருண் "அத்த முதல்ல நாங்க இன்னும் என்ன பிஸினஸ் பண்றதுன்னே முடிவு பண்ணல; ரெண்டு பேரும் நிறைய விஷயங்களப் பேசியாச்சு பட், இப்ப வர இதுதான்னு எதுவுமே செட் ஆகல. அட்லீஸ்ட் எனக்கு எதாச்சும் கிளியர் பிக்சர் கிடைச்சாத்தானே உங்ககிட்டப் பேசுவேன் எனக்கே ஒண்ணும் கிடைக்காம, நான் எதைப் பேசுறது சொல்லுங்க. இப்ப நான் உங்ககிட்ட வந்து பிஸினஸ் பண்றேனு சொன்னா, என்ன பிஸினஸ்னு நீங்க கேள்வி கேப்பீங்கதானே அதுக்குச் சொல்றதுக்கு எனக்கு எதாச்சும் பதில் வேணும்ல. எதுவுமே இல்லாம உங்க முன்னாடி வந்து என்ன பேசுறது?" "அப்போ நிஜமா நீ இன்னும் ஒன்னும் முடிவு பண்ணல" கமலி அவனை தீர்க்கமாய் பார்த்து கேட்டாள். "அய்யோ சத்தியமா இல்ல அத்த" "அப்ப அவன் எதுக்குடா வேலைய விட்டான்?"

"அது... அது... அவனுக்கு வேலைக்குப் போறதுக்குக் கஷ்டம் ஏற்கெனவே புடிக்காமப் போயிட்டிருந்தான் அதனால நான் வந்ததும் இதச் சாக்கா வெச்சுட்டு வேலைய விட்டுட்டான். உண்மையில நான் அவன இப்ப வேலைய விட வேண்டாம்னுதான் சொன்னேன் அவன்தான் கேக்கல" கமலி சற்றே தளர்ந்தவளாக சோபாவில் சாய்ந்து உட்கார்ந்தாள். "அத்த நான் நீங்க வளர்த்த பையன் அத்த. எப்படி உங்கள விட்டுப்போவேன்னு நினைக்கிறீங்க? இப்பவும் சொல்றேன் எப்பவும் சொல்லுவேன் எனக்கு எப்பப் பிரச்சினை வந்தாலும், நான் உங்ககிட்டத்தான் வந்து நிப்பேன். என் அம்மாகிட்ட கூட போவேனானு எனக்குத் தெரியல. அப்படியே என் அம்மாகிட்ட போனாலும் அம்மாதான் ஷாக் ஆகும் என்னடா உங்க அத்தைய விட்டுட்டு எங்கிட்ட வந்துருக்கேன்னு". தருணின் அஸ்திரம் சரியாக வேலையைக் காட்ட கமலியின் முகத்தில் இறுக்கம் சற்றே குறைந்தது. அதைக்கண்டு தருணின் முகத்திலும் நிம்மதி பரவியது.

"சரி நான் தான் கொஞ்ச நாளைக்கு பிஸினஸ் எல்லாம் வேண்டாம் வேலைக்குப் போன்னு சொன்னேன்ல அப்புறம் என்ன?" பெருமூச்சு விட்ட தருண் "அத்த நீங்களே யோசிங்க நீங்க, அப்பா எல்லாருமே பிஸினஸ் தான் பண்றீங்க. நம்ம ஃபேமிலி சொந்தக்காரங்க எல்லாரும் பிஸினஸ்தான் இப்படி

இருக்கப்போ, என் மைண்ட் மட்டும் எப்படி அத்த மாத்தி யோசிக்கும்? உங்களை எல்லாம் பாக்கும்போது, எனக்கும் உங்கள மாதிரியே எதாச்சும் பண்ணனும் சாதிக்கனும்னுதான தோணும். பின்ன எப்படி...? அதுலயும் இந்த வேலைக்குப் போய் ஒரு குறிப்பிட்ட வட்டத்துக்குள்ள அடபட்டுட்டு ஏன் போறோம், வர்றோம்னே தெரியாத ஒண்ண என்னால செய்ய முடியாது அத்த. ப்ளீஸ் புரிஞ்சுக்கோங்க" என்றான் கெஞ்சலுடன்.

அமைதியாக அனைத்தையும் கேட்டுக்கொண்டிருந்த கமலி, "சரி ஓகே! உனக்கு ரெண்டு மாசம் டைம் தர்றேன் அதுக்குள்ள என்ன பண்ணப் போறே ஏது பண்ணப் போறேன்னு ஒரு கிளியர் பிக்சர எனக்குக் குடுக்கணும் சரியா?" என்றாள் தருணைப் பார்த்து. சந்தோஷத்தில் குதித்தவன் "தேங்க்யூ அத்த தேங்க்யூ சோ மச்" என்றான் குதூகலத்துடன். அப்பாடா ஒரு வழியா இப்போதைக்கு இந்தப் பிரச்சின முடிஞ்சது தப்பிச்சோண்டா சாமி. ஆனாலும் இந்த அத்தய சமாளிக்கிறது கொஞ்சம் பெரிய விசயம்தான். எப்படியோ பேசிப்பேசியே கவுத்தாச்சு என்று மனதில் நினைத்தவாறே அதை வெளியே காட்டிக்கொள்ளாமல் சமாளித்தான் தருண்.

சிறிது நேரத்தில் இருவரும் சமாதானம் அடைந்தவர்களாக கீழே இறங்கி வந்தனர். படியில் இறங்கும் போதே குரு தருணை அர்த்தத்துடன் பார்க்க, அவனும் ஜாடையில் அனைத்தும் சரியாகி விட்டதெனக் கூறினான். குரு ஒரு சிரிப்புடன் அவனிடமிருந்து பார்வையை விலக்கி டிவியை நோக்கித் திருப்பினார். தருண் மேலே எழுந்து சென்றவுடன் அவனுடைய இடத்தில் யாழினி அமர்ந்து அகிலுடன் பேசிக்கொண்டிருந்தாள். பேசிக்கொண்டிருந்தாள் என்பதை விட அவனுடன் வம்பிழுத்துக் கொண்டிருந்தாள் என்பதே சரியாக இருக்கும். அவன் புராஜெக்டில் ஒரு பொருளை ஒரு இடத்தில் வைத்தாள் அதை எடுத்து இவள் வேறிடத்தில் வைத்து அங்க இல்லடா, இங்க என்றாள். சண்டையிட்டு, சத்தமிட்டு ஓய்ந்தவனாக அகில் அடுத்துப் பெருங்குரலெடுத்து அழுகையுடன் அவள் மீது பாய்ந்தான். அதைப் பார்த்துக் கொண்டே வந்த தருண், அவர்கள் இருவருக்கிடையில் வேகமாக நுழைந்து இருவரையும் விலக்கி விட்டான்.

"யாழினி என்ன பாப்பா இது? இப்ப எதுக்குத் தம்பி கூட மல்லுகட்டுற? போ போய் உன் ஹோம் வொர்க் ஏதாச்சும் இருந்தாப் பண்ணு போ" தருண் அவளை அனுப்பிவைக்க, அவள் எழுந்து அகிலுக்கு பழிப்புக் காட்டிக்கொண்டே அங்கிருந்து நகர்ந்தாள். பின்னாலேயே வந்த கமலி "யாழ் இரு, சாப்பாடு

ரெடியாயிடும் சாப்பிட்டுட்டுப் போ. நீ போய் உக்காந்தேன்னா அப்புறம் உன்னக் கூப்பிடுறதுக்கு நான் நடையா நடக்கணும் அதெல்லாம் ஆகாது. இரு" என்று அவளைத் தடுத்து நிறுத்தினாள். "சரி அதுவரைக்கும் எனக்கு மொபைல் குடுப்பயா" என்றாள் யாழினி. "அதானே! என்னடா இன்னும் கேக்கலயேன்னு பார்த்தேன் அதெல்லாம் கிடையாது போய் டிவி வேணும்னா பாரு போ" கமலி அழுத்தமாகப் பதிலளித்தாள்.

"அம்மா அம்மா ப்ளீஸ்மா டீவில அப்பாவும் தாத்தாவும் எப்பவும் நியூஸ்தான் பாக்குறாங்க அது ரொம்ப போரிங். ப்ளீஸ் மா கொஞ்ச நேரம் ப்ளீஸ்." "என் மொபைல்ல சார்ஜ் இல்லடி" என்றாள் கமலி மீண்டும். "சரி அப்ப நான் மாமாகிட்ட வாங்கிக்கறேன்" தருணிடம் ஓடியவள் "மாமா மொபைல்ல என்ன கேம் வெச்சுருக்க? குடு தர்றேன்" அவனது பாக்கெட்டில் இருந்து மொபைலை யாழினி உருவப்பார்க்க அழுது கொண்டிருந்த அகிலைச் சமாதானம் செய்துகொண்டிருந்த தருண் "இரு, இரு, நானே எடுத்துத் தர்றேன். பட் பப்ஜி என் மொபைல்ல இல்ல நீயும் டவுன்லோட் செய்யக் கூடாது சரியா" என்ற உத்தரவுடன் அவளிடத்தில் மொபைலை நீட்டினான்.

இவர்களின் பேச்சைக் கேட்டுக் கொண்டிருந்த அவர்களின் தாத்தா, "ஆமா, அது என்ன பஜ்ஜி. அப்படி ஒரு விளையாட்டா" என்று கேட்க "அய்யோ தாத்தா அது பஜ்ஜி இல்ல பப்ஜி" என்று அவரைத் திருத்தினாள் யாழினி. "அது எதுவோ, ஆமா அதுல என்ன விளையாடுவீங்க கிரிக்கெட் மாதிரியா" மீண்டும் கேட்டார் தாத்தா "அப்படி இல்ல தாத்தா இதுல கேம் வழியா மனுஷங்களச் சாகடிக்கணும், சுட்டுச் சுட்டு, எவ்வளவு பேற சாகடிக்கறமோ அவ்வளவு பாயிண்ட்" என்றாள் யாழினி. "அடப்பாவமே ஒருத்தன ஒருத்தன் சாகடிக்கிறது ஒரு விளையாட்டா? ஆமா நாம அவனச் சாகடிக்காம விட்டா என்ன ஆகும்" மீண்டும் கேட்டார் "நாம அவன சாகடிக்கலேன்னா, அவன் நம்மளச் சாகடிச்சுருவான்" என்றாள் யாழினி மொபைலை நோண்டியவாறே.

"கெரகந்தான் இப்படியுமா குழந்தைகளுக்குச் சொல்லிக் குடுப்பாங்க. ஒருத்தன ஒருத்தன் சாகடிச்சுக்குறத. இப்படி விளையாடிப் பழகுனா, நாளைக்குப் பெரிய மனுஷனாகி நிஜ மனுஷனக் கொல்றதக் கூட விளையாட்டு மாதிரிதானே செய்வாங்க. என்னமோ போ. உலகம் அழியறதுக்கான நேரம் வந்துடுச்சு போல" சலிப்புடன் அங்கிருந்து எழுந்து போனார் குருவின் தந்தை. குருவின் தாய் "அது என்னவோ குழந்தைக விளையாடிட்டு இருக்கு, அதப்

போய் குறை சொல்லிகிட்டு" என்றாள். "அம்மா அது என்னமோ குழந்தைங்க விளையாடுறதுன்னு விட முடியாதும்மா. எத்தன தடவ நியூஸ்ல பார்த்துருக்கோம் அமெரிக்காவுல குழந்தைங்க ஸ்கூல்ல துப்பாக்கில சுடுறத. எவ்வளவு பேரு சாகறாங்க அதெல்லாம் விளையாட்டா எடுத்துக்கக் கூடாதில்ல. அதுக்கெல்லாம் ஆரம்பப் புள்ளி எது? இது மாதிரி விஷயங்கதான" என்றான் குரு தாயைப் பார்த்து.

"அய்யா சாமிகளா நான் சத்தியமா பப்ஜி விளையாடல இப்ப நான் ஜஸ்ட் பபுள் ஷூட்டர்தான் விளையாடுறேன். வேணும்னாப் பாருங்க" என்று மொபைலைத் திருப்பித் தந்தையை நோக்கிக் காண்பித்தாள் யாழினி. "உன்ன யாரும் ஒண்ணும் சொல்லுலடா உண்மைல என்ன நடக்குதுன்னு பேசிட்டு இருக்கோம் அவ்வளவுதான் சரியா. நீ ஒன்னும் டென்ஷன் ஆகாத" தருண் அவளிடம் பேசிவிட்டு அகிலிடம் திரும்பி அவனுடைய புராஜெக்ட் வேலையில் ஈடுபட ஆரம்பித்தான். அடுத்த பதினைந்தாவது நிமிடத்தில் கமலி அனைவரையும் சாப்பிட அழைக்க அகில் முதல் ஆளாக செய்து கொண்டிருந்த வேலையை விட்டுட்டு "வந்தாச்சு" என்றபடி எழுந்து ஓடினான். அவனையடுத்து குருவும், தருணும் எழுந்து செல்ல "யாழ் நீயும் வா, வந்து சாப்பிட்டுட்டுப் போய்ப் படி" என்று சத்தமிட்டாள் கமலி. "வந்துட்டேன்மா ஒன் லாஸ்ட் கேம்." தலையை அலைபேசியிலிருந்து உயர்த்தாமலேயே பதிலளித்தாள் யாழினி.

"அத்த எங்க மாமாவக் காணோம்" "ரூமுக்குள்ள போயிருப்பாருன்னு நினைக்கிறேன் இரு நான் போய்க் கூப்பிட்டுட்டு வர்றேன்" தனது அறையை நோக்கி நடந்தார் குருவின் தாய். "பாட்டி இருங்க நான் போய் தாத்தாவக் கூட்டிட்டு வர்றேன். நீங்க உக்காந்து சாப்பிடுங்க" அவர்களைத் தடுத்து நிறுத்திய தருண் அவர்களின் அறையை நோக்கி நடந்தான். "நல்லதா போச்சு போ, எனக்கும் இங்க காலு ஏனோ நல்லா வலிக்கிது" என்று முனங்கியபடியே வந்து அமர்ந்தாள் குருவின் தாய் "ஏன்மா என்ன ஆச்சு" "என்னன்னே தெரியலப்பா, கால்ல நல்ல வலி" "அத்த அங்க பாட்டில்ல முடக்கத்தான் எண்ணெய் வைச்சுருக்கேன் கொஞ்சம் எடுத்துப் போடுங்க, வலி சரியாகிடும். இல்லேன்னாச் சொல்லுங்க நான் போட்டு விடுறேன்" என்றாள் கமலி. "இல்லமா, சாப்பிட்டுட்டு நானே போட்டுப் பாக்குறேன்" என்று சாப்பிடத் தொடங்கினார் குருவின் அம்மா.

“யாழ், நீ இன்னும் வரலயா?” “வந்தாச்சும்மா” அலைபேசியை தான் அமர்ந்திருந்த சோபாவின் மீதே வீசிவிட்டு வேகமாக வந்தாள் யாழினி. அதே நேரத்தில் தருணும், தாத்தாவும் உள்ளிருந்து வந்தனர். “என்ன மாமா டயர்ட் ஆகிட்டீங்களா?” “ஆமாம்மா வயசாயிடுச்சுல்ல என்ன பண்ண? கொஞ்சம் முதுகு வலி அதுதான் எந்துருச்சுப் போய்ப்படுத்துட்டேன்” “அத்தகிட்ட இப்பத்தான் முடக்கத்தான் எண்ணெயப் பத்திச் சொல்லிட்டு இருந்தேன். நீங்களும் கொஞ்சம் போட்டுட்டு படுங்க மாமா, சரியாயிடும்” என்றபடி தருணிடம் திரும்பி “டேய், நீ இன்னைக்கு நைட் இங்கதான இருப்ப” என்றாள் கமலி. சற்றே தருண் இழுக்க, அகில் வேகமாக இடையில் புகுந்து “நோ, நோ, மாமா நீ இன்னைக்குப் போக முடியாது. இருந்து என் புராஜெக்ட முடிச்சுக் குடுத்துட்டுப் போ” என்றான் வேகமாக. “அகில் அது என்ன மாமாவ நீ வா போன்னு, மரியாதையாப் பேசு” சட்டென்று திட்டினார் பாட்டி. தருண் “பரவால்ல விடுங்க பாட்டி. சரி அகில், நான் போகல இங்கேயே இருக்கேன் சரியா” என்றான். “ஐ ஜாலி” என்று குதித்துவிட்டு, மீண்டும் சாப்பிடத் தொடங்கினான் அகில்.

★

8. முதல் நாள்

"சுழியம் என்பது
ஏதொன்றுமில்லை
அதனால்தானோ என்னவோ – அதுவே
அனைத்திற்கும் முதலாய்....."

ஒரு வாரம் எப்படி ஓடியது என்று தெரியாமலே ஓடியிருந்தது. காலை பத்து மணிக்குப் பத்து நிமிடம் இருந்தபோது, கமலியின் கார் கடைவாசலில் வந்து நின்றது. காரைக் கண்டதும் ஊழியர்கள் கொஞ்சம் கூடுதல் சுறுசுறுப்பைக் காட்டினர். அங்கொருவர் இங்கொருவராக காலையிலேயே வாடிக்கையாளர்கள் வந்து தேனீர் அருந்திக் கொண்டிருந்தனர். அவர்களது கடையில் காலை உணவு உண்டென்றாலும் அவை பெரும்பாலும் ஃபாஸ்ட் ஃபுட் வகைகளாகவே இருக்கும். அவை இளைஞர்களுக்குச் சரி என்றாலும், மற்றவர்களுக்குக் காலை உணவாக அவற்றை உண்ண விருப்பமிருப்பதில்லை. மாணவர்கள் கூட்டம் பெரும்பாலும் எட்டு, எட்டரை மணிக்குள் ஓய்ந்துவிடும். அதன் பின்பு பதினொரு மணி வரை மிகவும் குறைவான மக்களே இருப்பர். அதையடுத்தே தேனீரும், தின்பண்ட வகையறாக்களும் விற்பனை சூடுபிடிக்கும். ஆகையால் அந்த இடைப்பட்ட நேரம்தான் ஊழியர்களின் காலை உணவு இடைவேளை மற்றும் ஓய்வுக்கான நேரம்.

கமலி காரைவிட்டு இறங்கியவள், சற்று நேரம் அங்கேயே நின்று கொண்டு யாருடனோ அலைபேசியில் உரையாடிக் கொண்டிருந்தாள்.

பேசிமுடித்துவிட்டு மெல்லப் படியேறி வந்தவள், நேராக கேஷியரின் அருகில் சென்று நின்றாள். அலைபேசியை உள்ளே வைத்து, கைப்பையை அங்கிருந்த மேஜையின் மீது வைத்துவிட்டு உள்ளே நுழைந்து அங்கு அடுக்கி வைக்கப்பட்டிருந்த உணவுப் பொட்டலங்களை அதிலொன்றும், இதிலொன்றுமாக எடுத்துச்

சோதித்துப் பார்த்துக் கொண்டிருந்தாள். "தமிழ், இங்க பாருங்க இந்தக் கம்பு முறுக்கு பாக்கெட்ல எக்ஸ்பயரி டேட் கிளியரா இல்ல, அப்புறம், இந்த கச்சாயமும் அப்படித்தான் இருக்கு. என்னன்னு பாருங்க. பார்த்துட்டு வேற பாக்கெட் வைங்க இங்க" என்றாள். "சரிங்க மேடம்" என்று தமிழ் அந்த இரண்டையும் கமலியின் கையிலிருந்து வாங்கிக் கொண்டான்.

மீண்டும் சிறிதுநேரம் அனைத்தையும் பார்த்துக் கொண்டிருந்துவிட்டு, "தினமும் காலைல இதெல்லாம் செக் பண்றீங்க தானே. பார்த்துக்கங்க எக்ஸ்பயரிக்கு ரெண்டு நாள் முன்னாடியே அந்த புராடக்ட்ஸ டிஸ்பிளேல இருந்து எடுத்துருங்க. எந்தக்காரணத்த கொண்டும் அது அங்க இருக்கக்கூடாது" என்றாள். "கட்டாயம் மேடம் நான் தினமும் பார்த்துக்கிட்டுதான் இருக்கேன்" "ம்ம்ம் அப்புறம் எப்படி இந்த ரெண்டு பாக்கெட்டை விட்டீங்க" என்றாள் மீண்டும் டிஸ்பிளேவைப் பார்த்தபடியே. "சாரி மேடம், தேதி கொஞ்சம் நல்லா உத்துப் பார்த்தாதான் தெரியுது, அதான்" என்றான் கொஞ்சம் இழுவையுடன் "உங்களுக்கு என்ன வயசாச்சு தமிழ்" "மேடம்" "சொல்லுங்க தமிழ் என்ன வயசு?" "மேடம் இருபத்தியேழு" "ம்ம்ம் உங்க வயசுக்கே உத்துப் பாத்தாதான் தெரியுதுன்னா, வயசானவங்களுக்கு எப்படித்தெரியும் சொல்லுங்க. நம்ம கடைக்கு வயசானவங்களும் தானே வர்றாங்க" "சாரி மேடம் இனிமே இப்படி நடக்காது. நான் பார்த்துக்கறேன்" தமிழ் தலை கவிழ்ந்தபடி பதிலளித்தான் "ம்ம் குட்" மேஜையின் மேலிருந்த தன்னுடைய பையை எடுத்துக் கொண்டு அலுவலக அறையை நோக்கி நடந்தாள் கமலி.

அதற்குள் உள்ளிருந்து வெளியே வந்த மேலாளர் "மேடம் எனி இஸ்யூ" என்றார். "ஒண்ணுமில்ல, சின்ன விசயம்தான். நானே சொல்லிட்டேன், சரியாயிடும்" என்றபடி உள்ளே சென்று தன்னுடைய கண்ணாடி அறைக்குள் நுழைந்தாள். பின்னாலேயே வந்த பணியாளர் ஒருவர் "மேடம் சாப்பிட குடிக்க ஏதாவது?" என்று இழுத்தார் அவளின் முகத்தைப் பார்த்தவாறே "ம்ம் ஒரு நெல்லிக்கா ஜூஸ் கொண்டு வர்றீங்களா" என்று கமலி கூற, சரியென்று தலையை ஆட்டியவாறு வெளியேறினார் அவர். அடுத்த ஐந்தாவது நிமிடம் கணக்காளர் உள்ளே வந்தார் "மேடம் இந்த செக்ல கையெழுத்து வேணும்" என்ன ஏதென்று விசாரித்துவிட்டு அனைத்திலும் கையெழுத்திட்டவள் "ஆமா இந்த மாசம் நம்ம ஃபார்ம் அக்கவுண்ட்டுக்க டிரான்ஸ்ஃபர் பண்ணியாச்சா" என்றாள். "பண்ணியாச்சு மேடம்"

“அந்த வான்நிலா ஃபுட்ஸ் அப்புறம் கொழிஞ்சி பேக்கரி ரெண்டு பேரும் பேமென்ட் பண்ணீட்டாங்களா?” “இன்னும் இல்ல மேடம்” “கையெழுத்திடுவதை நிறுத்திவிட்டு சற்றே நிமிர்ந்து உட்கார்ந்து யோசித்தவள் “எவ்வளவு நாள் பெண்டிங்” “மூணு மாசம் ஆச்சு மேடம்” என்றார் கணக்காளர். “இன்னும் சின்னத் தொகை கூட வரலேல” “இல்ல மேடம் எதுவும் வரல” “ஓகே நான் பார்த்துக்கிறேன்” என்று அனைத்திலும் கையெழுத்திட்டு முடித்தாள். கணக்காளர் அனைத்தையும் எடுத்துக்கொண்டு வெளியே செல்ல முயலும்போது, “அப்படியே நம்ம மேனேஜர வரச் சொல்லுங்க” என்றாள். அவரும் சரியென்று தலையாட்டிவிட்டு வெளியே செல்ல, பணியாள் கையில் ஜீஸ் டம்ளருடன் உள்ளே நுழைந்தான். “அத இங்க வெச்சுட்டு. அப்படியே இந்த பாட்டில்ல தண்ணி கொண்டு வந்துருங்க” தனது மேஜையின் அருகிலிருந்த பாட்டில் ஒன்றை எடுத்து அவரிடத்தில் கொடுத்தாள்.

“குட் மார்னிங்க் மேடம்” என்றபடி உள்ளே நுழைந்தார் மேலாளர் சஞ்சீவ். “குட் மார்னிங் சஞ்சீவ், உக்காருங்க” தனக்கு எதிரே இருந்த நாற்காலியை நோக்கிக் கையை நீட்டினாள் கமலி. “தேங்க்யூ மேடம்” என்று அமர்ந்த மேலாளர், தன்னை எதற்கு அழைத்தார் என்ற யோசனையில் கமலியின் முகத்தையைப் பார்த்துக் கொண்டிருந்தார். “சஞ்சீவ் இன்னைக்கு தான அந்த ஸ்டூடண்ட்ஸ் எல்லாம் ஜாயின் பண்றாங்க?” “ஆமாம் மேடம்” “எத்தன மணிக்கு வர்றாங்கண்ணு எதாச்சும் தெரியுமா?” “மேடம் காலேஜ் முடிச்சுட்டு அப்படியே வருவாங்க. அரவுண்ட் 3.30க்கு நாம எதிர்பார்க்கலாம்னு நினைக்கிறேன்” “ம்ம் ஓகே” “மேடம் அவங்க இன்னைக்கே டியூட்டி ஜாயின் பண்ணுறாங்க தானே மேடம். அப்படியே அவங்கவங்க பிராஞ்சுக்கு போகச் சொல்லிடலாமா?” “நோ நோ வேண்டாம் சஞ்சீவ் அது நல்லா இருக்காது. எல்லாரும் முதல்ல இங்க வரட்டும். இங்க உள்ள எல்லாரையும் அறிமுகப்படுத்துவோம். அதெல்லாம் முடிஞ்சு நாளைக்கு அவங்கவங்க இடத்துக்குப் போய் வேலைய ஆரம்பிக்கட்டும். இதுதான நாம முடிவு பண்ணினது” “ஆமா மேடம்” “அப்புறம் என்ன, எதாச்சும் அவங்ககிட்ட மாத்திச் சொல்லிருந்தா காலேஜ்க்கு போன் பண்ணிப் பேசிடுங்க சரியா” “சரி மேடம்”

பணியாள் நீர் நிரப்பப்பட்ட பாட்டிலுடன் உள்ளே நுழைந்து மேஜையின் மீது வைத்து விட்டு வெளியே சென்றான். “ஆல்சோ இன்னைக்கு குருவும் இங்க வருவாரு ஃபார்முக்குப் போகல. சோ அவரும் இவங்க எல்லாரயும் பார்த்த மாதிரி இருக்கட்டுமே” என்றாள்

கமலி. "ஓகே மேடம் அதுவும் நல்லதுதான்" "ம்ம் அதுதான் இப்ப குரு நம்ம எஞ்சினியரிங் காலேஜ் பக்கத்துல இருக்கற பிராஞ்சுக்குப் போயிருக்காரு. அவரு இங்க வர்றதுக்கு மதியத்துக்கு மேல ஆயிடும். எதாச்சும் ஃபைல்ல அவர் சைன் பண்ண வேண்டியது இருந்த ரெடியா வெச்சுக்குங்க. அப்புறம் இனி அடுத்த பத்துப் பதினைஞ்சு நாளைக்கு வெயிட் பண்ணனும். ஏன்னா உங்களுக்குதான் தெரியுமே, குருவுக்கு ஆஃபிஸ் வேலைய வீட்ல செஞ்சாப் பிடிக்காது. சோ என்னால அவர்கிட்ட சைன் எல்லாம் வீட்ல வாங்கித் தர முடியாது" என்றாள் கைகளை விரித்தபடி "புரியுது மேடம். கண்டிப்பா நான் ரெடி பண்ணி வெச்சுடறேன்" சஞ்சீவ் பதிலாளித்தார்.

"அப்புறம் அந்த ரெண்டு கஸ்டமர்ஸ் வான்நிலா அப்புறம் கொழிஞ்சி என்ன பிரச்சின அவங்களுக்கு? ஏன் பேமெண்ட் எதுவும் வரல?" "மேடம் அவங்களுக்குத் தினமும் ஃபோன் பண்ணிட்டுத்தான் இருக்கோம் இன்னைக்கு நாளைக்குனு இழுத்துக்கிட்டே இருக்காங்க" "எத்தன மாசம்? கிட்டத்தட்ட மூணு மாசமாவே எதுவும் வரல போல" "ஆமாம் மேடம்" "மூணு மாசமாவே ஃபோன் பண்ணிட்டே இருக்கீங்க" சஞ்சீவ் எதுவும் பேசாமல் அமைதியாய் இருந்தான். "சொல்லுங்க சஞ்சீவ்?" "மேடம்" "அவங்களுக்கு இன்னமும் சப்ளை பண்ணிட்டுத்தான் இருக்கீங்களா" "ஆமா மேடம்" என்றார் சஞ்சீவ் அமைதியான குரலில் சற்றே இழுத்து. "இன்னைக்கும் அனுப்பிட்டீங்களா?" கமலி கையில் முகத்தை ஊன்றி அவரைப் பார்த்துக் கேட்க "மேடம் செக் பண்ணிக்கிறேன் மேடம் வண்டி கிளம்பியிருச்சா இல்லையான்னு" என்றார் சஞ்சீவ் வியர்வையைத் துடைத்துக்கொண்டே "கால் பண்ணிப் பாருங்க" சஞ்சீவ் அங்கிருந்த தொலைபேசியை எடுத்து வெளியிலிருந்த காசாளரை அழைத்தார்.

பேசிவிட்டு "மேடம் இன்னும் வண்டி கிளம்பல" என்றார் சஞ்சீவ். "சரி அப்போ அவங்க ரெண்டு பேருக்குமான டிரிப்ப கட் பண்ணுங்க. இன்னைக்கிருந்து அவங்களுக்கு எதுவும் அனுப்ப வேண்டாம். அவங்க ஃபுல் செட்டில்மென்ட் கொடுக்குற வரை எல்லாத்தயும் நிறுத்தி வெச்சுருங்க" என்றாள் கமலி. "சரி மேடம்" மீண்டும் தொலைபேசியை எடுத்து வெளியில் உள்ளவருக்கு அழைத்து "வான்நிலா, கொழிஞ்சி ரெண்டு ட்ரிப்பும் கட் பண்ணுங்க. இனி நான் எப்பச் சொல்றனோ அப்போ அனுப்புனாப் போதும்" பேசிவிட்டு அலைபேசியைக் கீழே வைத்துவிட்டு கமலியைப் பார்த்தார். "ரெண்டு நாள் கழிச்சு நம்ம ஆளுக யாரயாச்சும் போய் பார்த்துட்டு வரச்சொல்லுங்க. அதுக்கப்புறம் என்ன செய்றதுன்னு யோசிப்போம்" "சரிங்க மேடம்" "எல்லாத்தயும் நான் தான்

யோசிச்சுச் சொல்லனும்னா அப்புறம் நீங்க எதுக்கு சஞ்சீவ்? இது மாதிரி நாலு பேரு பேமென்ட் நிறுத்தி வெச்சா அப்புறம் உங்களுக்கு சம்பளமெல்லாம் எங்க இருந்து வரும்? இப்ப வர சரியாத்தான வாங்குறீங்க" சஞ்சீவ் எதுவும் பேசாமல் அமைதியாக அமர்ந்திருந்தார்.

"அப்புறம் சஞ்சீவ் நம்ம கடைகள்ள புதுசா காலைச் சாப்பாட்டுக்கு சில அயிட்டம்ஸ் சேத்துக்கலாம்னு யோசிச்சுட்டு இருந்தோம்ல, அதப் பத்தி எதுவும் யோசிச்சீங்களா?" "மேடம் ஆமாம் மேடம், நீங்க அந்த பழைய சோறு கான்செப்ட் பத்திச் சொன்னீங்க அதுக்கூடயே நான் இந்த கம்மங்கூழ், ராகிக் களி இதெல்லாம் கூட யோசிச்சேன்" கமலி அவனை நிமிர்ந்து பார்க்க, ஆர்வமாய் சஞ்சீவ் தொடர்ந்தான் "மேடம் அந்தப் பழைய சோறு சொன்னீங்க இல்ல மண் பானைல அதே போலத்தான் மேடம் கம்மங்கூழும். கொஞ்சம் பெரிய பானைல கூழ் அப்புறம் மண்ல செஞ்ச டம்ளர் மரத்துல செஞ்ச கரண்டி ரெண்டு கொஞ்சம் சின்ன வெங்காயம், கொஞ்சம், வடகம், அப்புறம் காரம் கம்மியா இருக்கப் பச்ச மிளகா" "குட் இதுவும் நல்லாதான் இருக்கே" என்றாள் கமலி. "அந்த வடகத்துல கூட எதாச்சும் புதுமையாப் பண்ண முடியுமான்னு பாருங்க. ரெகுலரா நம்ம எப்பவும் சாப்பிடுற மாதிரி இல்லாம கலர், டேஸ்ட், டிசைன் இதுல எதாச்சும்" என்றாள் கமலி கொஞ்சம் உற்சாகம் அவளைத் தொற்றிக் கொண்டது.

"கண்டிப்பா மேடம், எனக்குத் தோணுனது என்னன்னா அந்த வடகம் நம்ம கிச்சன்லயே நம்ம லோகோ டிசைன்ல செஞ்சுரலாம்னு" சஞ்சீவ் சொல்ல. "கிரேட் ஐடியா, நீங்க ஒண்ணு செய்ங்க நம்மளோட ஹெட் குக் கிட்ட இது பத்திப் பேசுங்க திங்கள்கிழம மாதிரி கூட்டம் கம்மியா இருக்க ஏதாவது ஒரு நாள்ல அவர கொஞ்சம் இதுல ட்ரை பண்ணிப் பாக்கச் சொல்லுங்க. இன்னைக்குக் கூட திங்கள்கிழமதானே, ஏன் இன்னைக்கே பண்ணக் கூடாது? சரியா" "ரொம்பச் சரி மேடம் நான் இப்பவே அவருகிட்டப் போய் பேச்றேன்." "வெரி குட், கட்டாயம் பேசுங்க பேசிட்டு வேற எதாச்சும் ஐடியா கிடச்சாலும் யோசிச்சுச் சொல்லுங்க. சாயந்தரம் குருவும் வந்துருவார்ல, எல்லாரும் உக்காந்து பேசலாம். அவரும் வேற ஐடியா இருந்தாக் கொடுப்பாரு" என்றாள் கமலி "சரிதான் மேடம். அப்போ நான் கிளம்பட்டுமா. வேற எதுவும் இருக்கா மேடம்?" என்றார் சஞ்சீவ் எழுந்திருக்கத் தயாராய். "இப்போதைக்கு அவ்வளவுதான் நீங்க கிளம்புங்க. சாயந்தரம் அந்த ஸ்டூடண்ட்ஸ் முதல்ல வந்தா அவங்க மீட்டிங்க முதல்ல

முடிப்போம் இல்லனா நம்மளோடதப் பாப்போம்'' என்றாள் கமலி. சரியென்று கூறிவிட்டு சஞ்சீவ் வெளியேறிப் போனார்.

நேரம் பதினொண்ணரை என்றது அங்கிருந்த கடிகாரம். கமலி அலைபேசியை எடுத்து குருவை அழைத்தாள் "எங்க இருக்கீங்க'' "நம்ம இஞ்சினியரிங்க் காலேஜ் பக்கத்துல இருக்கற பிராஞ்சுலதான்'' "ஓகே ஓகே இங்க எத்தன மணிக்கு வர்றீங்க?'' "ஏன் என்ன ஆச்சு?'' "இல்ல இன்னைக்குத்தான் அந்த ஸ்டூடண்ட்ஸ் வர்றாங்க பார்ட் டைம் ஜாப்க்கு அதான் நீங்க வந்தா அவங்களையும் மீட் பண்ணலாம்ல'' "எத்தன மணிக்கு வர்றாங்க?'' "மூணு மூணறை ஆகும்னு நினைக்கிறேன்'' "அப்படியா, சரி வந்துடறேன். மதியம் சாப்பாட்டுக்கே அங்க வந்துடறேன்'' என்றார் குரு. "சரி வாங்க'' என்றுவிட்டு அலைபேசியை வைத்தாள் கமலி. சில கணக்கு வழக்குகள் பார்க்க வேண்டி இருந்ததால் அதற்கான கோப்புகளை எடுத்து மேஜை மீது வைத்துப் பார்த்துக் கொண்டிருந்தாள். அடுத்த சில மணி நேரங்களுக்கு அவள் அதில் மூழ்கிப் போயிருந்தாள்.

கதவைத்திறந்து யாரோ உள்ளே வரும் சத்தம் கேட்டு கோப்புகளிலிருந்து தலையை எடுத்தவள், குரு வந்து கொண்டிருப்பதைப் பார்த்து புன்னகையுடன் வரவேற்றாள் "வாங்க வாங்க என்ன அதுக்குள்ள வந்தாச்சு'' "மணி என்னனு நினைச்ச நீ?'' குரு கேட்க நிமிர்ந்து பார்த்தவள் "அடப்பாவமே மணி ரெண்டாயிடுச்சா! அதுகூடத் தெரியல'' என்றவாறு கையிலிருந்த பேனாவைக் கீழே வைத்துவிட்டு விரல்களில் சொடுக்கெடுத்தாள். குரு அங்கிருந்த வாட்டர் பாட்டிலை எடுத்து தண்ணீரைக் கொஞ்சம் குடித்தார். "சாப்பிடலாமா இல்ல, எதுவும் முக்கியமான வேலை இருக்கா'' குரு கேட்க "இல்ல இத அப்புறம் கூடப் பார்த்துக்கலாம் அவசரம் இல்ல. சாப்பிட்டுடலாம். ஏன்னா அப்புறம் ஸ்டூடன்ட்ஸ் வர்ற டைம் ஆயிடும்'' என்றவாறு மேஜையின் மேலிருந்த கோப்புக்களை எல்லாம் எடுத்து வைத்தவள். "வாங்க முன்னாடி போலாம் டேபிளுக்கு'' என்று சேரிலிருந்து எழுந்தாள். உடன் குருவும் எழ, இருவரும் உணவு பரிமாறும் மேஜைகள் இருக்குமிடத்திற்குச் சென்றனர்.

இருவரும் கடைசியாக மூலையில் போடப்பட்டிருந்த உணவு மேஜையில் சென்று அமர்ந்தனர். அடுத்த ஐந்தாவது நிமிடத்தில் பணியாளர்கள் வந்து இருவருக்கும் உணவு பரிமாறத் தொடங்கினர். "மேடம், சாமைச் சாப்பாடு, புழுங்கலரிசிச் சாப்பாடு ரெண்டும் இருக்கு எது வைக்கட்டும்'' பணியாளர் கேட்க "எனக்கு புழுங்கலரிசி

சாப்பாடு வையுங்க, உங்களுக்கு என்ன வேணும்" என்று கேட்டாள் குருவிடம். "எனக்குச் சாமையரிசிச் சாப்பாடு" சொல்லிவிட்டு "இன்னைக்கு வேற என்ன ஸ்பெஷல்" என்று கேட்டார் குரு "சார் கீரை மசியல், பருப்புருண்டைக் குழம்பு, அப்புறம் சாம்பார், ரசம், வாழத்தண்டுப் பொரியல்" என்றான் பணியாள். "பார்ரா மெனுவக் கேக்கவே அருமையா இருக்குதே" "ஆமா ஸ்வீட் என்ன" "சார் கோதும பாயசம்" "சூப்பர் ஓகே எல்லாத்தயும் கொஞ்சம் கொஞ்சம் வையுங்க சாப்பிட்டுப் பாப்போம் எப்படி இருக்குன்னு" கூறிவிட்டு கையை மடித்துவிட்டு சாப்பிடத் தயாரானார் குரு. அவர் பேசியதைக் கேட்டுச் சிரித்துக்கொண்டே எதிரில் தானும் சாப்பிடத் தயாரானாள் கமலி.

அவர்கள் சாப்பிட்டு முடித்து சிறிது நேரம் அங்கேயே அமர்ந்து பேசிக்கொண்டிருந்தனர். மணி மூன்றாகியிருந்தது பணியாளர்கள் ஒருவர் பின் ஒருவராகச் சாப்பிட்டுக் கொண்டிருந்தனர். கிச்சனில் மதியம் சமைப்பதற்கு பயன்படுத்திய பாத்திரங்கள் கழுவப்பட்டுக் கொண்டிருந்தன. அடுத்த அரைமணி நேரத்தில் கல்லூரி மாணவர்கள் குழுவாக அங்கு வந்து சேர்ந்தனர். அவர்களைப் பார்த்ததும் முகம் மலர்ந்த கமலி "என்னங்க பசங்க வந்துட்டாங்க" என்று கூறியபடி மெதுவாக எழுந்து சென்றாள். அதற்குள் அவர்களும் உள்ளே வந்தனர். அவர்களை மொத்தமாக ஒரு பார்வை பார்த்தாள் அனைவர் முகத்திலும் இலேசான பதட்டம் தெரிந்தது. "குட் ஈவினிங் எவ்ரிபடி" என்றாள் கமலி ஒரு புன்னகையுடன் அனைவரையும் பார்த்து. "குட் ஈவினிங் மேடம்" கோரசாக அவர்களிடமிருந்து பதில் வந்தது.

அடுத்ததாகத் தனது அருகில் இருந்த குருவை அவர்களுக்கு அறிமுகப்படுத்தினாள் "இவரு குரு. என்னோட ஹஸ்பெண்ட். ஆல்சோ இங்க ஒன் ஆஃப் தி பார்ட்னர்" குரு பொதுவாக அனைவருக்கும் ஒரு ஹாய் சொல்லி வைத்தார். "சோ, பத்துப் பேரும் வந்தாச்சா" என்றாள் கமலி. ஒருவரை ஒருவர் பார்த்துக் கொண்ட மாணவர்கள் "இல்ல மேடம் ஒன்பது பேர்தான் இருக்கோம்" என்றனர் சற்றே இழுவையாக. "ஏன் யார் வரல? என்ன ஆச்சு" கமலி முகத்தில் கேள்விக்குறியுடன் அவர்களைப் பார்த்துக் கேட்டாள். கூட்டத்தில் ஒரு மாணவி முன் வந்து "மேடம் அதுல்யா வரல மேடம். இன்னைக்கு அவ காலேஜுக்கே வரல" என்றாள். அதுல்யா என்று ஒரு முறை யோசனையுடன் பெயரைச் சொல்லிப் பார்த்தவள் "அந்தப் பொண்ணா அன்னைக்கு நாங்க வந்தப்போ ஸ்டேஜ் டெக்கரேஷன் எல்லாம் பண்ணிருந்துச்சே

அந்தப் பொண்ணுதான" என்று ஐயத்தை வெளிப்படுத்தினாள் கமலி. "எஸ் மேடம் அவதான். என்ன ஆச்சுன்னு தெரியல. கால் பண்ணோம் அட்டன்ட் பண்ணல" என்றாள் அந்த மாணவி மீண்டும்.

"ஓகே... நீங்க வந்துருக்கீங்க இல்ல, நீங்க ஜாயின் பண்ணிக்கோங்க" என்று கூறி அனைவரையும் உள்ளே அழைத்துச் சென்றாள். அதற்குள் உள்ளிருந்து வந்த மேலாளரும், மனித வளத்துறைத் தலைவரும் அவர்களுடன் இணைந்து கொண்டனர். அவர்கள் அனைவரையும் அழைத்துச்சென்று சமையலறை, அலுவலக அறை, பொருட்கள் வைக்கும் அறை என்று மொத்த ரெஸ்டாரெண்டையும் சுற்றிக் காண்பித்தாள். வாடிக்கையாளர்கள் அதிகமில்லாத நேரமென்பதால் அது சுலபமாக இருந்தது. சமையலறையில் மாலைச் சிற்றுண்டிக்கான தயாரிப்புகள் நடந்து கொண்டிருந்தன. இறுதியாக மீண்டும் அலுவலகத்திற்கே வந்தவள் மாணவர்களைப் பார்த்து "ஓகே ஸ்டூடண்ட்ஸ் நீங்க ஹெச். ஆரப் பார்த்து ஃபார்மாலிட்டிஸ் எல்லாம் முடிச்சுக்குங்க இன்னைக்கு இது போதும் நாளைல இருந்து வேலை ஸ்டார்ட் பண்ணலாம்" என்று கூறி முடிக்கவும், அவசர அவசரமாக மூச்சு வாங்க அதுல்யா உள்ளே நுழையவும் சரியாக இருந்தது.

கமலி அவள் நுழைந்ததைப் பார்த்து எட்டிப் பார்க்கவும், அனைவரின் பார்வையும் அங்கு சென்றது. அதுல்யா நிற்பதைப் பார்த்த மாணவர்களுக்குள் இலேசான சலசலப்பு "எங்கடி போன, ஏன் இவ்வளவு லேட்?" அதுல்யாவின் காதைக் கடித்தாள் அவள் அருகில் நின்ற மாணவி. "அப்புறம் சொல்றேன்" என்று காதில் திருப்பிக் கடித்துவிட்டு "சாரி மேடம் கொஞ்சம் லேட் ஆயிருச்சு" கமலியிடம் கெஞ்சும் பாவனையில் மன்னிப்புக் கேட்டாள் அதுல்யா. குரலில் பதட்டம் கலந்திருந்தது. ம்ம் என்று தலையசைத்த கமலி "ஃபர்ஸ்ட் டே ஓகே. பட் தினமும் இப்படி இருந்தா சரியிருக்காது" என்றாள். "சாரி மேடம் ரியலி சாரி இனிமே இப்படி நடக்காது" "ஓகே ஜாயின் வித் தெம்" என்று சொல்லி விட்டுத் தன்னுடைய அறையை நோக்கி நடந்தாள். குரு அலைபேசியில் யாரோ அழைக்க பேசிக்கொண்டே வெளியில் வந்துவிட்டார். ஹெச்.ஆர் தன்னுடைய வேலை முடிந்ததும் யாருக்கு எங்கெங்கே வேலை, வேலை நேரம் என்பன போன்ற விஷயங்களை விளக்கிச் சொல்லிக் கொண்டிருந்தார்.

மற்ற பிராஞ்சுகளில் வேலைக்குச் சேர்பவர்கள், தாங்கள் சேரும்போது அங்கிருக்கும் உணவக மேலாளரிடம் கொடுக்க

வேண்டிய கடிதம் அனைவருக்கும் வழங்கப்பட்டது. அதே ரெஸ்டாரெண்டில் இருப்பவர்களுக்கு மட்டும் அப்படி எதுவும் வழங்கப்படவில்லை. அனைத்தும் முடித்து எல்லோரும் கலைந்து சென்றபின் குரு கமலியின் அறைக்கு வந்தான். "கடைசியா ஒரு பொண்ணு வந்துச்சே அந்தப் பொண்ணப் பத்திதான அன்னைக்குச் சொல்லிட்டு இருந்த" "ம்ம் ஆமா அதேதான். நல்ல திறமைசாலி" "பட் முதல் நாளே லேட்டா வருதே" என்றார் குரு. "அதுக்கும் எதாச்சும் காரணம் இருக்கும்ங்க அதுலயும் மத்த எல்லாரும் காலேஜ்ல இருந்து வந்திருக்காங்க சோ ஒன்னா வந்துட்டாங்க. இந்தப் பொண்ணுதான் இன்னைக்கு லீவ் போட்ருச்சாமே. அதுதான் கடைசியா வந்துருக்கு. சரி பார்ப்போம் நாளைல இருந்து எப்படி வருதுன்னு" அதுல்யாவிற்கு ஆதரவாய்ப் பேசினாள் கமலி "ம்ம் பார்ப்போம் என்ன பண்றாங்கன்னு." பேசிக்கொண்டிருக்கும் போதே கணக்காளர் சில கோப்புகளுடன் உள்ளே வந்தார். "சார், உங்க கையெழுத்து வேணும்" என்று கோப்புகளையும், பேனாவையும் குருவின் அருகில் வைத்தார்.

குரு அந்த கோப்புகள் குறித்துக் கணக்காளரிடமும், கமலியிடமும் விவரங்களைக் கேட்டுத் தெரிந்து கொண்டு அதில் ஒவ்வொன்றாய்க் கையெழுத்திட்டுக் கொண்டே வந்தார். அவர் சென்றதும் அடுத்ததாய் மேலாளர் வந்தார். "என்ன சஞ்சீவ் எப்படி இருக்கீங்க?" என்றார் குரு. "நல்லா இருக்கேன் சார். நீங்க எப்படி இருக்கீங்க" "நல்லா சுகமா இருக்கேன்பா. என்ன பத்துப் பதினஞ்சு நாளுக்கு ஒரு வாட்டி உங்களத்தான் பார்க்க வேண்டியிருக்கு. இல்லைன்னா எல்லா நாளும் சுகமான காத்து வாங்கிட்டு ஜாலியா இருப்பேன். உக்காருங்க" குரு சடவு முறித்தவாறே சிரிப்புடன் பேசிக் கொண்டிருந்தார். அதைக்கேட்டு சஞ்சீவ் இலேசாகப் புன்முறுவல் பூத்தவாறே அருகிலிருந்த நாற்காலியில் அமர்ந்தார் "பாத்தீங்களா சஞ்சீவ் உங்க சார் என்ன சொல்றார்னு. நாமதான் அவரக் கஷ்டப்படுத்துறமாமா" என்று நக்கலடித்தாள் கமலி. "இல்லையா பின்ன எப்பவாச்சும் ஒரு நாளைக்கு வந்தாலும் பத்து ஃபைல முன்னாடி கொண்டு வந்து வெச்சுடறீங்க அப்புறம்" சலித்துக்கொண்டார் குரு.

"ஹலோ ஃபைல் பாக்கக்கூடாதுன்னா பிஸினஸே பண்ணக்கூடாது" கமலி பதிலளிக்க "சரி சரி, விடு. இப்ப என்ன விஷயம். உங்களுக்கு எத்தன ஃபைல்ல கையெழுத்து வேணும் சஞ்சீவ்" என்றார் சஞ்சீவைப் பார்த்து. "சார் எனக்கு அதிகம் இல்ல

சார், ரெண்டே ரெண்டுதான். பட் கொஞ்சம் டிஸ்கஸ் பண்ண வேண்டியதுதான் இருக்கு" என்று இழுத்தவாறே கோப்புகளை குருவின் முன்னால் வைத்தான். குரு வழக்கம்போல் அது குறித்துக் கேட்டுவிட்டு கையெழுத்துப் போட்டுக் கொடுத்துவிட்டு "சொல்லுங்க சஞ்சீவ் என்ன டிஸ்கஸ் பண்ணணும்" என்று நிமிர்ந்து உட்கார்ந்தார். "அது நான்தான் காலைல சொல்லிட்டு இருந்தேன் மதியம் குரு வந்ததும் மூணு பேருமாப் பேசலாம்னு அது பத்தித்தான் சஞ்சீவ் பேசறார்னு நினைக்கிறேன்" கேள்வியோடு சஞ்சீவைப் பார்த்தாள் கமலி. ஆமென்று தலையாட்டியவாறே சஞ்சீவ் அன்று காலையில் அவர்கள் இருவரும் பேசியது, அதன் பிறகு தலைமைச் சமையளாளரிடம் தான் பேசியது என்று அனைத்தையும் அவர்களிடம் சொல்ல ஆரம்பித்தான்.

★

9. புரிதல்

"மழைக்காலத்து
இரவொன்றில்
விலகிய மேகம் ஒவ்வொன்றும்
விளக்கிச் செல்கிறது
முழுப்பொளர்ணமி
இதுதான் என்பதை...."

ஞாயிற்றுக்கிழமை காலை மணி பதினொன்று. கமலி அங்கிருந்த நூலகம் ஒன்றின் முன் தனது காரை நிறுத்துவிட்டு, உள்ளே சென்று கொண்டிருந்தாள். வாசிப்புப் பழக்கம் என்பது அவளுக்குக் குழந்தைப் பருவம் தொட்டே இருந்தது. சிறு வயதில் காமிக்ஸில் தொடங்கி வார இதழ் மாத இதழ் என்று சென்று பின்பு தீவிர வாசிப்பாளராக மாறியவள். இந்த நூலகம் அந்த நகரத்தின் மைய நூலகம் இங்கு அவள் உறுப்பினராக இருந்தாள். பதினைந்து நாட்களுக்கு ஒரு முறையும் வந்து புத்தகங்களை மாற்றிக் கொண்டோ அல்லது பெரிய புத்தகங்களாக இருந்தால் கால அவகாசத்தை நீட்டித்துக் கொண்டோ செல்வாள். இந்த ஞாயிறு காலை என்பது அவளுக்கான நேரம். உள்ளே நுழைந்து நூலகருக்கு வணக்கம் வைத்தவள், சென்ற வாரம் எடுத்திருந்த புத்தகங்களை அவரின் மேஜையின்மீது வைத்துவிட்டு உள்ளிருந்த புத்தகங்கள் அடுக்கப்பட்ட பகுதியை நோக்கி நகர்ந்தாள்.

கூட்டம் அவ்வளவாக இல்லை என்றாலும், ஓரளவிற்கு இருந்தது. மாணவர்கள் சிலர் ஆங்காங்கே அமர்ந்து குறிப்புகளை எடுத்துக்கொண்டிருந்தனர்.

கமலி நடந்து உள்ளே தேடிக்கொண்டே சென்றவள் ஒரு கட்டத்தில் பெரியாரின் கட்டுரைகள் அடங்கிய நூலொன்றையும், உருமாற்றம் என்ற மற்றொரு மொழிபெயர்ப்பு நூலையும் எடுத்துக்கொண்டு நூலகரின் மேஜைக்கருகில் வந்தவள், அங்கு

ஏற்கெனவே ஒரு இளம்பெண் நின்று கொண்டிருப்பதைப் பார்த்து அமைதியாகக் காத்திருந்தாள். இளம்பெண் பேசி முடித்துவிட்டுத் திரும்பும்போதுதான் அது அதுல்யா என்பதை கவனித்தாள் கமலி. அதுல்யாவும் அப்போதுதான் அவளைப் பார்த்ததால் ஆச்சரியத்துடன் முகம் விரிந்தாள். ஏதோ பேச வந்தவளை சட்டென நிறுத்தி, "வெளிய கதவு கிட்ட நில்லு வர்றேன்" என்று காதருகில் கமலி முணுமுணுக்க சரியென்று தலையாட்டிச் சென்றாள்.

"என்ன அதுல்யா எப்படி இருக்க?" "மேடம் ரொம்ப நல்லா இருக்கேன் மேடம். நீங்க எப்படி இருக்கீங்க. சர்ப்ரைஸ்" என்றாள் அதுல்யா உற்சாகத்துடன். "ம்ம்ம் எனக்கும் தான். நீ லைப்ரரி வருவயா அடிக்கடி?" "ஆமாம் மேடம் நான் ஒரு அஞ்சு வருஷமா இங்க மெம்பர்" "ஓ ரியலி கிரேட் நானும் ரொம்ப நாளா மெம்பர்தான் பட் உன்னப் பார்த்த மாதிரியே ஞாபகம் இல்லயே" கமலி அதுல்யாவின் தோளைத் தொட்டபடி கேட்க. "நோ மேடம் நாம இதுக்கு முன்னாடி அறிமுகம் இல்லைல அதனால கூடத் தெரியாம இருந்திருக்கலாம். இப்போ அறிமுகம் ஆனதால, பார்த்துக்கிட்டோம்னு நினைக்கிறேன்" "கண்டிப்பா இருக்கலாம். ஏன்னா இங்க யாரும் மீட் பண்ணியெல்லாம் பேசிக்கிறது இல்லைல்ல வர்றோம் புத்தகங்கள எடுக்குறோம் போயிடறோம் அவ்வளவுதான" "எஸ் மேடம்" என்றாள் அதுல்யா. "சரி வா அங்க போய் ஒரு காஃபி சாப்பிட்டுட்டே பேசுவோம்" கமலி அதுல்யாவிடம் அங்கிருந்த ஒரு காஃபி ஷாப்பைக் காண்பித்துக் கூப்பிட்டாள்.

அதுல்யாவிற்கு அது ஆகப்பெறும் இன்ப அதிர்ச்சியாக இருந்தது மேடம் என்று இழுத்தாள். "நிஜமாத்தான் கூப்பிடுறேன். ஏன் நான் கூப்பிட்டா எல்லாம் வரமாட்டயா? நான் யூத் இல்லதான் பட் அவ்வளவா போரிங்கும் இல்லன்னு நினைக்கிறேன்" கமலி கிண்டலாகப் பேசிவிட்டு அதுல்யாவை ஓரப்பார்வையில் பார்த்தாள். "அய்யய்யோ மேடம் அப்படி எல்லாம் ஒண்ணும் இல்ல வாங்க போகலாம்" அதுல்யா பதற கமலி சிரிக்க இருவரும் அங்கிருந்து கிளம்பினர். அந்த காஃபி ஷாப்பின் ஓரமாக இருந்த டேபிளில் இருவரும் அமர்ந்தனர். பெரும்பாலும் அங்கு வரும் கூட்டம் நூலகத்திற்கு வரும் கூட்டமாகவே இருந்தது. அமர்ந்திருந்தவர்களில் பெரும்பாலானவர்களின் கையில் புத்தகங்கள் இருந்தன.

கமலி அந்தக் கடையின் மொத்த அமைப்பையும் பார்வையால் அளந்து கொண்டிருந்தாள். அவள் அவ்வாறு பார்ப்பதைப் பார்த்து

அதுல்யா இலேசாகச் சிரிக்க "நீ என்ன நினைக்கிறேன்னு தெரியுது. பட் பிஸினஸ் மைண்ட் இல்ல அப்படித்தான் யோசிக்கும்" என்று கண்ணடித்தாள் கமலி. கடையின் பணியாளர் அவர்களின் முன்பு பணிவாக வந்து நிற்க "எனக்கு ஒரு காப்பசினோ" என்று விட்டு கமலி அதுல்யாவைப் பார்க்க "எனக்கு ஒரு கோல்ட் காஃபி" என்றாள் அதுல்யா. பணியாளர் அங்கிருந்து நகர்ந்தார். "சோ எல்லா சண்டேவும் வருவயா இங்க?" "இல்ல மேடம் ஒருவாரம் விட்டு ஒரு வாரம் புக் மாத்திட்டுப் போக வருவேன்".

அதுல்யாவின் கையில் இருந்த புத்தகங்களை நோட்டம் விட்ட கமலி "ஓ கிரேட் களப்பிரர்கள் பத்திய புத்தகமா அருமை. அது என்ன இன்னொன்னு வேர்கள் சுருங்கிய பதிப்பா குட் குட். நல்ல ரசனை" "மேடம் இந்த ரெண்டு புக்கும் நீங்க படிச்சிருக்கீங்களா" என்றாள் அதுல்யா கேள்வியுடன். "படிச்சிருக்கேன் டா களப்பிரர்கள் வரலாறு இந்தியாவின் மறைக்கப்பட்ட பல வரலாறுகள்ள ஒண்ணு. நம்ம தமிழ்நாட்ட ஆண்ட மன்னர்கள்னு நாம சேர, சோழ, பாண்டியர்களைத் தவிர பல்லவர்கள மட்டும்தான் சொல்றோம். ஆனா இவங்களும் அவங்களுக்குக் குறைஞ்சவங்க இல்லை அப்படின்றதுதான் உண்மை. ஆனா இதப் பத்தி யாரும் பேசுறது கூட இல்ல. அதுதான் கொடுமை. என் நண்பர் ஒருத்தரோட பிளாக்ல களப்பிரர்கள் பத்தி எழுதியுருந்தாரு அதப்படிச்சுட்டுதான் நான் அது பத்தின புத்தகத்தத் தேடி எடுத்தேன் லைப்ரரில. படிக்க வேண்டிய புத்தகம்". அதுல்யா அவள் பேசுவதையே அமைதியாகத் தலையாட்டியபடி கேட்டுக் கொண்டிருந்தாள்.

"அப்புறம் இந்த வேர்கள். நீ வேணும்னா இப்போதைக்கு இதப் படி இதனோட விரிவான பதிப்பு எங்கிட்ட இருக்கு அத நான் உனக்குத் தர்றேன். அதாவது அந்த மூலப் புத்தகத்த எந்த விதமான சுருக்கமும் செய்யாம அப்படியே மொழிபெயர்ப்புச் செஞ்சது." "ஓ அப்படியா, சூப்பர் மேடம். நான் இங்க அதுதான் தேடுனேன் கிடைக்காமத்தான் இத எடுத்தேன்" என்றாள் அதுல்யா உற்சாகத்துடன். "நான் உனக்குத் தர்றேன்" கமலி அதுல்யாவிற்கு உறுதி அளித்தாள்.

அவர்கள் பேசி முடிக்கவும் பணியாளர் அங்கு வரவும் சரியாக இருந்தது. இருவரும் தங்களின் காஃபியை எடுத்துக் குடிக்கத் தொடங்கினர். "சோ எப்படிப் போகுது வேலை எல்லாம்?" கமலி கேட்க. "நல்லாப் போகுது மேடம். நீங்க வருவீங்கனு எதிர்பார்த்தேன் ஆனா, காணோம்" "அது கொஞ்சம் வேற வேலைல மும்முரமா இருந்துட்டேன் அதனாலதான் வர

முடியல. இந்த வாரம் கண்டிப்பா வருவேன்" என்றுவிட்டு "ம்ம் நானே உன்னப் பார்த்து ஒரு விஷயம் பேசனும்னு நினைச்சுட்டு இருந்தேன். இப்ப மீட் பண்ணதும் நல்லதாப் போச்சு. பர்சனல் டைம்ல அஃபீசியல் பேசுறேனு ஒன்னும் தப்பா நினைச்சுக்காத சரியா" கேட்டு நிறுத்தினாள் கமலி. "மேடம் தட்ஸ் ஓகே நீங்க சொல்லுங்க மேடம்" என்றாள் அதுல்யா. "ம்ம் அது என்னன்னா நம்ம ரெஸ்டாரெண்ட்ல புதுசா பிரேக்ஃபாஸ்ட்ல சில ஐட்டம்ஸ் சேக்கலாம்ன்ட்டு இருக்கோம். அது என்னன்னா பழைய சோறுனு சொல்லுவாங்கல்ல கஞ்சி அதுவும் அப்புறம் கம்பங் கூழும்" என்றுவிட்டு அதுல்யாவின் முகபாவனைகளை உற்று நோக்கினாள் அவள் எதிர்பார்த்தது போலவே அதுல்யாவின் முகம் ஆச்சரியத்தை வெளிப்படுத்தியது.

"எஸ் அதேதான் நீ ஏன் ஆச்சரியப்படுறேன்னு எனக்குத் தெரியுது. பட் உனக்குத் தெரியுமா? இல்லையான்னு? தெரியல வெளிநாடுகள்ள எல்லாம் இது விற்பனைப் பொருளா வந்து ரொம்ப நாளாச்சு. நம்மளும் இந்தப் பாரம்பரியம், சிறுதானியம் இதத்தான் தீமா வெச்சுச் செயல்படுறோம். சோ நாமளும் இத விற்பனை செஞ்சா என்னன்னு தோணுச்சு, அதனோட வெளிப்பாடுதான் இது. பட் இன்னொரு விஷயமும் தெரிஞ்சுக்கோ இது ஹைலி கான்ஃபிடன்ஷியல் இதுவர நம்ம ஸ்டாஃப் யாருக்கும் சொல்லல. உனக்கு மட்டும்தான் சொல்லியிருக்கேன். நம்ம மேனேஜர். ஹெட் குக், குரு, நான் அப்புறம் நீ இவ்வளவு பேருக்கு மட்டும்தான் இது தெரியும். இப்ப இத எதுக்கு நான் உங்கிட்டச் சொல்றேன்னா மெனுவுல என்னென்ன சேர்க்கனும்னு நாங்க டிஸ்கஸ் பண்ணியிருக்கோம் ஆனா அத எப்படிப் பிரசன்ட் பண்ணினா நல்லா இருக்கும்னு நீ கொஞ்சம் ஐடியாஸ் சொன்ன நல்லா இருக்கும். சோ, நீ கொஞ்சம் யோசிச்சுச் சொல்லு" கமலி முடித்தாள்.

சற்று நேரம் அமைதியாக யோசித்துக் கொண்டிருந்த அதுல்யா "மேடம் அது எப்படி சிங்கிள் டிஷ்ஷா இல்ல காம்போ மாதிரி குடுக்கப் போறீங்களா" கமலியைப் பார்த்துக் கேட்டாள். "சிங்கிள்னு சொல்ல முடியாது. இப்போ பார்த்தீனா நம்ம வீட்ல அந்தப் பழைய கஞ்சி குடிக்கிறப்போ எப்படிச் சாப்பிடுவோம், அது கூட ஊறுகாய், மிளகாய் வத்தல், சின்ன வெங்காயம், பச்ச மிளகாய் இப்படி அந்த நேரத்துல என்ன தோணுதோ அதச் சாப்பிடுவோம் இல்லையா அதே போலத்தான் நாம கொடுக்கப்போறதும் கஞ்சி கூட சைடு டிஷ் எல்லாமும், சேம். இதேதான் கம்பங்கூழுக்கும்"

என்றாள் "ம்ம் மேடம் இது ரெண்டு மட்டும்தானா இல்ல வேற எதாவதும் பண்றோமா? இல்ல இப்போதைக்கு இது ரெண்டு மட்டும்தான் இது ஓகே ஆச்சுனா அடுத்தடுத்து களி கூட சேக்கலாம்ண்ட்டு இருக்கோம்" "வாட் களியா" என்று வாயைப் பிளந்தாளா அதுல்யா. "ஹாஹா, ஏன் உனக்குப் பிடிக்காதா?" "நோ மேடம் அப்படி இல்ல, ஜஸ்ட் கேட்டேன்" என்று அமைதியானாள்.

பணியாளர் சாப்பிட்டதற்கான ரசீதைக் கொண்டு வந்து வைக்க கமலி அதில் அதற்கான தொகையை வைத்துவிட்டு "போலாமா" என்று கேட்டாள் அங்கிருந்த டிஷ்யூ பேப்பர் ஒன்றை எடுத்து வாயை இலேசாக ஒத்தி எடுத்தபடி. "எஸ் மேடம் கிளம்பலாம்" அதுல்யா தன்னுடைய பையையும், புத்தகங்களையும் எடுத்துக்கொள்ள கமலியும் கிளம்பினாள். அப்பொழுதுதான் அதுல்யா கமலியின் கையில் இருந்த புத்தகங்களைப் பார்த்தாள் பெரியாரின் கட்டுரைத் தொகுப்புப் புத்தகத்தைப் பார்த்துவிட்டு "வாவ் மேடம், இந்த புக்கா, சூப்பர்" என்றாள் "படிச்சிருக்கியா" "ஆமாம் மேடம் படிச்சுட்டேன். அதுல அவர் விடுதலைல எழுதின கட்டுரைகள் எல்லாம் தொகுப்பா இருக்கும். அதுல என்னால மறக்கவே முடியாத வரி ஒன்னு இருக்கு மேடம். பெரியார் கணவன்மார்கள் மனைவிகள அடிக்கிறதப் பத்தி எழுதியிருப்பார். அதுல சொல்லுவாரு "நீங்க உங்க வீட்டுக்காரன் உங்கள அடிக்க வரும்போது வீட்டுல உள்ள விளக்குமாத்த எடுத்து, அடிப்பியா அடிப்பியான்னு கேட்டு ஒரு தடவ நையப் புடைங்க அடுத்த முறை அவன் உங்கள அடிக்கிறானான்னு பார்க்கலாம்னு சொல்லியிருப்பார். அதப் படிச்ச உடனே எனக்கு நல்லாச் சிரிப்பு வந்துருச்சு மேடம். உண்மைல அப்படி நடந்தா எப்படி இருக்கும்" என்றுவிட்டு வாயில் கை வைத்து இலேசாகச் சிரித்தவள் மீண்டும் தொடர்ந்தாள் "இப்பவும் இவ்வளவு முன்னேறிய இந்தக் கால கட்டத்துலயுமே மனைவிய அடிக்கிற கணவன்கள் இருக்கத்தான் செய்யுறாங்க; அப்போ பெரியார் இத எழுதுன கால கட்டம் எப்படி இருந்திருக்கும் யோசிச்சுப் பாருங்க" என்றாள்.

"கரெக்ட்" என்ற கமலி "ஆமா உங்க வீட்ல எப்படி இப்படி எதுவும் நடக்குமா?" என்று கேட்க சற்றே நிதானித்த அதுல்யா, "நோ மேடம். என்னோட பேரன்ட்ஸ் ரெண்டு பேரும் நண்பர்கள் மாதிரிதான். ஒருத்தருக்கொருத்தர் எப்பவுமே தோள் கொடுத்துத்தான் நிப்பாங்க. அவங்க சண்ட போட்டு நான் பார்த்ததே இல்ல" என்றாள் கமலியை நேருக்கு நேராகப் பார்த்து. "கிரேட். ஈவன்

நானும் குருவும் கூட அப்படித்தான். அப்புறம் நான் இப்படிக் கேட்டேன்னு நீ எதுவும் சங்கடமா நினைச்சுக்காத நான் சும்மா விளையாட்டுக்குத்தான் அப்படிப் பேசினேன்" என்றாள் கமலி அதுல்யாவிடம், குரலில் நிஜமாகவே மன்னிப்புக் கேட்கும் பாவனை இருந்தது. "அய்யோ மேடம் இட்ஸ் ஓகே" இருவரும் பேசிக்கொண்டே காரின் அருகில் வந்தனர்.

"நீ எப்படி வந்த" "பஸ்லதான் மேடம்" "சரி வா, நான் உன்ன பஸ் ஸ்டாப்புல இறக்கி விடுறேன்" "வேண்டாம் மேடம் நானே போய்ப்பேன் இதோ அதுதான் பஸ் ஸ்டாப், பக்கம்தான்" என்று அதுல்யா கை காட்டிய இடம் கொஞ்சம் அருகிலேயே இருந்ததால் கமலியும் சரியென்று காரில் ஏறிக்கொண்டாள். "நான் சொன்ன விஷயம் ஞாபகம் இருக்கட்டும் யோசிச்சு வெய் ஓகே" காரிலிருந்த கண்ணாடியை இறக்கி அவளிடம் கூறிவிட்டு கையசைத்துக் காரைக் கிளப்பினாள். எவ்வளவு எளிமையா இருக்காங்க என்று மனதுக்குள் நினைத்தபடி நகர்ந்து செல்லும் காரையே பார்த்துக் கொண்டிருந்தவள், எதிர்பாராத விதமாக, தனது பள்ளித் தோழியொருத்தியை அங்கே கண்டாள்.

இருவரும் சிறிதுநேரம் அங்கேயே பரஸ்பரம் நலம் விசாரித்துக்கொண்டும், பேசிக்கொண்டும் நின்றுகொண்டிருந்தனர். விடைபெற்றுத் திரும்பும்போது அவள் இருந்த இடத்திலிருந்து சற்றுத் தள்ளி ஒரு இரண்டு சக்கர வாகனம் வேகமாக வந்து கிரீச்சிட்டு நின்றது. அதிலிருந்து ஒரு இளைஞனும், இளைஞியும் இறங்கினர். இளைஞன் தான் அணிந்திருந்த ஹெல்மெட்டைக் கழற்றும்போது அதுல்யா அவனைக் கவனித்தாள் அவனை எங்கோ பார்த்திருந்த ஞாபகம்! இருவரும் வண்டியை விட்டு இறங்கி அவர்களுக்குள் பேசிக்கொண்டே நூலகத்தின் நுழைவுப் பகுதியை நோக்கி நடந்தனர். அவன் உள்ளே போகும்முன், அங்கிருந்த கார்களை எல்லாம் நோட்டம் விட்டுக்கொண்டே சென்றான். யார் இது? எங்கயோ பார்த்திருக்கேனே என்று அதுல்யா மூளையைக் கசக்க, சடாரென்று மின்னல் அடித்தது அது தருண் அன்று கமலியுடன் கல்லூரிக்கு வந்திருந்தவன்.

தருண், நிவிதா இருவரும் நூலகத்தில் நுழைந்து கொண்டிருந்தனர். "டேய், ஏண்டா இப்படித் திருட்டு முழி முழிக்கிற" என்றாள் நிவிதா தருணிடம் இருவரும் நுழைவு வாயிலருகில் நின்று கொண்டிருந்தனர் "உனக்குத் தெரியாது நிவி எங்க அத்தை இந்த லைப்ரரிக்குத்தான் வருவாங்க அதுவும் சண்டேலதான். நான் நிறைய முறை அவங்களோட வந்துருக்கேன்"

“சரி அதுக்கு?” “அதுக்கு ஒண்ணும் இல்ல நம்ம நேரம் மோசமா இருந்து இப்ப அவங்க இங்க நம்மளப் பாத்துட்டா? அதான் சுத்திச் சுத்திப் பார்த்துட்டே வரேன்.” தருண் சலிப்புடன் கூற “சரி இப்ப உனக்கு என்ன அவங்க இங்க இருக்காங்களா இல்லையானு தெரியணும் அவ்வளவுதானே” “ஆமாம்” “சரி அவங்களுக்கு ஃபோன் பண்ணு” “என்னது” என்றான் தருண் அதிர்ச்சியுடன் “டேய் ஃபோன் பண்ணி எங்க இருக்கீங்கன்னு கேஷுவலாக் கேளு டா. அப்போ தெரியும்ல இங்க இருக்காங்களா இல்லையான்னு”.

தருணுக்கும் அது சரியென்று படவே அலைபேசியை எடுத்து அத்தைக்கு அழைத்தான் “சொல்லுடா” என்றது எதிர்முனை “எங்க இருக்கீங்க அத்த” “லைப்ரரி போயிட்டு வீட்டுக்குப் போயிட்டு இருக்கேன். சொல்லுடா என்ன விஷயம்?” “எவ்வளவு நேரம் ஆகும் வீட்டுக்கு வர” “எப்படியும் பதினைஞ்சு நிமிஷம் ஆகும்னு நினைக்கிறேன் ஏண்டா” “ஒன்னும் இல்ல வீட்டுக்கு வரலாம்ன்னுதான் கேட்டேன். சரி நீங்க டிரைவிங்ல இருக்கீங்க பாருங்க பை” “சரி ஓகே பை” தருண் அலைபேசியைத் துண்டித்துவிட்டு நிவிதாவிடம் “ஹ்ம்ம் நமக்கு நேரம் நல்லா இருக்கு அத்த வந்துட்டு போயிட்டாங்க” “அதுதான் வந்துட்டு போயிட்டாங்கள்ள அப்புறம் என்ன வா உள்ள போலாம்” நிவிதா அழைக்க, இருவரும் உள்ளே சென்றனர். அச்சமயம் அதுல்யா அங்கிருந்த பேருந்து நிறுத்தத்தை நோக்கிச் சாலையைக் கடந்து சென்று கொண்டிருந்தாள்.

இருவரும் நூலகத்தினுள் நுழைந்து கையெழுத்திட்டுவிட்டு உள்ளே சென்றனர். நிவிதா நூலகரின் மேஜையில் சென்று புத்தகங்களை வைக்க, அதைச் சரிபார்த்துவிட்டு நிமிர்ந்த நூலகர். அவளின் பின்னால் நின்றுகொண்டிருந்த தருணை சிறிது உற்றுப் பார்த்துவிட்டு “தம்பி நீங்க கமலி மேடத்தோட அண்ணன் பையன் தான. அவங்க கூட வருவீங்களே அடிக்கடி” என்று கேட்க இலேசாகப் பதட்டமடைந்த தருண் “ஆமாம் சார். நானேதான்” என்றான். “நீங்க வெளிய எங்கயோ படிக்கப் போயிருக்கறதா மேடம் சொன்னாங்களே” “ஆமாங்க போயிருந்தேன் படிப்ப முடிச்சுட்டு போன மாசம் தான் வந்தேன்” “அப்படியா சரி தம்பி ரொம்ப சந்தோஷம். இப்பதான் அத்த வந்துட்டுப் போனாங்க” என்றவர் அடுத்தடுத்து பின்னால் ஆட்கள் சேருவதைக் கண்டு “சரி தம்பி பார்க்கலாம்” என்று அவனை அனுப்பி வைத்தார்.

அதற்குள் அங்கிருந்து சென்ற நிவிதா பொறுமையாகப் புத்தகங்களைத் தேடிக்கொண்டிருக்க, தருண் என்ன செய்வதென்று புரியாமல் செய்தித்தாள்கள் இருந்த பகுதியில் சென்று அமர்ந்து கொண்டான். நிவிதா தனக்கு வேண்டிய இரண்டு புத்தகங்களை எடுத்துக்கொண்டு நூலகரிடம் சென்று பதிவு செய்து வந்தாள். நிவிதா வெளியே செல்வதைக் கவனித்துவிட்டு தருண் சற்று தாமதமாக அங்கிருந்து எழுந்து வெளியே வந்தான். நுழைவுப் பகுதியில் நிவிதா இவனைக் காணாமல் தேடிக்கொண்டிருப்பதைப் பார்த்து பின்னால் சென்று அவளின் தோளில் தொட்டுவிட்டு முன்னால் சென்றான். யாரோ தன்னை பின்னாலிருந்து அழைப்பதைப்போல் உணர்ந்த நிவிதா தருணைக் கண்டதும் "டேய் எங்கடா போன நில்லுடா" என்று அழைத்துக்கொண்டே பின்னால் வேகமாக வர, தருண் நிற்காமல் அவளைக் கண்டுகொள்ளாமல் நேராக வண்டியினருகில் சென்று ஹெல்மெட்டை எடுத்து அணிந்து கொண்டான்.

"டேய் என்ன ஆச்சுடா உனக்கு எதுக்கு இப்படி இவ்வளவு வேகமா வந்து ஹெல்மெட்ட மாட்டிட்டு நிக்குற? திடீர்னு எங்கடா காணாமப் போன? வெளில வந்து தேடிட்டு இருந்தேன்" நிவிதா மூச்சிரைக்க அவன் முன் வந்து நின்றாள். "உள்ள அந்த லைப்ரரியன் பேசுனத கேட்டல்ல அவருக்கு என்ன ஞாபகம் இருக்கு. நான் மறந்துருப்பான்னு நினைச்சு அசால்ட்டா உள்ள வந்துட்டேன். பாத்தா அந்தாளு கரெக்டா கேக்குறார். அதனாலதான் திரும்ப வெளில வரும்போது கூட உன் கூட வராம கொஞ்சம் தள்ளி, பின்னாடி வந்தேன். சரி வா சீக்கிரம் இங்கிருந்து கிளம்பலாம்" வண்டியில் ஏறி அமர்ந்து கொண்டே பேசினான். "டேய், நான் ஒன்னு சொல்லட்டா! உங்க அத்தயும், நாமளும் ஒரே ஊர்லதான இருக்கோம். அப்ப இங்க மட்டுமில்ல ஊர் முழுக்க எல்லா இடத்துலயும் அவங்களுக்குத் தெரிஞ்சவங்க இருக்கத்தான் செய்வாங்க. அதுக்காக எங்கயும் போகாமயா இருக்க முடியும்? நீ இவ்வளவு நாளா வெளில இருந்த; சோ பிரச்சின இல்ல. ஆனா இப்ப அப்படி இல்லை. தெரிஞ்சாதான் இப்ப என்ன, பாத்துக்கலாம் விடு" என்றாள் நிவிதா நிதானமாக.

"அதுக்காக அவ்வளவு கேசுவலா எல்லாம் இருக்க முடியாது நிவி. நீ முதல்ல கிளம்பு. இந்த பிஸினஸ் விஷயத்துலயே ரோஹன் பண்ண வேலைல அவங்களச் சமாளிக்க எவ்வளவு கஷ்டப்பட்டேனு எனக்குத்தான் தெரியும். இதுல இப்ப இதுவும் தெரிஞ்சுதுனா அவ்வளவுதான். நிவி சில காரணங்களுக்காக நம்ம

விஷயத்த முடிஞ்சவர நானேதான் அத்தகிட்ட சொல்லனும்னு நினைக்கிறேன். அதுவரைக்கும் வேற யார் வழியாவும் அவங்க எதுவும் தெரிஞ்சு என்னக் கூப்பிட்டுக் கேக்குறத நான் விரும்பல. புரிஞ்சுக்க" என்றான் தருண் தெளிவாக. அவன் பேசுவதை அமைதியாகக் கேட்டுக்கொண்டிருந்த நிவிதா அவனது கண்களை நேருக்கு நேராக சில நொடிகள் பார்த்துவிட்டு "சரி கிளம்பு, போகலாம்" என்றவாறு வண்டியில் ஏறி அமர்ந்தாள்.

"போலாம்னு சொன்னதும் உட்கார்ந்துட்ட எங்க போறோம்? இப்ப அத யாரு சொல்றது?" "கொழுப்புடா உனக்கு ! எல்லாத்தயும் நான் தான் சொல்லனுமா? நீயா எதையும் யோசிக்க மாட்டியா" பின்னாலிருந்து அவனை இடித்தாள் நிவிதா. "நிவி, உன் பேச்ச மீறி, உன் பேச்சக் கேட்காம நான் எதையாச்சும் செய்வனா சொல்லு? நான் எப்பவுமே உன்னோட பேச்ச மட்டுமே கேட்குற பையண்டா" "ஆமா இதுக்கெல்லாம் ஒன்னும் குறைச்சல் இல்ல" "ஏய் என்ன இப்படி சளிச்சுக்குற உலகத்துல அவ அவ இப்படி ஒரு ஆளு கிடைக்காதான்னுதான் ஏங்கிட்டு இருக்காங்க தெரியும்ல" "டேய் அடங்குடா ஓவரா பேசாதே" "முடியாது, என்னடி பண்ணுவ?" "டேய் அந்த என்ட்ரன்ஸ்ல வர்றது உங்க அத்த கார் மாறியே இல்ல" என்றாள் நிவி "என்னது எங்க." என்று உடனடியாய் பதட்டமானான் தருண்.

கடகடவென்று சிரித்த நிவிதா"என்னடா பயந்துட்டயா?" என்று மேலும் சிரிக்க எரிச்சலான தருண் "அடிப்பாவி கலாய்க்கிறியா? இருடி ஒரு நாள் அத்த முன்னாடி உன்னக் கொண்டுபோய் நிறுத்துறேன் அப்பத் தெரியும் உனக்கு" "எனக்கு என்ன பயம் தாராளமாக் கொண்டு போய் நிறுத்து. நான் அவங்கள நேரடியாப் பார்த்து ஆன்ட்டி இப்படி இப்படி ஆன்ட்டி இதுதான் விஷயம் எனக்கு உங்க மருமகனக் கல்யாணம் பண்ணிக் குடுப்பீங்களான்னு கேட்டுருவேன்" என்றாள். "என்னது" என்று அதிர்ச்சியடைந்த தருணிடம் "ஆமா எப்படியாயிருந்தாலும் ஒருநாள் பேசித்தானே தீரணும் அதனால நான் ஆல்ரெடி பிராக்டீஸ் பண்ணி வெச்சுருக்கேன். சோ, நீ இப்பக் கூப்பிட்டாலும் நான் வர ரெடி" "சரிதான், அப்போ எனக்கு வேல மிச்சம் தான்!" "ஆமா ஆமா அப்படித்தான்! நீ இப்ப வண்டிய எடு". இருவரையும் சுமந்து கொண்டு வண்டி அங்கிருந்து கிளம்பி சாலையில் சென்று கலந்து மறைந்தது.

★

10. புதியதோர் ஆரம்பம்

"ஏதொரு ஆரம்பமும்
எதிர்நோக்கிச் செல்கிறது
நல்லதொரு முடிவை..."

நாட்கள் ஓடி இரண்டு மாதங்கள் கடந்திருந்தது. அன்று சனிக்கிழமை காலை ரெஸ்டாரெண்ட் அலங்கரிக்கப்பட்டு நிகழ்ச்சி ஒன்றிற்குத் தயாராய் இருந்தது. குடும்ப வாடிக்கையாளர்கள் அதிகம் வரும், குடியிருப்புப் பகுதியில் அமைந்திருக்கும் அதுல்யா வேலை செய்யும் கிளை அது. கமலி அன்று காலை ஏழு மணிக்கெல்லாம் அங்கு வந்துவிட்டாள். அவர்களுடைய மெனுவில் புதிதாய் மிகவும் சிறப்புமிக்க, சத்தான இரண்டு காலை உணவுகளை அறிமுகப்படுத்தும் நிகழ்ச்சி அது. இதுவரை அந்தக் கிளையில் மட்டும் காலை உணவு என்பதே இல்லாமல் இருந்தது. குடியிருப்புப் பகுதி மக்கள் மட்டுமே என்பதால் பெரும்பாலும் அங்கு காலை உணவிற்கு யாரும் வர மாட்டார்கள் என்றெண்ணி அப்படி அமைத்திருந்தார்கள். ஆனால் இப்பொழுது முடிவு மாற்றப்பட்டு இருந்ததால் முதல் நாள் என்பது விளம்பர நோக்கத்துடனும் அமளிதுமளிபட்டது.

குரு தனக்குத் தெரிந்த நண்பரும் வேளாண்மைப் பல்கலைக்கழகத்திலிருந்து ஓய்வுபெற்ற பேராசிரியருமான ஒருவரை விருந்தினராக அழைக்க, அவரும் குடும்பத்துடன் காலை சரியாக எட்டு மணிக்கு வருவதாய் வாக்குக் கொடுத்திருந்தார்.

மணி எட்டாவதற்கு ஐந்து நிமிடம் இருப்பதாய்க் கடிகாரம் காட்டியபோது உணவகத்தின் முன்பு ஒரு கார் வந்து நின்றது. "கமலி அவரு வந்துட்டாருபாரு வா" என்று குரு அழைக்க கமலி வேகமாக வெளியே சென்றாள். அவர்களுக்கான வரவேற்பெல்லாம் முடிந்து அங்குள்ள குடும்பத்துடன் வரும் வாடிக்கையாளர்களுக்கான தனி அறைகளில் ஒன்றுக்கு அழைத்துச் செல்லப்பட்டு அமர வைக்கப்பட்டனர். சரியாக அந்நேரத்தில்

தருணும் அங்கு வந்து சேர்ந்திருந்தான். சற்று நேரம் அவர்களுடன் பேசிக்கொண்டிருந்துவிட்டு கமலி வெளியே சென்று அதுல்யாவை அழைத்து அவர்களுக்கான உணவை எடுத்து வரும்படி பணிக்க, அதுல்யா தன்னுடன் வேறு சில பணியாளர்களையும் அழைத்துக் கொண்டு சமையலறையின் உள்ளே சென்றாள்.

அதுல்யா விருந்தினர்கள் அமர்ந்திருந்த அறைக்குள் நுழைந்து தான் கொண்டு வந்த தட்டினை வைக்க அவள் பின் ஒருவர் பின் ஒருவராக மற்ற பணியாளர்களும் உணவுப் பதார்த்தங்களை அடுக்கத் தொடங்கினர். அவற்றைப் பார்த்த அனைவரின் முகத்திலும் மகிழ்ச்சி. முக்கிய அறிமுக உணவான கஞ்சி, கம்பங்கூழ் இவற்றுடன் குழந்தைகளுக்காக சில ஃபாஸ்ட் ஃபுட் உணவுகளும் வைக்கப்பட்டிருந்தன. அந்தக் கஞ்சியும், கூழும், தட்டில் வைத்து வழங்கப்பட்ட விதம்தான் அனைவரையும் ஈர்ப்பதாக இருந்தது. ஒரு பெரிய தட்டில் அரைலிட்டர் கொள்ளளவு கொண்ட மண்பானை மூடிய நிலையில் வைக்கப்பட்டிருந்தது. குமிழுடன் கூடிய அந்த மூடியிலும் பானையிலும் அவர்களின் லோகோ பொறிக்கப்பட்டிருக்க, அருகில் ஒரு சிறிய மண் கலயம், மற்றும் அதனுடன் இரண்டு கரண்டிகள் ஒன்று சற்று சிறியதாயும் அடுத்தது கொஞ்சம் பெரியதாயும் பேக் செய்யப்பட்டு வைக்கப்பட்டிருந்தன.

அதனருகில் ஒரு சிறிய பீங்கான் கிண்ணத்தில் ஊறுகாய், மற்றொன்றில் மோர் மிளகாய் இருந்தது. அடுத்து மண்ணால் செய்யப்பட்ட தட்டுப் போன்ற ஒன்றில் ஆறேழு சின்ன வெங்காயம் உரிக்கப்பட்டு, இரண்டு பச்சை மிளகாய்களுடன் வைக்கப்பட்டிருந்தது. அடுத்ததாகக் கம்மங்கூழ் அதுவும் இதே போல ஒரு பெரிய தட்டில் அதே அரை லிட்டர் கொள்ளளவு, கொண்ட மூடப்பட்ட பானையில் அருகில் சிறிய கலயத்திற்குப் பதில் ஒரு மண்ணால் செய்யப்பட்ட குவளை இருந்தது. அதனருகில் மற்றொரு மண்ணால் செய்யப்பட்ட தட்டுப் போன்ற ஒன்றில் வடகம் இருந்தது. வடகம் வடிவம் அனைத்தும் அவர்களின் லோகோ நிறம் மட்டும் வித விதமாய். அதற்கடுத்து ஒரு சிறிய கரண்டியும், பீங்கான் கிண்ணத்தில் மோர் மிளகாய், உப்பு, மிளகுத்தூள் போடப்பட்ட பச்சை மாங்காய் போன்றவை இருந்தன. கஞ்சியுடன் இருந்த பீங்கான் கிண்ணம் வெள்ளை நிறத்திலும், கூழுடன் இருந்தது பச்சை நிறத்திலும் இருந்தது. கரண்டிகள் அனைத்தும் மரத்தால் ஆனவை.

அதைப் பார்த்துவிட்டு கமலியையும், குருவையும் நிமிர்ந்து பார்த்த பேராசிரியர். "பிரசன்டேஷன் ரொம்ப அருமை. பிரமாதம். இதப் பாத்தாலே சாப்பிடணும் போல தோணுது." என்றார் நெஞ்சார. அவரது மனைவியும் அதையே ஆமோதித்தார். "சார் சாப்பிட்டுப் பார்த்து எப்படி இருக்குன்னு சொல்லுங்க" என்றான் குரு. "கண்டிப்பா, கண்டிப்பா" என்றவாறு பாக்கெட்டைப் பிரித்து கரண்டியை வெளியே எடுத்து கஞ்சியைச் சிறிய கலயத்தில் ஊற்றிக் கொஞ்சம் கொஞ்சமாகக் குடித்தவர். நான்கைந்து வாய் குடித்தபின் எதுவுமே பேசாமல் தலை கவிழ்ந்து அமர்ந்திருந்தார். குருவும் கமலியும் லேசாகப் பதட்டமாக, நிமிர்ந்தவர் தன்னுடைய கண்ணாடியைக் கழற்றிக் கொண்டே "டிவைன் யா" என்றார். இருவரின் முகத்திலும் சந்தோஷம் பெருகியது. "சத்தியமா எங்க அம்மாவையும், என்னோட சின்ன வயசையும் எனக்கு ஞாபகப்படுத்தீட்டீங்க. நான் இத எதிர்பார்க்கவே இல்ல. பிரமாதம்" என்றபடி உணர்ச்சிவசப்பட்டவராய் கண்ணைத் துடைத்துவிட்டு மீண்டும் கண்ணாடியை அணிந்து கொண்டார்.

அவரது மனைவி அவரது கையை ஆறுதலாய்ப் பற்ற தருண் தண்ணீர் பாட்டிலை அவர் முன்பு திறந்து வைத்தான். "தேங்க்ஸ்பா... "என்றார் பேராசிரியர் தருணைப் பார்த்துப் புன்னகைத்தபடி. மண்பானை இவற்றையெல்லாம் பார்த்து குழந்தைகளும் அது வேண்டுமென்று அடம்பிடிக்க கமலி அவர்களுக்கும் கொடுக்கும்படி அங்கிருந்தவர்களுக்கு உத்தரவிட்டாள். அடுத்த பத்தாவது நிமிடத்தில் அவர்கள் முன்பும் கஞ்சியும் கூழும் இருந்தது. ஒரே ஒரு மாற்றம் குழந்தைகள் தட்டில் இருந்த வடகம் லோகோவாக இல்லாமல், கார், பைக், கப்பல், விமானம் என்று விதவிதமான உருவங்களாக இருந்தன. "பார்ரா, குழந்தைகளுக்குத் தனி வடிவமா அற்புதம்" என்றார் பேராசிரியரின் மனைவி. அவர்களுடன் வந்திருந்த மகனும், மருமகளும் கூட அதையே ஆமோதித்தனர். குழந்தைகள் அதைப் பார்த்ததும் மிகவும் குஷியாகிவிட்டனர். இருவருக்கும் கம்மங்கூழும் வடகமும் மிகவும் பிடித்திருப்பதாகக் கூற குரு மற்றும் கமலியின் முகத்திலும் திருப்தி பரவியது.

அவர்கள் அங்கிருந்து கிளம்பும்போது பரிசாக சிறு தானியத்தில் செய்யப்பட்ட அவர்கள் கடை நொறுக்குத் தீனி வகைகளுடன் குழந்தைகளுக்காக பொரிக்காத பொம்மை உருவ வடகம் ஒரு பாக்கெட்டிலும் கொடுத்து அனுப்பினர். அவர்களை வழி அனுப்பிவிட்டு உள்ளே வரும்போது கமலி, குரு, தருண் அனைவரின் முகத்திலும் அப்படி ஒரு திருப்தி. மூவருமாய்

ரெஸ்டாரெண்டின் ஒரு ஓரமாய்ப் போடப்பட்டிருந்த மேஜையில் ஆசுவாசத்துடன் ஓய்வாக அமர்ந்தனர். கமலி ஓரமாய் நின்று கொண்டிருந்த அதுல்யாவை அருகில் அழைத்தாள். "குரு இதுதான் அதுல்யா. நாம காலேஜ்ல இருந்து ரெக்ரூட் பண்ணமே பார்ட் டைம் ஜாப்க்கு அதுல ஒருத்தவங்க. நீங்க கூட இவங்க ஜாயினிங் டே அப்பப் பார்த்துருப்பீங்கன்னு நினைக்கிறேன். இன்னைக்கு நாம அறிமுகப்படுத்துன ரெண்டு ஐட்டத்துக்கும் பிரசன்டேஷன் இவங்க ஐடியாதான்" என்றாள் அவளை அருகில் அழைத்து கையைப் பிடித்தபடி.

அதைச் சொல்கையில் கமலியின் முகத்தில் அப்படி ஒரு பூரிப்பு. அதைக் கேட்ட குரு "அப்படியா! ஆமா ஆமா ஞாபகம் வருது. அதுல்யா நல்லா வேலை செஞ்சீங்க. பிரசன்டேஷன் ரொம்ப அருமையா இருந்துச்சு. அன்னைக்குப் பார்த்தப்ப கூட்டத்துல ஒரு ஆளா இருந்தீங்க. இன்னைக்கு தனிச்சு தெரியறீங்க, வாழ்த்துக்கள்" என்றார். அவர்கள் இருவருக்கும் நன்றி கூறியவள் அப்பொழுதுதான் தருணைக் கவனித்தாள். பார்த்தவுடனே தெரிந்து விட்டது இவனைத்தான் அன்று நூலக வாசலில் பார்த்தோம் என்று. இருப்பினும் அவள் வெளிப்படையாக எதையும் காட்டிக்கொள்ளவில்லை, தருணும் அவளை அங்கு பார்த்திருக்காததால் அவனும் எதையும் கண்டு கொள்ளாமல் அமைதியாக இருந்தான். "ஓகே அதுல்யா நீ போய் வேலையப் பாரு" என்று கமலி அனுப்ப "ஆமா பார்ட் டைம் ஜாப் தான உங்களுக்கு, அதாவது ஈவினிங் டைம் தான பின்ன எப்படி இன்னைக்கு காலைலயே வந்தீங்க? காலேஜ்க்கு லீவ் போட்டீங்களா" என்று கேட்டார் குரு.

"இல்ல சார். லீவ் எல்லாம் போடல. இன்னைக்கு சனிக்கிழமை காலேஜ் லீவ்" என்று அதுல்யா கூற இடைமறித்த கமலி "அதுமட்டுமில்லாம இன்னைக்கு இந்த புரோகிராம் இருக்கில்ல, அதனாலதான் நான் காலைலயே வரச்சொன்னேன். ஏன்னா பிரசன்டேஷன் அவங்க ஐடியா சோ அவங்க இருக்கனும்னு நினைச்சேன்" என்றாள். "அதுவும் சரிதான். அப்போ இன்னைக்கு ஃபுல் டே வா" என்று குரு கேட்க "ஆமாம் சார்" என்று சிரித்தபடியே தலையாட்டிய அதுல்யாவை "சரி நீங்க வேலையைப் பாருங்க" என்று விடைகொடுத்து அனுப்பி வைத்தார் குரு.

நேராக கேஷ் கவுன்டரின் அருகில் வந்தவள் அங்கிருந்த பணியாளர் ஒருவரிடம் சென்றாள். அவர் மூன்று நான்கு வருடங்களாக அங்கு பணியில் இருப்பவர். "அண்ணே, மேடம்

கூட ஒரு பையன் வந்துருக்காங்கல்ல அவங்க மேடம் பையனா?" என்று கேட்டாள். "இல்லம்மா பையன் இல்ல ஆனா பையன் மாதிரிதான். அவரு அவங்களோட அண்ணன் பையன். மேடமுக்கு அவருன்னா ரொம்ப பிரியம் அதனால என்ன நிகழ்ச்சி நடந்தாலும் அவரு இல்லாம இருக்க மாட்டாரு. படிப்புக்காக ரெண்டு வருஷம் முன்னாடி வெளிநாடு போனாரு திரும்பி வந்து மூணு மாசம் இருக்கும்" என்றான். "ஓஹோ அப்படியா கூடவே இருக்கவும் நான் கூட மேடம் பையன்னு நினைச்சுட்டேன்" "இல்லமா மேடம் பையன் இன்னும் சின்னவன். ஸ்கூல் தான் படிக்கிறான். மேடத்துக்கு பொண்ணுதான் பெருசு பத்தாவது படிக்குது" என்றார் அவர் மீண்டும். "அப்படியா சரிணே சரிணே" என்று விட்டு உள்ளே சென்றுவிட்டாள்.

"சரி அத்த நானும் கிளம்புறேன். டைம் ஆச்சு" என்ற தருணை "கொஞ்சம் பொருடா சாப்பிட்டுட்டு போ" என்றாள் கமலி. "இல்ல அத்த இன்னைக்கு புது கிளயண்ட் ஒருத்தர் வர்றாரு. ஒரு நாலு ஃப்ளோர்க்கு அப்பார்ட்மென்ட் கட்டிருக்காரு அதுக்கு கிச்சன் இன்டீரியர் வொர்க் பண்றது பத்திப் பேச. அப்புறம் டைம் ஆயிட்டா பிரச்சின அதான்" "சரி இரு அஞ்சு நிமிஷம், நான் இப்பவே கொண்டு வரச் சொல்றேன் நீ சாப்பிட்டு போ" என்றபடி அங்கிருந்த பணியாளர் ஒருவரைச் சத்தமிட்டு அழைத்து அவனுக்கான உணவைக் கொண்டு வரும்படி பணித்தாள். "என்ன மாப்ள, எப்படிப் போகுது பிஸினஸ்?" "பரவாயில்ல மாமா, இப்பதான் தெரிஞ்சவங்க மூலமா ரெண்டு மூணு சின்ன சின்ன பில்டர்ஸ் கிட்ட பேசிருக்கேன். ரோஹனும் பேங்குக்கு வர அவங்க அப்பா கிளயண்ட் கிட்ட எல்லாம் பேசிட்டு இருக்கான். இப்போதைக்கு ஒரு ஆர்டர் வேலை நடக்குது இன்னொன்னு பேச்சு வார்த்த போயிட்டு இருக்கு. இப்பத்தானே ஆரம்பிச்சிருக்கோம். குறைஞ்சது மூணு மாசமாச்சும் ஆகும் மாமா நிலவரம் தெரிய" என்றான் தருண்.

"எக்ஸாக்ட்லி, எல்லா பிஸினஸுமே அப்படித்தான், எடுத்த உடனே எல்லாத் தெரியாது. போகப்போகத்தான் தெரியும். இன்டீரியர் டெக்கரேஷன் நம்ம ஊர்ல இப்போ டெவலப் ஆயிட்டிருக்கற ஃபீல்டு பயம் ஒன்னும் இல்ல. ஆனா ஒண்ணு விளையாட்டுத்தனமா மட்டும் இருந்துறக் கூடாது சரியா" என்றார். "கண்டிப்பா மாமா, கேர்ஃபுல்லா இருந்துக்குறோம்" பேசிக்கொண்டிருக்கும்போதே அவனுக்கான உணவு வந்தது. "உங்க ரெண்டு பேருக்கும்?" என்றான் தருண் அவர்கள் இருவரையும்

பார்த்து. "நாங்க கொஞ்ச நேரம் கழிச்சுச் சாப்பிடுறோம் நீ முதல்ல சாப்பிட்டுட்டு கிளம்பு. நாங்க அந்த புது டிஷ் டேஸ்ட் எல்லாம் பார்க்கனும் சோ, கொஞ்சம் பொறுமையா சாப்பிடனும். அது உனக்கு இப்போ செட் ஆகாதில்ல. அதான் உனக்கு மட்டும் சொன்னேன்" என்றாள் கமலி.

"அதுவும் கரெக்ட் தான் ஓகே நான் சாப்பிடுறேன்" என்று தருண் சாப்பிட ஆரம்பித்தான். இருவருமாக அவன் சாப்பிட்டு முடித்தபின் வழியனுப்பி வைத்து விட்டு தாங்கள் சாப்பிட ஆரம்பித்தனர். சாப்பிட்டு முடித்து குருவும் தோட்டத்தில் சில முக்கியமான வேலைகள் இருப்பதால் கிளம்ப வேண்டுமென்று கூறி கிளம்பிவிட, கமலி மட்டும் அங்கே இருந்தாள். நேரம் பத்தைக் கடந்திருந்தது. இடைப்பட்ட நேரமாகையால் கூட்டம் அதிகம் இல்லாமல் ஊழியர்கள் கொஞ்சம் ஓய்வாக இருந்தனர். கமலி மேல்தளத்தில் ஃபேமிலி ரூம்கள் இருக்கும் பகுதிக்குச் சென்று, அதனுள் ஒன்றில் கண்ணாடிச் சுவரை ஒட்டி அமர்ந்து கொண்டாள். அங்கிருந்த அந்தக் கண்ணாடியின் வழியே வெளியே வேடிக்கை பார்க்க, கீழிருக்கும் சாலை கொஞ்ச தூரத்திற்குத் தெரிந்தது.

அரசுப்பேருந்து ஒன்று அங்கிருந்து சற்றுத்தள்ளி இருந்த பேருந்து நிறுத்தத்தில் ஆட்களை இறக்கி விட்டுச் சென்றது. ஆட்டோ ஸ்டேண்டில் ஆட்டோ ஓட்டுனர்கள் கும்பலாக நின்று பேப்பர் படித்துக் கொண்டிருந்தனர். எதிரே இருந்த கட்டிடத்தின் முன்பு வெள்ளை நிற ஃபிகோ ஒன்று வந்து நின்றது. அப்படியே பார்த்துக் கொண்டு வருகையில் கீழே கடை வாசலில் அதுல்யா யாருடனோ நின்று பேசிக்கொண்டிருப்பதையும் கண்டாள். முதலில் அசுவாரசியமாக கமலியின் கண்கள் அதைக் கடந்து சென்றாலும், மனதில் ஏதோ ஒன்று தோன்ற மீண்டும் அங்கேயே பார்த்தாள். அதுல்யா ஒரு நடுத்தர வயது பெண்மணியுடன் பேசிக்கொண்டிருந்தாள்.

அவள் பேசும் தோரணையைப் பார்த்தால் நிச்சயம் வாடிக்கையாளராக இருக்க வழியில்லை, தெரிந்தவர், நண்பர் என்றும் கூற முடியவில்லை. ஏனெனில் அவர்களுக்குள் நிச்சயம் ஒரு நெருக்கம் இருந்தது. கண்டிப்பாக அது அவர்களின் உறவுக்காரர் யாராவதாக இருக்கவே வாய்ப்புகள் அதிகம். அவள் யோசித்துக்கொண்டிருக்கும்போதே, அப்பெண்மணி அதுல்யாவிடமிருந்து விடைபெற்றுச் சென்றுவிட்டாள்.

தோற்றத்தைப் பார்த்தாள் ஏதேனும் பணியிலிருப்பவள் போலிருந்தாள். ஆசிரியராக இருக்க வாய்ப்பு அதிகம் என்று பட்டது. ஆனால் முகத்தைப் பார்க்கத்தான் முடியவில்லை. சரி யாரோ அவளுக்கு வேண்டியவர்கள் என்று நினைத்துக் கமலி வேறு பக்கம் பார்வையை மாற்றிக் கொண்டாள்.

அடுத்த இரண்டொரு நிமிடத்தில் அதுல்யாவின் குரல் அங்கே ஒலிக்க கமலி அதுல்யாவை அழைத்தாள். "அதுல்யா..." "இதோ வந்துட்டேன் மேடம்" என்று வேகமாக கமலி இருந்த அறை நோக்கி வந்தாள் அதுல்யா. "சாப்டயா" "சாப்டாச்சு மேடம்" "உண்மையிலேயே இன்னைக்கு உன்னோட வேலை ரொம்பவும் நல்லா இருந்துச்சு. நீ செய்வேனு நினைச்ச என் நம்பிக்கையக் காப்பாத்திட்ட. வெரி குட். கீப் இட் அப்" "தேங்க்யூ மேடம். புதுசா ஜாயின் பண்ணின என்ன நம்பி நீங்க இதக் கொடுத்ததே பெருசு மேடம்" என்றாள் மீண்டும் பணிவுடன். "ம்ம் இட்ஸ் ஓகே. ஆமா கீழ யாரோ கிட்டப் பேசிட்டிருந்த போல, யாரு அவங்க? சொந்தக்காரங்களா? உள்ள கூப்பிட்டுருக்கலாம்ல" சற்று நிதானித்த அதுல்யா "மேடம் எங்களுக்குச் சொந்தகாரங்கன்னு யாரும் இல்ல அது என்னோட அம்மா மேடம்." என்றாள் "அம்மாவா அப்புறம் என்ன உள்ள கூட்டிட்டு வந்துருக்கலாம்ல. எனக்கும் அறிமுகப்படுத்தி வெச்சுருந்தா நானும் பேசிருப்பேன்ல" என்றாள் கமலி உற்சாகத்துடன்.

"மேடம் நானும் கேட்டேன் அவங்க இன்னொரு நாள் உங்களப் பார்த்துக்கறேன்னு சொல்லிட்டாங்க. பக்கத்து ஸ்கூல்ல டீச்சரா வொர்க் பண்றாங்க. இன்னைக்கு ஸ்கூல் லீவ் ஆனா ஏதோ ஆஃபிஸ் வொர்க் இருக்குனு வரச் சொல்லிருக்காங்க அதான் கொஞ்சம் லேட்டா போறாங்க" என்றாள். "அப்படியா ஓகே ஓகே. டீச்சர் பொண்ணா நீ அதான் பொறுப்பா, புத்திசாலியா இருக்க." அதற்கு என்ன பதில் சொல்வதென்று தெரியாமல் அதுல்யா லேசாய்ப் புன்னகை மட்டும் செய்தாள். "ஆமா உன் ஃபேமிலில வேற யாரெல்லாம் இருக்காங்க?" "நான், அம்மா, அப்பா, தம்பி மேடம். தம்பி ஸ்கூல்ல படிக்கிறான். இந்த வருஷம் ஒன்பதாவது. அப்பா அக்கவுண்டண்டா வேல பார்க்குறார், அவ்வளவுதான் மேடம்"

"குட் குட் என் பொண்ணு கூட இந்த வருஷம் டென்த் படிக்கிறா. பாவம் ரொம்ப அலைச்சல். சரி நீ ஒன்னு செய். ஒரு நாள் கட்டாயம் இங்க உன் ஃபேமிலியச் சாப்பிடக் கூட்டிட்டு

வா. வர்றதுக்கு முன்னாடி எனக்கு ஒரு ஃபோன் பண்ணு நான் கேஷியர்ட்ட சொல்லிடறேன். சரியா. இது உன்னோட வொர்க்குக்கு என்னோட அப்பிரிசியேஷன்" என்றுவிட்டு, புன்னகையுடன் அதுல்யாவின் முகத்தைப் பார்த்தாள். "தேங்க்யூ மேடம் தேங்க்யூ சோ மச். அப்புறம் மேடம் கட்டாயம் ஒரு நாள் நான் எங்க அம்மாவ உங்களப் பார்க்க கூட்டிட்டு வரலாம்ன்ட்டு இருக்கேன். உங்களுக்கு ஓகே வா?" அதுல்யா சற்றே இழுக்க, "அதுல என்ன இருக்கு கட்டாயம் கூட்டிட்டு வா. இன்னைக்குக் கூடப் பார்த்துருக்கலாம் பட் மிஸ் ஆயிடுச்சு ஓகே, நான் அடுத்த முறை வரும்போது கட்டாயம் பார்க்கலாம், சரியா" என்றுவிட்டு மேஜையிலிருந்து எழுந்தாள்.

"ஓகே மை டியர். நான் கிளம்பணும். டைம் ஆச்சு. இன்னொரு நாள் பார்க்கலாம்" என்று கிளம்பியவள். ஏதோ யோசனையுடன் சட்டென்று நின்று "ஆமா நான் உனக்கு வேர்கள் புக் குடுக்கறேன்னு சொல்லியிருந்தேன்ல மறந்தே போச்சு" என்றாள். "பரவாயில்ல மேடம் இன்னொரு தடவ வரும்போது வாங்கிக்கறேன்" "இல்ல அதுக்கில்ல, அடுத்த முறையும் எனக்குச் சரியா ஞாபகம் இருக்கனும்ல. நான் இப்ப வீட்டுக்குத்தான் போறேன்" என்று யோசித்தவள் "சரி ஒரு அஞ்சு நிமிஷம் வெயிட் பண்ணு நான் சொல்றேன் என்ன செய்யலாம்னு" என்று இறங்கிக் கீழே சென்றாள். நேராக காருக்குச் சென்ற கமலி காரை ஸ்டார்ட் செய்து உள்ளே அமர்ந்தாள். அதுல்யா கமலி கிளம்பப் போவதாய் நினைத்து, அவள் வேலைகளைப் பார்க்க ஆரம்பித்தாள்.

காரினுள் சென்ற கமலி இரண்டு மூன்று தொலைபேசி அழைப்புகளைச் செய்து பேசிவிட்டு, சிறிது நேரத்தில் மீண்டும் காரிலிருந்து இறங்கினாள். கடையின் முகப்பில் இருந்த ஊழியரை அழைத்து "அந்தப் பொண்ணு அதுல்யாவக் கொஞ்சம் வரச் சொல்லுங்க" என்க, அவரும் வேகமாக உள்ளே சென்று அதுல்யாவை அழைத்துக் கொண்டு வந்தார். "எஸ் மேடம்" என்று எதிரில் வந்து நின்றவளைப் பார்த்து "அதுல்யா நீ ஒண்ணு செய் இந்த யூனிஃபார்ம் எல்லாம் கழட்டி வெச்சுட்டு வா. நான் உனக்கு அந்த புக் எடுத்துக் குடுக்கறேன்" அதுல்யா எதுவும் பேசாமல் முகத்தில் கேள்விக் குறியுடன் தடுமாறியபடி நிற்க, "போம்மா போய் மாத்திட்டு வா. நான் இப்ப வீட்டுக்குத்தான் போறேன். அங்கதான் புக் இருக்கு. நீ கூட வந்து எடுத்துட்டு வந்துக்க. அங்கிருந்து பஸ் இருக்கு இல்லைனா டிரைவர் யாரயாச்சும் வரச் சொல்லிக்கலாம்.

கிளம்பி வா. மேனேஜர்ட்ட நான் சொல்லிக்கிறேன்" என்றாள் அலைபேசியில் எதையோ தேடியபடியே.

"மேடம் உங்க வீட்டுக்கா?" அதுல்யா ஆச்சரியம் மாறாமல் கேட்டாள். "ஆமாம், எங்க வீட்டுக்கேதான். ஏன் எங்க வீட்டுக்கெல்லாம் வர மாட்டியா" கமலி அவளை நிமிர்ந்து பார்த்துக் கேட்க "அய்யோ மேடம் அப்படி எல்லாம் இல்ல. ஃபைவ் மினிட்ஸ்ல கிளம்பி வந்துடறேன்" சிட்டாக உள்ளே ஓடினாள். போன வேகத்தில் அங்கிருந்த பணியாளர் ஒருவரிடம் "அண்ணே நான் மேடம் கூட அவங்க வீட்டுக்குப் போறேன். அவங்க கூப்பிட்டாங்க" என்றுவிட்டு நேராக பணியாளர்கள் உடை மாற்றும் அறைக்குச் சென்றாள். "என்னது மேடம் வீட்டுக்கா" என்று அவர் ஆச்சரியத்துடன் கேட்டு நிற்க "ஆமாம் ஆமாம் நான் போயிட்டு வர்றேன்" என்று அவரை உலுக்கிவிட்டுச்சென்றாள். "பார்ரா, வந்த கொஞ்ச நாள்ளயே நீ மேடத்துக்கு பெட் ஆயிட்ட. சந்தோஷம் சந்தோஷம்" என்றவரைத் திரும்பிப் பார்த்துச் சிரித்துக் கொண்டே படிகளில் இறங்கிச் சென்றாள். கீழே கமலி மேனேஜரை அழைத்து விசயத்தைச் சொல்லிக் கொண்டிருக்க, அதுல்யாவும் அவரிடம் விடைபெற்று, கமலியுடன் அங்கிருந்து கிளம்பினாள்.

★

11. உடையாத புதிர்

"நெருங்கி நெருங்கிச்
செல்லும்போதெல்லாம்
சுருங்கி சுருங்கி
சுருக்கிக் கொள்கிறது
புதிரான புதிரொன்று.."

"இதுதான் அதுல்யா எங்க வீடு. இறங்கி வா" என்றபடி வீட்டின் முன்பு காரை நிறுத்தி அணைத்துவிட்டுக் கீழே இறங்கினாள் கமலி. அவள் பின்னாலேயே அதுல்யாவும் வீட்டைப் பார்த்துக்கொண்டே இறங்கினாள். "வா உள்ள போகலாம்" என்று அழைக்க, வீட்டைப் பார்த்துக் கொண்டே அதுல்யா கமலியின் பின்னால் சென்றாள். போர்ட்டிகோவில் இருந்த ஈசிச்சேரில் அமர்ந்திருந்த கமலியின் மாமனார் "என்னம்மா இந்நேரதுக்கே வந்துட்ட?" என்று கேள்வியுடன் விசிறி வீசுவதை நிறுத்திவிட்டு நிமிர்ந்து அமர. "இல்ல மாமா ஒரு சின்ன வேலை அதான் வந்தேன். அப்புறம் மாமா இது அதுல்யா நம்ம ரெஸ்டாரெண்ட்ல வேலை செய்றாங்க. அன்னைக்கு நான் சொன்னேன்ல காலேஜ்ல படிக்கிற பத்துப் பேர வேலைக்கு எடுத்துருக்கேன்னு அதுல ஒரு பொண்ணு" என்று தன்னுடன் வந்தவளை மாமனாருக்கு அறிமுகம் செய்து வைத்தாள் கமலி. "ஓ அப்படியா... வாம்மா." என்று அழைத்துவிட்டு அவர் விசிறியுடன் மீண்டும் சாய்ந்து அமர்ந்து கொண்டார்.

உள்ளே நுழைந்தவுடன் வரவேற்பறையின் நேர்த்தி அதுல்யாவை மிகவும் கவர்ந்தது. வீட்டின் நடுநாயகமாக வைக்கப்பட்டிருந்த பெரிய புகைப்படம் ஒன்றில் அதுல்யாவின் பார்வை பதிந்தது. கமலி நேரே உள்ளே சென்று சாப்பாட்டு மேஜையில் இருந்து தண்ணீர் எடுத்துக் குடித்துவிட்டு அதுல்யாவிற்கும் ஒரு கண்ணாடி டம்ளரில் ஊற்றி வந்தாள். அவள் அந்த புகைப்படத்தைப் பார்த்துக்

கொண்டு நிற்பதைப் பார்த்து "அது எங்க ஃபேமிலி ஃபோட்டோ. நாங்க, அண்ணா ஃபேமிலி, அம்மா, அப்பா, சித்தி எல்லாரும் இருப்போம் குட்டீஸோட" சொல்லிவிட்டு கமலி ஒவ்வொருவராக யாரென்று அவளுக்கு அறிமுகப்படுத்தினாள். "இதுல தருண் மட்டும் உனக்குத் தெரியும்னு நினைக்கிறேன் பார்த்திருப்ப என் கூட" என்றாள் "ஆமாம் மேடம் அன்னைக்கு காலேஜுக்கு உங்க கூட வந்தாங்க அப்புறம் இன்னைக்கு காலைல பார்த்தேன்" "ம்ம் அவனேதான். புதுசா இப்போ இண்டீரியர் டிசைனிங் கம்பெனி ஆரம்பிச்சுருக்கான்" என்றாள் கமலி.

அதுல்யாவால் அந்தப் புகைபடத்தில் இருந்து பார்வையை விலக்கவே முடியவில்லை. அதில் இருக்கும் ஒவ்வொருவரையும் ஆசையுடன் பார்த்துக் கொண்டிருந்தாள். அவள் பார்ப்பதைப் பார்த்துவிட்டு "என்ன அதுல்யா அப்படிப் பார்க்குற" என்றாள் கமலி. "இல்ல மேடம் இப்படி நிறையப் பேரு ஒண்ணா இருக்குறதப் பார்க்குறப்ப சந்தோஷமா இருக்கு. எனக்கும் இப்படி இருக்கணும்னு ஆசை. ஆனா எங்க வீட்ல நாங்க நாலு பேருதான்" "ஓ ஆமால்ல நீ கொஞ்சம் முன்னாடி கூடச்சொல்லிட்டு இருந்தேல சொந்தக்காரங்க யாரும் இல்லனு. என்ன எல்லாரும் திருச்சில இருக்காங்களா?" கேட்டுக்கொண்டே வீட்டுக்குள் யாரையோ தேடிக்கொண்டிருந்தாள். "இல்ல மேடம் அங்க எங்க கூட தாத்தா ஒருத்தர் மட்டும்தான் இருந்தாரு அவரும் இப்ப இறந்துட்டாரு. வேற யாரும் இல்ல மேடம்" ஆச்சரியத்துடன் அவளைத் திரும்பிப் பார்த்தாள் கமலி. இருப்பினும் நாகரிகம் கருதி அவளிடம் மேற்கொண்டு எதையும் கேட்கவில்லை.

"மாமா... அத்த எங்க?" பேச்சைமாற்றி போர்ட்டிகோவிற்குச் சென்றாள். "அத்தையும், கஸ்தூரியும் தோட்டத்துல இருக்காங்கம்மா. அந்த பதியம் போட்ட மல்லிகைச் செடிக்கு குச்சி வெச்சுக் கட்டப் போனாங்க" என்றார். "அப்படியா சரி மாமா. நான் மேல லைப்ரரி ரூம்ல இருக்கேன். நீங்க கஸ்தூரி வந்ததும் ரெண்டு ஜூஸ் போட்டு எடுத்துட்டு வரச் சொல்றீங்களா?" "சரிம்மா நான் சொல்லிடறேன் நீ போ" என்றார் மாமனார். கமலி உள்ளே வந்து "வா அதுல்யா மேல போலாம் அங்கதான் புக்ஸ் இருக்கு" என்று கூப்பிட்டுக்கொண்டே படியேறத் தொடங்கினாள். அவளின் குரலால் நினைவு திரும்பிய அதுல்யா அவள் பின்னாலேயே படியேறத் தொடங்கினாள். மேலே செல்லச் செல்ல மொத்த வீட்டையும் ரசித்துக் கொண்டே சென்றாள்.

மேலே சென்று ஒரு அறையின் கதவைத் திறந்து கமலி அவளை உள்ளே அழைத்தாள். அது ஒரு பதினாறுக்குப் பத்து நீள அகலம் கொண்ட அறை. அறையின் மூன்று சுவற்றிலும் அலமாரிகள் பதிக்கப்பட்டு கீழிருந்து மேல் வரை புத்தகங்கள் அடுக்கப்பட்டிருந்தன. மீதமிருந்த ஒரு சுவரில் அழகான ஓவியங்கள் மாட்டப்பட்டு கீழே இரண்டு பேர் அமர்ந்து படிக்கும்படி மேஜை நாற்காலிகள் போடப்பட்டிருந்தன. சுவற்றிலும் மேற்கூரையிலும் பதிக்கப்பட்டிருந்த விளக்குகளின் வெளிச்சம் அத்தனை ரம்மியமாய் இருந்தது. அந்த வீட்டின் மற்ற அறைகளைப்போல் அந்த அறையும் குளிரூட்டப்பட்டிருந்தது. உள்ளே நுழைந்து அறையின் அமைப்பைப் பார்த்ததும் அதுல்யா வாயடைத்துப் போனாள். அறையின் நடுவே நின்று நான்கு புறமும் சுற்றிச் சுற்றிப் பார்த்தாள். அவளுக்குள் ஆச்சரியம் பொங்கி வழிந்தது.

“மேடம் இது சூப்பர் மேடம். நான் இத எதிர்பார்க்கவே இல்ல. வீட்டுக்குள்ளயே ஒரு குட்டி லைப்ரரி வெச்சுருக்கீங்க வாவ்” என்றாள் அதுல்யா. அதைக் கேட்டு கமலி சிரித்துக் கொண்டிருந்தாள். “கமான் உனக்கு இங்க உள்ளதுல என்ன புக் வேணுமோ எடுத்துக்க. பட் படிச்சுட்டுத் திருப்பிக் குடுத்துறனும் சரியா?” என்றாள் கமலி ஒற்றை விரலை நீட்டி. “மேடம் எது வேண்ணாலுமா?” “ஆமாம் எது வேணும்னாலும். இங்க உள்ள புக்ஸ் உனக்குப் பிடிக்கும்னு நம்புறேன். பாரு நீயே” என்றாள் புத்தகங்களை நோக்கி கைகளைக் காட்டி. புத்தகங்களின் அருகில் சென்ற அதுல்யா முதலில் மொத்தமாய் அங்குள்ள அனைத்துப் புத்தகங்களையும் நோட்டமிட்டாள். ஒரு நூலகத்தில் இருப்பது போன்றே அவை அனைத்தும் நேர்த்தியாகப் பிரித்து அடுக்கி வைக்கப்பட்டிருந்தன. உள்ளூர் இலக்கியம் முதல் உலக இலக்கியம் வரை அங்கே நிறைந்து இருந்தது. பெரியாரின் பெண் ஏன் அடிமையானாள்? முதற்கொண்டு அம்பேத்கர், கார்ல் மார்க்ஸ் என்று உலகத் தலைவர்களின் புத்தகங்கள் எல்லாமும் அலமாரியை ஆக்கிரமித்திருந்தன.

பல நாள் தேடிய ரஷ்ய மொழிபெயர்ப்பு நாவல்கள் அங்கே வரிசை கட்டி நிற்பதைப் பார்த்து அவளுக்குச் சந்தோஷம் தாங்க முடியவில்லை. பெரியாரியம், அம்பேத்காரியம், மார்க்ஸியம், பொதுவுடைமை, பொருளாதார நூல்கள், தலைவர்களின் சுயசரிதைப் புத்தகங்கள் அனைத்தும் இருந்தன. அதுல்யாவிற்கு எதை எடுப்பது எதை விடுவது என்றே புரியவில்லை. இருப்பினும் முதல் முறை அங்கு வந்திருப்பதால் இரண்டு புத்தகங்களுக்கு மேல்

எடுத்துச் செல்வது அத்தனை சரியாக இருக்காது என்று அவள் நினைத்ததால் அந்த இரண்டே இரண்டு புத்தகங்களை மட்டும் தேடிக்கொண்டிருந்தாள். ஒன்று வேர்கள் அது ஏற்கெனவே முடிவு செய்திருந்தது மற்றொன்று எது என்பதில்தான் அவளுக்குப் பெரும் குழப்பம் நிலவியது. இறுதியில் ராகுல சாங்கிருத்தியாயனின் வால்காவிலிருந்து கங்கை வரை நூலை எடுத்துக்கொண்டாள்.

அந்த இரண்டு புத்தகங்களையும் அதுல்யா கையில் எடுத்துக்கொண்டு வரவும் “என்ன இது, ரெண்டு போதுமா” என்றாள் கமலி. “இப்போதைக்கு இது போதும் மேடம் அடுத்த முறை வேணும்னா வேற எடுத்துக்கறேன். இதப் படிச்சு முடிச்சுட்டு” என்றாள் அதுல்யா. “அப்படியா அதுவும் சரிதான்” என்று கமலி சொல்லவும், கஸ்தூரி கையில் இரண்டு பழச்சாறுகளுடன் அறைக்குள் நுழைந்தாள். “வா கஸ்தூரி என்று அவளிடம் இருந்து ஒரு டம்ளரை வாங்கிக் கொண்டே “அதுல்யா வா ஜூஸ் எடுத்துக்கோ” என்றாள். “தேங்க்யூ” என்று கஸ்தூரியைப் பார்த்து சிரித்துக் கொண்டே அவளும் ஒன்றை எடுத்துக் கொண்டாள். கஸ்தூரியும் அவளைப் பார்த்துச் சிரித்துவிட்டு “அம்மா வேற எதுவும் செய்றதாமா” என்று கமலியைப் பார்த்து கேட்க “இல்ல கஸ்தூரி எதுவும் வேண்டாம்” என்று சொல்லி கமலி அவளை அனுப்பி வைத்தாள்.

“அதுல்யா வா, வெளில சோபாவுல உக்காந்துக்கலாம்” என்று அழைத்துவிட்டு கமலி முன்னே வெளியில் சென்றாள். அதுல்யா பின்னாலேயே வெளியில் வந்தவள் ஏதோ யோசித்தவளாய் நின்று குளிரூட்டும் இயந்திரத்தை அணைத்துவிட்டு விளக்குகளை அணைப்பதற்கான ஸ்விட்சுகளைத் தேடினாள். வெளியே இருந்து அதைப் பார்த்த கமலி “அதுல்யா லைட் எல்லாம் சென்சார் நீ வெளிய வந்தா தானா அணஞ்சுரும்” என்றாள். “ஓ அப்படியா மேடம்” என்றபடி மேலே பார்த்துக்கொண்டே வெளியே வந்தாள் அதுல்யா. கமலி சொன்னது போலவே அவள் வெளியே வந்ததும் விளக்குகள் தானே அணைந்தன. ஆச்சரியப்பட்ட அதுல்யாவைப் பார்த்து இலேசாய்ப் புன்னகைத்து “அது அப்பப்போ நைட்ல படிக்கும்போது திடீர்னு தூக்கம் வந்துருச்சுனா அப்படியே எந்துருச்சுப் போயிடுவேன் லைட்ட ஆஃப் பண்ண மறந்துட்டு. அப்புறம்தான் தருண் இதப்பத்திச் சொல்லி சென்சார் லைட் மாட்டுனான். அந்த ரூமின் மொத்த டிசைனுமே அவனுதுதான். ஸ்கூல் படிக்கிறப்பவே இன்டீரியர் டிசைனிங்ல அவ்வளவு இன்ட்ரஸ்ட்” என்று மருமகனைப் புகழ்ந்து தள்ளினாள் கமலி.

கமலியின் பேச்சைக் கேட்டுக்கொண்டே வந்து அவள் அமர்ந்திருந்த சோபாவிற்கு அருகிலிருந்த, ஒரு ஆள் மட்டும் உட்காரக்கூடிய சோபாவில் அமர்ந்தாள் அதுல்யா. “மேடம் உங்களுக்கு எப்பவுமே புக் படிக்கிறதுல ரொம்ப ஆர்வம் அதிகமா?” கையிலிருந்த ஜூஸைக் குடித்துக்கொண்டே கேட்டாள் அதுல்யா. “ம்ம் ஆமா ஸ்கூல் போறப்ப இருந்தே” “உங்க வீட்ல நீங்க மட்டும்தான் இப்படியா?”. அவள் கேள்வி ஏதோ ஒரு பதிலை எதிர்பார்ப்பது போலிருந்தது. சற்று நேரம் யோசிப்பது போல் அமைதியாக இருந்த கமலி “நான், எங்க அண்ணன், அப்புறம் ஒரு தங்கச்சி இருந்தா எல்லாருமே கொஞ்சம் ஆர்வமாப் படிப்போம்” “தங்கச்சியா அவங்க அந்த ஃபோட்டோவுல இருந்தாங்களா நான் பார்க்கலயே”. “ம்ம் இருந்தா இப்ப இல்ல”. கமலியின் பதிலால் அதுல்யாவும் அப்போதைக்கு அதுகுறித்து அதற்கு மேல் எதுவுமே பேசவில்லை.

இரண்டு நிமிட அமைதிக்குப் பிறகு கமலியே தொடர்ந்தாள் “இன்னும் வேற ஏதாச்சும் புக் வேணும்னாலும் எடுத்துக்க அதுல்யா” “இல்ல மேடம் இருக்கட்டும் ஏற்கெனவே வீட்ல லைப்ரரில எடுத்த புக் வேற இருக்கே. சோ இப்போதைக்கு இது போதும் மேடம்” “ஓகே உனக்கு எப்ப வேற எந்த புக் வேணும்னாலும் நீ இங்க வந்து எடுத்துக்க சரியா நான் இல்லனாலும், அத்த, கஸ்தூரி வீட்லதான் இருப்பாங்க. மாமா கூட அப்பப்போ தோட்டம் போயிருவார்” “தேங்க்யூ மேடம்” என்றாள் அதுல்யா நெகிழ்ச்சியுடன். “அப்போ நான் டிரைவருக்கு ஃபோன் பண்ணி வரச் சொல்லட்டா?” என்று கேட்டாள் கமலி. “மேடம் இங்க பக்கத்துல பஸ் ஸ்டாப் இருந்தா நான் பஸ்லயே போய்க்கிறேன் மேடம் டிரைவர் எதுக்கு?” “அப்படியா... ஆனா பக்கத்துல இல்லயேமா கிட்டத்தட்ட ஒரு கிலோ மீட்டர் போகணும் மெயின் ரோட்டுக்கு அங்கதான் பஸ் ஸ்டாப். சரி இரு நான் செக் பண்ணிப் பாக்குறேன் டிரைவர் இருந்தா வரட்டும். இல்லனா நான் உன்ன மெயின் ரோட்ல டிராப் பண்றேன் சரியா” “ஓகே மேடம்” என்றாள் கமலி.

தொலைபேசியில் யாரையோ அழைத்துப் பேசிவிட்டு வைத்தபின் “ஹ்ம்ம் வண்டி எதுவும் பக்கத்துல இல்ல. எல்லாம் லைன்ல இருக்காமா. ஓகே நான் உன்ன டிராப் பண்றேன் சரியா” “ஓகே மேடம்” என்று அதுல்யா இருக்கையிலிருந்து எழுந்தாள். கமலியும் எழுந்து படியை நோக்கி நடக்கத் தொடங்கினாள். அதுல்யா அமைதியாகப் பின் தொடர்ந்தாள். கீழே இருந்த வரவேற்பறையில் கமலியின் மாமியார் அமர்ந்திருந்தார்.

அவர்கள் இருவரையும் பார்த்ததும் இருவருக்கும் பொதுவாகப் புன்னகைத்தார். "அத்த இது அதுல்யா, நம்ம கடைல வேலைக்கும் சேந்துருக்க பொண்ணு. காலேஜ் படிக்கிறவங்கள கொஞ்சம் வேலைக்கு எடுத்தம்ல அவங்கள்ள ஒரு பொண்ணு" என்று அறிமுகப்படுத்தினாள் கமலி.

"அப்படியா. ரொம்பச் சந்தோஷம்மா. ஓ நீயும் புக்கெல்லாம் படிப்பியா" அவர் அதுல்யாவின் கையிலிருந்த புத்தகங்களைப் பார்த்துவிட்டு கேட்டார் "ம்ம் ஆமாம்மா" என்றாள் அதுல்யா சின்னச் சிரிப்புடன். "அதுதான் கமலிக்குப் பிடிச்சுப் போயிடிச்சு. நானும் என்னடான்னு பார்த்தேன். கமலி இதுவரைக்கும் இப்படி யாரையும் கூட்டிட்டு வந்ததில்ல. டிரைவருக வேணும்னா எப்பவாச்சும் வருவாங்க எதாச்சும் குடுக்க, வாங்கனு. இப்படி ஒரு ஆள கமலியே கூட்டிட்டு வந்தது இதான் முதல்ல" என்றாள். கமலி அதுல்யாவைப் பார்த்து சின்னதாய் சிரித்துவிட்டு "சரி அத்த நான் அதுல்யாவ பஸ் ஸ்டாப்ல இறக்கி விட்டுட்டு வர்றேன்" என்றபடி விடைபெற்றுக் கிளம்பினாள். இருவரும் வெளியே வந்து கமலியின் மாமனாரிடத்திலும் சொல்லிவிட்டுக் கிளம்பினர்.

வண்டியில் போகும்போது அதுல்யா கமலியிடத்தில் பேச்சுக் கொடுத்தாள் "மேடம் நீங்க லைப்ரரியும் யூஸ் பண்றீங்க அப்படி இருந்தும் வீட்லயும் இவ்வளவு புக் வெச்சுருக்கீங்களே இவ்வளவும் நீங்களே வாங்குனதான்" கமலி இலேசாகச் சிரித்துக் கொண்டே "ம்ம் ஆமாம் அதுல்யா வாங்குனதுதா. கொஞ்சம் கிஃப்ட் வந்ததும் இருக்கும். கிஃப்ட்னா மேக்ஸிமம் ஒரு இருபது இருக்கும் அவ்வளவுதான்." "மீதி எல்லாம் நீங்களே கலெக்ட் பண்ணீங்களா" அதுல்யா இன்னமும் ஆச்சரியம் மாறாமல் கேட்டாள். "ம்ம் ஆமா என்ன செய்றது, கொஞ்சம் பழைய புக்ஸ்னா நம்ம லைப்ரரில கிடைக்கும். ஆனா புது புக்ஸ் எங்க பெருசா கிடைக்குது? முதல்ல மாதிரி இல்லைல அதனால நானே வாங்க ஆரம்பிச்சுட்டேன். அப்புறம் கொஞ்சம் நாங்க வெளிநாட்டுல இருந்தப்போ வாங்குனது. அங்க லைப்ரரி எல்லாம் இல்லாததுனால ஊருக்கு வரும்போதெல்லாம் புக்ஸ் வாங்கிட்டுப் போவேன். எல்லாம் சேர்ந்துதான் இப்ப அந்த ரூம்" என்றாள்.

"ஓ சூப்பர் மேடம். இங்கிருந்து அங்க கொண்டுபோய் திரும்ப அங்கிருந்து இங்க வந்துச்சா" என்றாள் அதுல்யா. "ஆமாம் வேற வழி? புக்ஸ் எல்லாம் அங்க விட்டுட்டு வர எனக்கு மனசில்ல சோ எல்லாத்தயும் பார்சல் பண்ணி எடுத்துட்டு வந்துட்டேன்" என்றாள் கமலி ரோட்டில கவனத்தைப் பதித்தவாறே. "அதுல்யா

நான் உனக்கு இப்ப பஸ் ஸ்டாப் காட்டுறேன். அங்க பக்கத்துலயே ஆட்டோ ஸ்டேண்ட் இருக்கும் பார்த்துக்க. அடுத்த முறை வீட்டுக்கு வர்றப்ப நான் இல்லைனாலும், நீ இங்க இறங்கி வந்துறலாம்" பேசிக்கொண்டிருக்கும்போதே ஆட்டோ ஸ்டேண்ட் வந்தது. "அதுவா மேடம்" "ம்ம் அதேதான் நல்லாப் பார்த்துக்க பஸ் நம்பரும் நோட் பண்ணிக்க" என்றுவிட்டு சாலையைப் பார்த்து வண்டியைத் திருப்பினாள். வண்டி பேருந்து நிறுத்தத்திற்குச் சற்று அருகில் நின்றது. "அங்க ஆளுக நின்னுட்டு இருக்காங்க பாரு. அங்க நின்னுக்க. பத்திரம் சரியா" "ஓகே மேடம் தேங்க்யூ சோ மச்" என்றபடி அதுல்யா காரின் கதவைத் திறந்து கீழே இறங்க, கமலி வண்டியை வீட்டை நோக்கித் திருப்பினாள்.

அன்று மாலை 7 மணிக்கெல்லாம் அதுல்யா வேலை முடிந்து வீட்டிற்குச் சென்றுவிட்டாள். "என்னடா இவ்வளவு சீக்கிரம் வந்துட்ட" பூர்ணா ஆச்சரியத்துடன் கேட்டாள். "காலைல சீக்கிரம் போய்ட்டேன்லம்மா அதனால சீக்கிரம் திரும்பி வந்துட்டேன்" பேசியபடியே புத்தகங்களைக் கொண்டு போய் அங்கிருந்த மேஜை ஒன்றின் மீது வைத்தாள். "இது என்ன புக்கெல்லாம் வந்துருக்கு. இது எங்க வாங்குன" என்றபடி அவற்றைப் பிரித்துப் பார்க்கத் தொடங்கினாள் பூர்ணா "அது எனக்கு ஒருத்தவங்க கொடுத்தாங்க" உடை மாற்றிகொண்டே உள்ளிருந்து குரல் கொடுத்தாள் அதுல்யா. "ஒருத்தவங்களா யாருடி? அது இவ்வளவு பெரிய புக்கெல்லாம் படிக்கிறவங்க உன் ஃப்ரெண்ட்ஸ்ல?" "அம்மா என் ஃப்ரெண்ட்ஸ் எல்லாம் இல்ல, இது வேற ஒருத்தவங்க" "வேற ஒருத்தவங்கன்னா..." கேள்வியில் பூர்ணாவின் புருவம் நெளிந்தது.

"அது என் ஓனர் கொடுத்தாங்க" "என்னடி சொல்ற" "ஆமாம்மா கமலி மேடம் தான் குடுத்தாங்க" பூர்ணா எதுவுமே பேசாமல் புத்தகங்களைக் கீழே வைத்துவிட்டு சமையலறையை நோக்கிச் சென்றாள். "அம்மா" பூர்ணா நின்று மகளைத் திரும்பிப் பார்க்க "நான் இன்னைக்கு அவங்க வீட்டுக்குப் போனேன்" தாயை நேருக்கு நேராகப் பார்த்து அழுத்தமாக வார்த்தைகளை உச்சரித்தாள் அதுல்யா. பூர்ணா அதிர்ச்சியில் பேச்சற்றுப் போனவளாக நின்றாள் முகத்தில் பல வகையான உணர்ச்சிகள் வெடித்து வெளிவந்தன. திரும்பி ஒரு முறை அபயைப் பார்த்தாள் அவன் இது எதையும் கவனிக்காமல் டிவியில் ஆழ்ந்திருக்க மீண்டும் ஒரு முறை மகளைப் பார்த்துவிட்டு வேறுஎதுவும் பேசாமல்

வேகமாகச் சமையலறைக்குள் நுழைந்தாள். "அம்மா ஒரு நிமிஷம்" அழைத்துக்கொண்டே அதுல்யாவும் சமையலறைக்குப் போக, அப்பொழுதுதான் வீட்டிற்குள் நுழைந்துகொண்டிருந்த முகுந்தன் அதுல்யாவின் பேச்சைக் கேட்ட அதிர்ச்சியில் புருவம் சுருங்க வாயிலிலேயே நின்று கொண்டிருந்தார்.

"அம்மா நான் எங்க முதலாளி வீட்டுக்குப் போயிட்டு வந்தேன்னு சொல்றேன் நீ என்ன ஏதுன்னு ஒன்னுமே கேக்காம உள்ள வந்துட்ட?" அதுல்யா பேசிக்கொண்டே நுழைய "அதுக்கு இப்ப என்ன என்னடி பண்ணணுங்கற" கேட்டுக்கொண்டே பூர்ணா பாத்திரங்களைக் கழுவுவதில் மும்முரமாய் இருப்பதுபோல காட்டிக்கொண்டாள். "அம்மா உன்கிட்டதான் பேசுறேன்" "இப்ப என்னடி உன் பிரச்சின" ஒரு நிமிடம் நீண்ட மௌனம் அங்கு நிலவியது "உங்க அக்கா எப்படி இருக்காங்கனு கேக்க மாட்டியா?" அதுல்யா தரையைப் பார்த்துக்கொண்டே கேட்டாள், வேண்டுமென்றே தாயின் பார்வையைத் தவிர்ப்பதற்காக. அதிர்ச்சியில் பூர்ணா கையிலிருந்த பாத்திரத்தைக் கீழே நழுவ விட்டாள். ணங்கென்ற சத்தத்துடன் பாத்திரம் உருண்டோடி மற்றவற்றுடன் மோதி கடகடவென்ற சத்தத்தை ஏற்படுத்தியது. அதுல்யாவை நோக்கித் திரும்பியவள் கைகள் நடுங்க மூச்சு வாங்கியவாறு நின்றாள். கையிலிருந்த மஞ்சியிலிருந்து சோப்பு நீர் கீழே ஒழுகுவது கூட அவளுக்குப் பிரக்ஞையில்லை. முகத்தில் அதிர்ச்சி அப்படியே அப்பட்டமாய்த் தெரிந்தது.

"என்ன சொல்ற. யார் என்னோட அக்கா? சும்மா உளறாதே" பேசுகையில் வாய் குளறியது. இத்தனை வருடம் ஆசிரியப் பணியில் இருந்தவள், இருப்பவள், ஒரு சிறிய வாக்கியத்தைப் பேச இப்படிச் சிரமப்படுவதை அதுல்யா முதல் முறையாகப் பார்க்கிறாள். பூர்ணா அதுல்யாவின் முகத்தைத் தொடர்ந்து பார்க்க இயலாமல் சமையலறையில் எங்கெங்கோ பார்த்து எதை எதையோ எடுத்துத் திறந்து மூடிக் கொண்டிருந்தாள். சுத்தமாய் நிதானம் தவறியிருந்தது. கைகள் நடுங்குவது இன்னும் நின்றபாடில்லை. "கமலி உன்னோட அக்காதானே. அவங்க வீட்டுக்குத்தான் போயிருந்தேன். அவங்களப் பத்திதான் பேசிக்கிட்டு இருக்கேன்" இன்னமும் அதுல்யா தரையைத்தான் பார்த்துக் கொண்டிருந்தாள் கைகளைக் கட்டிக்கொண்டு.

"அதுல்யா என்ன உளறிட்டு இருக்க" வீட்டினுள்ளே நுழைந்த முகுந்தனின் வார்த்தைகள் கோபத்துடன் வெளிப்பட்டன. கணவனைக் கண்ட பூர்ணா இன்னமும் உணர்ச்சிவசப்பட கண்களில்

கண்ணீர் கோர்த்தது. அதுல்யா மட்டும் எந்த வித உணர்ச்சியையும் வெளிக்காட்டாமல் "நான் உண்மையதான்பா சொல்றேன். எனக்கு எல்லாமும் தெரியும்...." என்றாள் அப்பாவை நோக்கி. "என்ன உண்மையப் பெருசா கண்டுபிடிச்சுட்டேனு உளறிகிட்டு இருக்க போ போய் வேலையப் பாரு" திடீரென்று அப்பா சத்தமிடுவதைக் கேட்டு என்னவென்று புரியாமல் அபய் டீவியின் சத்தத்தைக் குறைத்து இவர்களைத் திரும்பிப் பார்த்தான். "அன்னைக்கு நைட் நீங்க ரெண்டு பேரும் பேசிட்டு இருந்தத நான் கேட்டேன் பா". முகுந்தன், அபர்ணா இருவருமே உறைந்து போனவர்களாக ஒருவரை ஒருவர் பார்த்தனர்.

ஒரு நீண்ட அமைதி அங்கே நிலவியது. அபய் எதுவும் புரியாதவனாக எழுந்து சமையலறையின் முன்பு வந்தான் முகத்தில் ஏகத்திற்கும் குழப்ப ரேகைகள். "நீங்க என்ன முதல்ல அங்க வேலைக்குப் போக வேண்டானு சொன்னதுக்கு அதானேப்பா காரணம்" அவளின் அடுத்தடுத்த கணைகளில் அடிபட்டவராக முகுந்தன் எதுவும் பேசாமல் சுவற்றில் கை ஊன்றியபடி நின்றார். "சொல்லுங்கப்பா அதானே காரணம். அதுக்கப்புறம் நான் போயே தீருவேன்னு அழுது அடம் பிடிச்சதும் வேற வழியில்லாம அனுப்பி வெச்சீங்க. அதுலயும் நான் ஜாயினிங் டேட் அப்போ காலேஜுக்கும் போகாம அடம்பிடிச்சுட்டு இருந்ததால மதியமா ஃபோன் பண்ணி வேலைக்குப் போகச் சொன்னீங்க சரியா?" முகுந்தன் எதுவுமே பேசவில்லை "அப்போ எல்லாமே தெரிஞ்சுதான் நீ அடம் பிடிச்சயா" பூர்ணாவின் கேள்வியில் கோபம் மிகுந்திருந்தது, கண்களில் கண்ணீர் முட்டிக்கொண்டு நின்றது.

அம்மா ஏன் அழுகிறார்? அப்பா ஏன் அமைதியாக நிற்கிறார்? அக்கா வேலைக்குப்போன இடத்தில் ஏதேனும் பிரச்சினையா? என்ன நடக்கிறது? என்று எதுவும் புரியாமல் அபய் மூன்று பேரையும் மாறி மாறிப் பார்த்தான். அம்மாவின் அழுகை அவனை என்னமோ செய்தது. அக்காவால்தான் அம்மா அழுகிறாள் என்பது மட்டும் புரிய அதுல்யாவின் மேல் அவனுக்குக் கோபம் கோபமாக வந்தது. அதுல்யா மட்டுமே இப்போது வரை எந்தவித உணர்ச்சியையும் வெளிப்படுத்தாமல் அமைதியாக நின்றாள். "அப்பா எனக்கு முன்னாடி என்ன நடந்துச்சுனு எல்லாம் தெரியாது. நீங்களும் எங்ககிட்ட எதுவுமே சொன்னது இல்ல. நீங்க அன்னைக்குப் பேசுனத மட்டும் கேட்டேன் அவ்வளவுதான். அது தாண்டி எதுவுமே இல்ல. ஆனா மனசுக்குள்ள ஏதோ தோணுச்சு நான் இந்த வேலைக்குப் போறது வழியா எதாச்சும் நல்லது நடக்கலாம்னு. யாருமே இல்லாம இருக்க நம்ம வாழ்க்கைல யாராச்சும் வந்து

சேரலாம்னு. அதுமட்டுமில்லாம, நாம இப்போ இருக்கற நிலைல இன்னொரு வருமானம் எவ்வளவு முக்கியம்னும் எனக்குத் தெரிஞ்சிருந்துச்சும்மா. அப்போ அதுனாலதான் அடம் பிடிச்சேன்" நிதானமாக எந்தவிதப் பிசிறும் இல்லாமல் பேசினாள் அதுல்யா.

"ஆனா அங்க சேர்ந்து அவங்களோட பழக ஆரம்பிச்சப்புறம் அவங்க பழகுற விதம், பேசுறது, வேலை செய்யுறதுன்னு எல்லாமே எனக்குப் பிடிக்க ஆரம்பிச்சுருச்சு. கொஞ்சம் கொஞ்சமா அவங்களயும் பிடிக்க ஆரம்பிச்சுருச்சு. அதுக்கு அப்புறம்தான் தோணுச்சு என்ன இருந்தாலும் அவங்க என் பெரியம்மா தானே அதுனால கூட எனக்கு அவங்களப் பிடிச்சிருக்கலாம் இல்லயா. இப்படித் தோணுன பின்னாடி நான் அவங்களோட இன்னமும் க்ளோஸ் ஆகிட்டேன். என்னன்னு தெரியல அவங்களுக்கும் என்ன, என் வேலைய ரொம்ப பிடிக்க ஆரம்பிச்சுருச்சு. அதுதான் என்ன அவங்க வீட்டு வரைக்கும் கூட்டிட்டுப் போயிருச்சு." "ஹ்ம்ம் என் குழந்தைங்கள எல்லாம் பெரியவங்க ஆயிட்டாங்கனு நான் உணராமப் போயிட்டேன்மா" விரக்தியுடன் அங்கிருந்த நாற்காலி ஒன்றில் பொத்தென்று அமர்ந்தார் முகுந்தன்.

உள்ளிருந்து முகத்தைத் துடைத்துக் கொண்டே வேகமாக வந்த பூர்ணா, அவனருகில் கீழே அமர்ந்து கொண்டாள். அழுகை கட்டுக்கடங்காமல் இருந்தது. "அப்பா ஏன்பா அம்மா இவ்வளவு உணர்ச்சிவசப்படறாங்க? இப்ப நான் என்ன சொல்லிட்டேன். அவங்க அக்காவ எனக்குத் தெரியும்னு சொன்னேன், எனக்கு அவங்களப் பிடிக்கும் அதேபோல அவங்களுக்கும் என்னப் பிடிக்கும்னு சொன்னேன் அவ்வளவுதான" விடாது பேசிக்கொண்டே வெளியே வந்தாள். "உனக்கெல்லாம் இது புரியாது அதுல்யா. நீ இன்னமும் சின்னப் பொண்ணு. உங்க அம்மா இருந்த சிச்சுவேஷன்ல நீ இருக்கல சரியா அதனால உனக்கு இது இப்பப் புரியாது" "என்ன பெரிய சிச்சுவேஷன்" அப்பாவின் குரல் உயர்ந்தலால் கடுகடுப்புடன் முணகினாள் அதுல்யா.

கோபத்துடன் அவளைத் திரும்பிப் பார்த்த முகுந்தன் "இப்ப பேசாம இருக்கயா, என்ன கேக்குற?" என்றார். இதுவரை அவர் அந்த வீட்டில் அத்தனை சத்தமாய்ப் பேசியதில்லை. "என்ன நடந்துச்சுனு எங்களுக்குச் சொல்லுங்கப்பா. சொன்னாத்தானே தெரியும். இவ்வளவு நாளா சின்ன வயசுல நம்ம கூட இருந்து செத்துப்போன தாத்தாவத் தவிர, வேற சொந்தக்காரங்கனு யாருமே இல்லேனு சொல்லி வளர்த்தீங்க. வேற யாரப் பத்தி எப்பக் கேட்டாலும் பதிலே இருக்காது. திடீர்னு அன்னைக்கி

என்னடான்னா அம்மாக்கு அக்கா இருக்காங்கனு ரூம்ல பேசிட்டு இருக்கீங்க. இப்ப அவங்களப் பத்திப் பேசுனா இவ்வளவு தூரம் உணர்ச்சி வசப்படுறீங்க. என்னனு எங்க கிட்டயும் சொல்லுங்கப்ப. நாங்க ஒன்னும் இன்னும் குழந்தைங்க இல்லயே" வெடித்தாள். முகுந்தனின் கோபமோ, குரல் உயர்த்தலோ கொஞ்சமும் அவளை பாதிக்கவில்லை. இவ்வளவு நாட்களாய் மறைக்கப்பட்ட அந்த ஒன்றை என்னவென்று கட்டாயம் இன்று தெரிந்துகொள்ள வேண்டுமென்ற ஒற்றைக் குறிக்கோள் மட்டுமே அவளுக்கிருந்தது.

மேலும் இவ்வளவு நாட்களாகச் சொந்த பந்தங்கள் இருந்தும் இல்லாமல் வளர்ந்ததன் ஏக்கமும், அதனால் விளைந்த கோபமும் அவளை மற்ற எல்லாவற்றையும் மறக்கச் செய்திருந்தது. "ஆமாடி உன்ன இத்தன வருஷம் வளர்த்துட்டு மொத்தமா எங்க மூஞ்சிலயே முழிக்காதேன்னு ஒதுக்கி வச்சா உனக்கு எப்படி இருக்கும் சொல்லு? எத்தன தடவ ஃபோன் பண்ணாலும், எத்தன பேருகிட்ட விசாரிச்சாலும் ஒரு பதிலும் இல்லேனா எப்படி இருக்கும். தான் எங்க இருக்கோம்ன்ற தடமே எனக்குத் தெரியக் கூடாதுனு நினைச்சு ஊர விட்டுப் போயிட்டாங்கனா நீ நம்புவியா? என்னை அப்படித்தான் பண்ணாங்க. 20 வருஷம் ஆச்சு எல்லாரையும் கடைசியாப் பார்த்து" உணர்ச்சிவசப்பட்டவளாய் கத்தினாள் பூர்ணா. கடைசி வாக்கியத்தில் மட்டும் வார்த்தைகள் சற்றே உள்வாங்கி ஒலித்தன. இத்தனை நாளாய் மறைத்த ஒன்றைபற்றி, பேசவே மறந்த ஒன்றைப் பற்றி பேசத்தயாராகிவிட்டது அவள் வார்த்தைகளில் வெளிப்பட்டது.

★

12. காலப்பயணம்

"ஒரு பிரிவென்பதே
போதும் – ஓராயிரம்
உறவுகளின் பிறப்பிற்கு..."

பூர்ணாவும் முகுந்தனும் ஒரே கல்லூரியில் படித்துக் கொண்டிருந்தனர். கல்லூரியில் மட்டுமல்ல, பள்ளியிலிருந்தே இருவரும் ஒன்றாய்ப் படிப்பவர்கள். ஒரே ஊரைச் சேர்ந்தவர்கள். பூர்ணாவின் தந்தையும், பெரியப்பாவும் அங்கு விவசாயம் செய்துகொண்டிருந்தனர். அவர்களுடையது கூட்டுக் குடும்பம். பூர்ணா ஒரே பெண், அவள் பெரியப்பாவிற்கு ஒரு பெண் மற்றும் ஒரு ஆண். இருப்பினும் மூவரும் ஒன்றாய் வளர்ந்ததால் ஒருதாய் வயிற்றுப் பிள்ளைகள்போல்தான் இருப்பார்கள். பெரியவர்களுக்குள்ளும் நல்ல ஒற்றுமை இருந்ததால், அது பிள்ளைகளிடத்திலும் எதிரொலித்தது. அவளின் பெரியப்பா பெண்ணான கமலிக்கு அவளின் அப்பாவை விட பூர்ணாவின் அப்பாவின் மீது கொள்ளைப் பிரியம். வீட்டிற்கு முதல் பெண் குழந்தையாகையால் செல்லமும் அதிகம். சிறு வயதில் எந்த நேரமும் சித்தப்பாவின் மடியிலேயே இருப்பாள். பூர்ணா அப்படியே நேர் எதிர் பெரியப்பாவின் செல்லம் அவள்.

மூவரும் பள்ளிப் படிப்பை அந்த ஊரிலேயே முடித்தாலும், கமலி நல்ல மதிப்பெண் எடுத்து சென்னையில் உள்ள கல்லூரியில் இடம் கிடைத்து அங்கே சென்றுவிட்டாள்.

அண்ணன் சிவாவும் பொறியியல் படிக்க விருப்பப்பட்டு கோவையிலிருந்த ஒரு பெரிய கல்லூரியில் சேர்ந்துவிட, பூர்ணா மட்டுமே தனித்து விடப்பட்டாள். பூர்ணாவிற்கு வீட்டை விட்டு இருப்பதென்றால் பெரும் கஷ்டம் அதற்காகவே பள்ளி விடுமுறை நாட்களில் கூட உறவினர்கள் யார் வீட்டிற்கும் சென்று தங்கமாட்டாள். அப்படியே சென்றாலும் ஒன்று அல்லது

இரண்டு நாட்கள் அவ்வளவுதான். அழுது அடம்பிடித்து அவர்கள் வீட்டிற்கே வந்துவிடுவாள். அதன் காரணமாகவே அவள் தூரமாக இருக்கும் எந்தக் கல்லூரியையும் தேர்ந்தெடுக்காமல், வீட்டிலிருந்து செல்லக்கூடிய தூரத்தில் கிடைத்த படிப்பாக இளங்கலை வரலாற்றை எடுத்துப் படித்தாள்.

மூவருக்குமே புத்தகங்கள் வாசிப்பதில் ஆர்வம் அதிகம். மூவருமே அங்கிருந்த நூலகத்தில் உறுப்பினர்கள். வார விடுமுறை நாட்களில் கட்டாயம் அவர்களை அங்கு காணலாம். பூர்ணா கிடைத்த பாடப்பிரிவில் வரலாற்றைத் தேர்ந்தெடுத்ததுக்கும் அதுவே ஒரு காரணமாக அமைந்தது. கமலியை விட பூர்ணா ஒரு வருடம் இளையவள். இருப்பினும் இருவரும் எந்த நேரமும் விளையாட்டு, ஆட்டம், பாட்டம் என்று ஒன்றாகவே இருந்தனர். முதலில் சிவா வெளியூர் சென்ற போது கமலி உடன் இருந்ததால் இருவருக்கும் பெரிதாய் ஒன்றும் தெரியவில்லை. ஆனால் அடுத்து கமலியும் படிப்பிற்காய் வெளியூர் சென்ற போதுதான் பூர்ணா துவண்டு போனாள். அவர்களின் அப்பாக்களும் தோட்டத்து வேலையில் மூழ்கிப் போக ஆகப்பெரும் தனிமைச் சிறையில் அகப்பட்டாள் பூர்ணா. எப்பொழுதும் அக்காவுடனும், அண்ணனுடனுமே சுற்றிக் கொண்டிருந்ததால் நண்பர்கள் என்று அப்போது வரை அவளுக்கு யாருமே இல்லை.

வீடு, தோட்டம், பள்ளி மூன்றும் இல்லையென்றால் நூலகம் இவை மட்டுமே அவள் உலகமானது. முதலில் மாதமொருமுறை வந்து சென்ற கமலி, நாள் செல்லச் செல்ல இரண்டு மாதத்திற்கொருமுறை என்றானது. இந்த இடைவெளியை பூர்ணா பெரிதும் புத்தகங்களுடன் கழிக்க முயல அதற்குத் தன்னை இட்டு நிரப்பியவன்தான் முகுந்தன். முகுந்தன் புத்தகங்கள் வாசிப்பதற்காக இல்லையெனினும் செய்தித்தாள்கள் வாசிப்பதற்காக நூலகம் செல்லும் பழக்கமுள்ளவன். அப்படியான நாளில்தான் ஒருமுறை இருவரும் நூலகத்தில் சந்தித்துக் கொண்டனர். எப்பொழுதும் நூலகத்திற்கு அக்கா அல்லது அண்ணனுடன் வருவதால் வேறு யாரும் வந்து போவதைப் பற்றி அவள் கவனித்ததே இல்லை. திடீரென்று ஒரு நாள் தன் வகுப்பில் படிக்கும் மாணவன் ஒருவனும் நூலகத்தில் இருப்பதைப் பார்த்து பூர்ணாவிற்கு ஆச்சரியம். அங்கு அவனிடம் எதுவும் பேசாமல் வெறும் சிரிப்புடன் சென்றாலும் அதற்கு அடுத்த நாள் பள்ளியில் அவனைச் சந்தித்த போது கேட்டாள் “நீயும் லைப்ரரி வருவியா?” “ஆமா பேப்பர் படிக்க

வருவேன்" என்று முகுந்தன் பதிலளிக்க சரியென்று தலையசைத்துச் சிரித்துவிட்டு அங்கிருந்து நகர்ந்துவிட்டாள்.

அதன் பிறகும் பள்ளி முடியும்வரையும் முகுந்தனிடம் அவள் பெரிதாக எதுவும் பேசியதில்லை. முகுந்தனின் அப்பா அதே ஊரில் சிறியதாய் கடை ஒன்றை நடத்தி வந்தார். முகுந்தன் அவர்களுக்கு ஒரே மகன். பெரிய வருமானம் இல்லையென்றாலும் அளவானதாய் வந்து கொண்டிருந்தது. முகுந்தனின் தாய் அங்குள்ள விவசாய நிலங்களில் கூலி வேலைக்குச் செல்பவள். இப்படியான சூழ்நிலையில் முகுந்தனுக்குக் கல்லூரி என்பதே பெரிய விஷயம் இதில் வெளியூர் சென்று, பெரிய கல்லூரிகளில் படிப்பதெல்லாம் நடக்காத காரியம். இருப்பினும் அவனுக்குப் படிப்பின் மேல் இருந்த தணியாத ஆர்வத்தால் எப்படியோ பெற்றவர்களைச் சம்மதிக்க வைத்து, பூர்ணா சேர்ந்திருந்த அதே கல்லூரியில் அவனும் இளங்கலை வணிகவியல் படிப்பில் சேர்ந்திருந்தான்.

கல்லூரியில் சேர்ந்து ஒரு வாரம் கழித்து இருவரும் பேருந்து நிலையத்தில் சந்தித்த போதுதான் இருவருக்கும் ஒரே கல்லூரியில் படிப்பதே தெரிந்தது. "நீயும் இதே காலேஜ்லயா படிக்கிற. அப்புறம் ஒரு வாரமா வரவே இல்ல" ஆச்சரியத்துடன் கேட்டான் முகுந்தன் தன் பள்ளித் தோழியை அங்கே கண்ட மகிழ்ச்சியில். "இல்ல முதல் ஒரு வாரம் பயமா இருந்துச்சு. ராக்கிங் எல்லாம் இருக்கும்னு அதனால பெரியப்பாவும், அப்பாவும் மாத்தி மாத்தி கொண்டு வந்து விட்டுட்டு இருந்தாங்க. இப்பதான் கொஞ்சம் பயம் குறஞ்சுது அதான் நானே போறேன்னு வந்துட்டேன்" பூர்ணா சற்றே வெட்கத்துடன் கூறி முடித்தாள். "அதா ராகிங் எல்லா எதுவும் இல்லாம சாரெல்லாம் காவலுக்கு இருந்தாங்களே அப்புறம் என்ன?" "இருந்தாலும் ஒரு பயம் இருக்கத்தானே செய்யும்" "இப்ப சரி ஆயிடுச்சா!" "இப்ப இருக்கு... ஆனா இல்ல" இருவரும் ஒன்றாக கலகலவென்று சிரித்தனர்.

சரியாக அந்தச் சமயம் பார்த்து பேருந்து வர இருவரும் ஏறிக்கொண்டு, கல்லூரி பேருந்து நிறுத்தத்தில் இறங்கி அவரவர் வகுப்புகளை நோக்கிச் சென்றனர். மீண்டும் அங்கு வைத்துப் பேசிக்கொள்ளவில்லை. அன்று மாலை வீடு திரும்பும்போது பூர்ணாவின் தாய் பேருந்து நிறுத்தத்தில் மகளுக்காகக் காத்திருந்தார். முதல் முறை தனியே சென்றிருக்கிறாள் எப்படி வருவாளோ என்னவோ என்ற தவிப்பு அவளை வீட்டில் இருக்க விடாமல் செய்திருந்தது. மகள் பேருந்தை விட்டு இறங்கியதும் முன்னே சென்று

“வா, சாமி போயிட்டு வந்துட்டயா” என்றபடி அவளிடமிருந்த புத்தகங்களைத் தன் கையில் வாங்கிக் கொண்டாள். தாயைப் பார்த்ததும் பூரித்துப் போனவளாய் பூர்ணா அன்று நடந்த கதைகளை எல்லாம் உற்சாகமாய் அவளிடம் கூறிக் கொண்டே நடந்து வந்தாள். அவர்களை விட்டு சற்றுத் தொலைவில், முகுந்தனும் பேருந்திலிருந்து இறங்கி அமைதியாக நடந்து வந்தான். முன்னே சென்ற இருவருக்கும் பின்னால் ஒருவன் வருவதே தெரியவில்லை.

அந்த ஊரிலிருந்து கல்லூரிப் படிப்புக்காகச் சென்றவர்கள் அவர்கள் இருவர் மட்டும்தான். மற்ற எல்லோரும் பள்ளிப் படிப்பு முடித்ததே பெரியதாக இருந்தது. சில நாட்களுக்குத் தொடர்ந்து வந்த பூர்ணாவின் தாய் அதன் பின்பு வருவது மெதுவாக நின்று போனது. ஊரிலிருந்து பேருந்து நிறுத்தம் சற்றுத் தொலைவில் இருந்ததால் யாரும் வராத நாட்களில் முகுந்தனும், பூர்ணாவும் ஊர் எல்லை வரை ஒருவருக்கொருவர் பேசிக்கொண்டு நடந்து செல்லத் தொடங்கினர். அந்தப் பழக்கம் காலையும் நீண்டு கல்லூரிப் பேருந்து நிறுத்தத்தில் இறங்கி வகுப்பறை வரை ஒன்றாகச் செல்ல வைத்தது. முதல் வருடம் முடியும் தருவாயில் முகுந்தன் பூர்ணாவின் வகுப்பறை வரை சென்று அவளை விட்டுவிட்டுப் பின் தன்னுடைய வகுப்பறைக்குச் செல்வதாக பழக்கம் மாறியிருக்கையில், வெளியே சொல்லாத ஏதோ ஒன்று இருவருக்குள்ளும் நிகழ்ந்து அவர்களை நெருக்கமாக்கியது.

முதல் வருடம் படிப்பு முடிந்து, இரண்டாம் வருடம் தொடங்கியிருந்தது. தொடங்கிய முதல் வாரம் நன்றாகச் சென்றிருந்த நிலையில் திடீரென முகுந்தன் இரண்டு நாட்களாகக் கல்லூரிக்கு வரவில்லை. பெரும்பாலும் அவன் கல்லூரிக்கு விடுமுறை எடுப்பதில்லை அப்படியே எடுத்தாலும் முந்தைய நாளே பூர்ணாவிடம் தெரிவித்து விடுவான். அதனால் அவனின் இந்த திடீர் விடுமுறை பூர்ணாவிற்குக் குழப்பத்தை விளைவித்தது. அந்தப் பிரிவும் ஏதோ செய்தது, ஆனால் என்ன ஆனதென்று எப்படித் தெரிந்துகொள்வதென்றுதான் அவளுக்குத் தெரியவில்லை. மிகுந்த குழப்பத்தில் இருந்தவள் மூன்றாவது நாள் இன்று எப்படியும் அவன் வந்து விடுவான் என்ற நம்பிக்கையில் கல்லூரிக்குச் சென்றாள் அன்றும் ஏமாற்றமே மிஞ்சியது. கல்லூரி பேருந்து நிலையத்தில் இறங்கியதும் அவனின் வகுப்புத் தோழன் ஒருவன் பூர்ணாவை நெருங்கி வந்து “முகுந்தன் ரெண்டு நாளா காலேஜ் வரல, உங்களுக்கு ஏதாச்சும் தெரியுமா? இல்ல நீங்க ரெண்டு பேரும் ஒரே ஊரு தான அதான் கேட்டேன்” என்றான் சற்றே

தயக்கத்துடன். பூர்ணா நின்று சற்று யோசித்து தெரியாதெனத் தலையாட்டிவிட்டு தனது வகுப்பறையை நோக்கிச் சென்று விட்டாள்.

நாள் முழுவதும் எதிலும் பற்றுக்கொள்ளாமல் மனம் தவியாய்த் தவித்தது. எப்படியோ அந்த நாளை முடித்து மாலை வீடு திரும்பினாள். அவளது அறைக்குள் ஏதேதோ எண்ணத்துடன் அமர்ந்திருக்கையில் வெளியே பெரியப்பா பேசும் சத்தம் கேட்டது "நம்ம கட வெச்சுருக்காருல்ல செட்டியாரு அவரு சம்சாரம் காட்டு வேலைக்குப் போன இடத்துல பாம்பு கடிச்சுதுல்ல, ஆஸ்பத்திரில வெச்சு, போயிருச்சாமா" சட்டையைக் கழட்டி ஆணியில் மாட்டிக் கொண்டே சங்கடத்துடன் மனைவியிடம் பகிர்ந்து கொண்டிருந்தார். "அடப்பாவத்தே ரெண்டு நாள் மருந்து குடுத்துமா ஒன்னும் ஆகல" "ஆமாம் முந்தானேத்து காலைல கடிச்சது. எப்படியோ வண்டிய கிண்டியப் புடிச்சு ஆசுபத்திரி போறப்பவே ரெண்டு மணி நேரத்துக்கு மேல ஆயிடுச்சு, அப்புறம் அங்க போயி கடிச்சது என்ன பாம்புன்னு யாருக்குமே தெரியல. டாக்டருங்க ரெண்டு நாளா என்னென்னமோ பண்ணிப் பார்த்துருக்காங்க ஒன்னும் நடக்கலையாட்றக்கு. இன்னைக்கு மத்தியானம் சேதி சொல்லிருக்காங்க முடிஞ்சுருச்சுனு" "அடப்பாவத்தே" என்றாள் பெரியம்மா அதிர்ச்சியில் வேறு எதுவும் சொல்ல தெரியாமல்.

அறைக்குள் இருந்து அனைத்தையும் கேட்டுக்கொண்டிருந்த பூர்ணாவிற்கு அழுகை அடக்க மாட்டாமல் பொங்கிக் கொண்டு வந்தது. என்னசெய்வதென்று தெரியாமல் பல்லைக்கடித்துக்கொண்டு அழுகையை அடக்கிக் கொண்டிருந்தாள். வெளியே இருந்து உள்ளே வந்த அவளது தந்தை "அண்ணா, செய்தி கேட்டயா" "ஆமாப்பா செட்டியார் சம்சாரந்தான இப்பதான் உங்க மதனிகிட்டப் பேசிட்டு இருந்தேன்" "எப்படினா ஒரு எட்டுப் போயிட்டு வந்துரலாம் வா." "ஆமாப்பா நாலு பேருமே போயிட்டு வந்துரலாம். ஒரு அரை மணி நேரங்கழிச்சுப் போலாம் அப்போ எல்லாம் வீட்டுக்கு வந்துருவாங்க" என்றபடி கூடாரத்தில் அமர "அந்தப் பையன் கூட நம்ம பூர்ணா படிக்கிற காலேஜுலதான் படிக்கிறான். நான் அவளக் கூட்டிட்டு வரப் போவேன்ல சாயங்காலம் அப்பப் பார்த்துருக்கேன். சின்ன வயசு பாவம்" என்றாள்.

"செட்டியாரு இனி எப்படி சமாளிக்கப் போறாரோ தெரியலகெரகத்த" துண்டை தோளில் உதறிப் போட்டவாறே சலித்துக்கொண்டார் பூர்ணாவின் அப்பா. அடுத்த அரைமணி

நேரத்தில் அனைவரும் கிளம்பிச் சென்றுவிட, பூர்ணா தனிமையில் முகுந்தனை நினைத்து வெடித்து அழுதாள். மறுநாளும் அவள் கல்லூரிக்குச் செல்லவில்லை தலைவலி என்று வீட்டில் காரணம் சொல்லி விடுமுறை எடுத்துக்கொண்டாள். அதற்கடுத்த நாள் வேறு வழியின்றி வீட்டினருக்குப் பயந்து கல்லூரிக்குச் சென்றாள் அதுவும் நல்லதாகத்தான் போயிற்று. மாலை அவள் கல்லூரியிலிருந்து திரும்பி வரும் வழியில் முகுந்தன் அவளுக்காகப் பேருந்து நிறுத்தத்தை விட்டு சற்றுத் தள்ளி, யாருக்கும் தெரியாத வகையில் மறைந்து நின்றிருந்தான். யாரோ தன்னை அழைப்பதைக் கேட்டு திரும்பிப் பார்த்த பூர்ணா அங்கே மொட்டையடித்து, மீசை மழித்த நிலையில் முகுந்தன் நின்றிருப்பதைக் கண்டு அதிர்ச்சியடைந்தாள்.

முகுந்தா என்று கூறியதுதான் தாமதம் அவனுக்கு இவளைக் கண்டதும் அழுகை கட்டுக்கடங்காமல் வந்துவிட்டது. அப்படியே சாலையில் அமர்ந்து அழத்தொடங்கினான். அவன் அழுவதைக் கண்டு ஓடிச்சென்ற பூர்ணா அழுகையுடனே அவனைச் சமாதானப்படுத்தினாள். தாவணித் தலைப்பால் அவன் கண்ணீரைத் துடைத்து விட்டாள். வார்த்தைகளற்று ஐந்து நிமிடம் இருவரும் அழுதுகொண்டிருக்க, முதலில் முகுந்தன்தான் சற்றே சமாதானமடைந்து பேசத் தொடங்கினான். "ரெண்டு மூணு நாளா என்னக் காணலேன்னு நீ தவிச்சுருப்பேனு தெரியும். ஆனா எப்படி உனக்குச் சேதி சொல்றதுன்னுதான் தெரியல. எப்படியும் எங்க அம்மா பொழைச்சுக்கும்னு நினைச்சேன் இப்படி ஆகும்னு எதிர்பார்க்கல" மீண்டும் கையால் முகத்தை மூடி அழுதான். பூர்ணாவிற்கு எப்படிச் சமாதானம் சொல்வதென்றே தெரியவில்லை.

இனி எனக்குன்னு யார் இருக்கா? என்று அவன் அழுதபோது மட்டும் இனி உனக்காக நான் இருக்கேன் என்றாள் சற்றும் யோசிக்காமல். மீண்டும் கொஞ்சம் சமாதானமாகி அவனே பூர்ணாவிடம் கூறினான் "சரி நீ கிளம்பு யாராச்சும் பார்த்தா பிரச்சின நான் மறுபடியும் திங்கள்கிழமை இங்க வர்றேன்" என்று அவளை அனுப்பி வைத்தான். பூர்ணாவும் அரை மனதுடன் அவனைத் திரும்பித் திரும்பிப் பார்துக்கொண்டே அங்கிருந்து சென்றாள். திங்கள்கிழமை மாலையும் பூர்ணாவிற்காக காத்திருந்தான் முகுந்தன். அன்றைக்குப் பார்த்ததற்கு இப்பொழுது கொஞ்சம் தேறியிருந்தான். இருவரும் சிறிது நேரம் பேசிக்கொண்டிருந்தனர். "சரி நீ எப்ப இருந்து மறுபடியும் காலேஜ் வரப்போற?" பூர்ணாவின் கேள்விக்கு பதிலெதுவும் சொல்லாமல், தரையைப் பார்த்துக்கொண்டே நின்று கொண்டிருந்தான் முகுந்தன். "என்ன ஒன்னும் பேச மாட்டிங்கிற.

இப்படியே லீவ் போட்டா பரீட்சை எப்படி எழுதுறது?" இன்னும் அவன் எதுவுமே பேசாமல் நின்றிருந்தான். "என்ன சொல்லு?" மீண்டும் உலுக்கினாள் பூர்ணா.

"நான் இனிமே காலேஜ் வரல" மெதுவாய் முகுந்தன் வாயசைக்க "என்ன சொல்லுற! எதுக்கு வரல" அதிர்ச்சியடைந்திருந்தாள் பூர்ணா. "என்ன பேசுற நீ. படிக்காம என்ன செய்யப் போற? உங்க அம்மாவும் ஆசப்பட்டுத்தான உன்ன காலேஜ்ல சேத்துவிட்டாங்க. எதுக்கு இப்படி எல்லாம் பேசுற?" அடுக்கடுக்காய் கேள்விகளைக் கேட்டுக்கொண்டே போனாள் பூர்ணா. அந்த வாரம் முழுவதும் கூட முகுந்தன் கல்லூரிக்கு வரவில்லை. பூர்ணாவையும் சந்திக்கவில்லை. பூர்ணாவும் காத்துக்காத்து, தேடித்தேடி அலுத்துப் போனாள். அடுத்து வந்த திங்கள்கிழமை காலை கல்லூரிக்குச் செல்வதற்காக பேருந்து நிறுத்தத்தில் நின்று கொண்டிருந்தபோது, பேருந்து வரும் நேரத்தில் சரியாக முகுந்தனும் வந்து சேர்ந்தான். அவன் வந்ததும் பேருந்து வந்துவிட்டதால் இருவரும் ஒன்றும் பேசிக்கொள்ளவில்லை. பூர்ணா அவன் வந்ததைப் பார்த்திருந்தாலும், பார்க்காததுபோல முகத்தைத் திருப்பிக்கொண்டிருந்தாள். கல்லூரிப் பேருந்து நிறுத்தத்தில் இறங்கி முகுந்தன் அவளுடன் பேச முயல, பூர்ணா வேகமாய் தன் வகுப்புத் தோழிகளுடன் கலந்து சென்றுவிட்டாள்.

முகுந்தன் மாலைவரை காத்திருந்து மாலை மீண்டும் அவளுடன் பேச முயற்சித்தான். எதுவும் பலிக்கவில்லை. மாலை அவர்கள் ஊர்ப் பேருந்து நிறுத்தத்தில் இறங்கி ஊரை நோக்கிச் சென்று கொண்டிருந்தனர். பூர்ணா அவனுடன் வராமல், வேகமாக முன் நோக்கி நடந்து கொண்டிருந்தாள். "பூர்ணா, நீ சொன்னதுக்காகவும், உனக்காகவும் தான் நான் காலேஜுக்கே வந்தேன் இன்னைக்கு..." யாருமில்லாமல் அவர்கள் இருவர் மட்டுமே இருப்பதை உறுதி செய்து கொண்டு முடிந்தவரை அவளுக்கு அருகில் வந்து சத்தம் போட்டுச் சொன்னான். பூர்ணா காதில் வாங்கியும் வாங்காமல் சென்றுவிட்டாள். அடுத்த நாள் காலை பூர்ணா பேருந்து நிறுத்தத்திற்கு வந்த போது அவளுக்கு முன்பே வந்து முகுந்தன் அங்கு காத்திருந்தான். அவர்களைத் தவிர வேறு யாரும் அங்கிருக்கவில்லை.

"பூர்ணா எதுக்கு எங்கிட்டப் பேச மாட்டிங்குற? நேத்திலிருந்து நானும் பேச முயற்சி பண்ணிட்டே இருக்கேன் நீ கண்டுக்கவே மாட்டிங்கிற" பூர்ணா மௌனமாகவே இருந்தாள். "பூர்ணா என் அம்மா போன பின்னடி, நான் தெம்பாகுறதும், இப்ப காலேஜ்

வர்றதும் உன்னாலயும், உனக்காகவும் மட்டும்தான். நீ இப்படியே பேசாம இருந்தா நான் இனிமேல் காலேஜுக்குக் கூட வரல" எங்கோ பார்த்துக்கொண்டே பேசி முடித்தான். "ஏன் போன வாரம் முழுசும் வரல? காலேஜ் வரல சரி இங்கயாச்சும் வந்துருக்கலாம்ல?" பேசும்போது பூர்ணாவின் கண்ணில் நீர் தேங்கியிருந்தது. அவளின் கண்ணில் கண்ணீரைக் கண்டு முகுந்தன் அதிர்ச்சியடைந்தவனாய் அவளைச் சமாதானப்படுத்த முயற்சித்தான். அந்தச் சம்பவத்திற்குப் பிறகு இருவரும் தங்கள் மனதில் இருந்ததை இருவரிடமும் வெளிப்படுத்த பேருந்து நிறுத்தத்திலும், கல்லூரியிலும் அவர்களின் காதல் தடையின்றித் தொடர்ந்தது.

மதிய உணவை அவனுக்கும் சேர்த்து பூர்ணா கொண்டு வர ஆரம்பித்தாள். வீட்டில் அவளின் தோழிகளுக்கும் சேர்த்துக் கொண்டு போவதாய் கூறினாள். இரண்டாவது வருடமும் முடிந்தது, கமலியும் தன்னுடைய இளநிலைப் படிப்பை முடித்துவிட்டு விடுமுறையில் வீட்டில் இருந்தாள். அந்த விடுமுறை மொத்தமும் சகோதரிகளின் ஆட்டம் பாட்டமெனக் கழிந்தது. இருவரும் அவரவர் கல்லூரி, நண்பர்கள் எனக் கதைகளைப் பகிர்ந்து கொண்டனர். அந்த வருடம் வெளிவந்து சக்கைப் போடு போட்ட டைட்டானிக் ஆங்கிலப் படம் குறித்தும், அதன் கதை, காட்சிகள் குறித்தும் கமலி பூர்ணாவிடம் இரகசியமாய் விவரிக்க, இப்படியெல்லாமா படத்துல காட்டுவாங்க என்று அவள் வாயடைத்துப் போனாள். அதன் பிறகு முகுந்தனை அடுத்தமுறை சந்திக்கும்போது கூட இன்னமும் ஆச்சரியம் விலகாதவளாக அவனிடத்திலும் அந்தத் திரைப்படம் குறித்து கமலி கூறியதை விவரித்துக் கொண்டிருந்தாள்.

விடுமுறை முடிந்து தேர்வு முடிவுகள் வெளிவந்ததும் கமலி வீட்டில் பிடிவாதம்பிடித்து படித்து முடித்த அதே கல்லூரியில் முதுகலைப் படிப்பில் சேர்ந்தாள். விருப்பம் இல்லாவிட்டாலும் அவளுடைய நச்சரிப்பின் காரணமாகவும், அவளது தம்பியும் அவளுக்குச் சாதகமாக இருந்ததாலும் கமலியின் தந்தை அவள் படிப்பிற்குச் சம்மதம் சொல்லியிருந்தார். அச்சமயம் சிவா தன்னுடைய படிப்பை முடித்து வெளியூரில் நல்லதொரு வேலையில் சேர்ந்திருந்தான். பூர்ணா கல்லூரிப் படிப்பின் மூன்றாவது வருடத்தில் அடியெடுத்து வைத்தாள். கமலியும், சிவாவும் மீண்டும் வெளியூருக்குச் சென்றுவிட்டாலும் இந்தமுறை பூர்ணாவை அது எதுவும் பெரிதாய்ப் பாதிக்கவில்லை. இப்பொழுதெல்லாம் அவளுக்குத் துணையாக முகுந்தன் இருந்ததால் தனிமை என்பதையே

அவள் உணரவில்லை. விடுமுறை நாட்களிலும் நூலகத்திற்குச் செல்லும் சாக்கில் இருவரும் ஊரில் எங்காவது ஒரு இடத்தில் சந்தித்துக் கொண்டனர்.

நாட்கள் செல்லச்செல்ல அவர்களின் நெருக்கமும் அதிகரித்திருந்தது. அரசல் புரசலாய் இருவரின் வீட்டிலும் விஷயம் கசிந்தது. முதலில் முகுந்தனின் வீட்டில் தெரிந்து அவனது அப்பா அவனை அழைத்துக் கண்டித்தார். பெரிய இடம் தேவையில்லாத பிரச்சினை வேண்டாமென்றார். அவன் படித்தே அவர்களின் குடும்பம் அடுத்த கட்டத்திற்குப் போகவேண்டுமென்பதையும் அவனுக்கு ஞாபகப்படுத்தினார். முகுந்தன் அவரின் பேச்சிற்கு பதிலெதுவும் பேசாமல் மௌனமாய் இருந்தான். பூர்ணாவிடம் இது குறித்துச் சொல்லலாமா வேண்டாமா என்று யோசித்துவிட்டு இப்போதைக்கு வேண்டாமென்று முடிவெடுத்து அமைதியாய் இருந்து விட்டான். எப்பொழுதும்போல இருவரும் ஒன்றாகக் கல்லூரிக்குச் செல்வதும் வருவதுமாய் இருந்தனர். மூன்றாம் வருடத்தின் பாதி நிறைவுற்றிருந்தது. குறையாத சந்தோஷத்துடன் பூர்ணா பட்டாம்பூச்சியாய் வீட்டில் சுற்றிச்சுற்றி வந்தாள்.

பூர்ணா கல்லுரிக்குச் சென்று வந்திருந்த ஒரு நாள் மாலை பூர்ணாவின் தந்தை கொஞ்சம் கோபத்துடன் வீட்டிற்குள் நுழைந்தார். கூடத்தில் அவரின் அண்ணன் அமர்ந்திருந்தார், பெண்கள் இருவரும் சமையலறையில் இருந்தனர். பூர்ணா அவள் அறையில் படித்துக்கொண்டிருந்தாள். “அண்ணா முக்கியமான வேலைல எதுவும் இல்லைனா உங்ககிட்ட ஒரு விஷயம் பேசனும்” எதையோ எழுதிக்கொண்டிருந்தவர் அதை வைத்துவிட்டுத் தன்னை நேரே பார்க்காமல் எங்கோ பார்த்துக்கொண்டு பேசும் தம்பியை வித்தியாசமாக நிமிர்ந்து பார்த்தார். “இல்ல, நம்ம பக்கத்து ஊர்ல இருந்து பூர்ணாவப் பொண்ணுக் கேட்டு ஆள் வந்துச்சு. அதான் உங்ககிட்ட பேசலான்ட்டு” “பூர்ணாவுக்கா.... அவளுக்கு இப்ப என்ன அவசரம்? இன்னும் கமலிக்கே நாம பார்க்க ஆரம்பிக்கலயேப்பா” கொஞ்சம் அதிர்ச்சியுடன் கேட்டார் அவர். உள்ளே இருந்து தேநீரை ஆற்றிக்கொண்டெ பூர்ணாவின் தாயும் வெளியே வர, பெரியம்மா கையில் ஒரு டம்ளருடன் பூர்ணாவின் அறையை நோக்கிச் சென்றாள். “கமலிக்கு இப்ப ஒன்னும் அவசரம் இல்லணா அவசரம் பூர்ணாவுக்குத்தான்” நேருக்கு நேராக யாரையும் பார்க்காமல் பொதுவில் பார்த்துப் பேசினார். அவரின் கண்கள் கோபத்தில் மின்னியது.

அங்கிருந்தவர்கள் யாருக்குமே பூர்ணாவின் தந்தையின் பேச்சின் காரணம் புரியவில்லை. "என்னங்க பேசுறீங்க நீங்க. அக்கா இருக்கும்போது தங்கச்சிக்கு யாராச்சும் மாப்பிள பாப்பாங்கலா?" குழப்பத்துடன் கேட்டாள் பூர்ணாவின் தாய். அங்கே வந்த பூர்ணாவின் பெரியம்மாவிற்கும் எதுவும் புரியவில்லை அவள் தன் கணவனைப் பார்க்க அவரும் தனக்கும் எதுவும் புரியவில்லை என்று சைகை காட்டினார். "என்ன தம்பி என்ன ஆச்சு. எதுக்கு இப்ப இப்படிப் பேசுறீங்க. பூர்ணா கல்யாணத்துக்கு அப்படி என்ன அவசரம் வந்துச்சு?" கொழுந்தனை நோக்கிக் கேட்டாள். "மதனி இப்ப நாம அவசரப் படலேன்னா, பின்னாடி தப்பு வந்துருமோனு பயமா இருக்கு மதனி" நடுக்கத்துடன் வெளிவந்த அவரின் பேச்சு இன்னமும் அங்கு யாருக்கும் பிடிபடவில்லை. "இப்ப யாரு என்ன சொல்லீட்டாங்கனு நீ இப்படிப் பேசிட்டு இருக்க! எதாச்சும் சொன்னாதான எங்களுக்கும் புரியும்" நிதானமாய்க் கேட்டார் பூர்ணாவின் பெரியப்பா.

"அண்ணே... நாம கண்டுக்காம விட்டா எங்க புள்ள நம்ம கைய உட்டுப் போயிடுமோனு பயமா இருக்குண்ணே" "என்னப்பா சொல்லுற?" இப்போது பெரியப்பாவின் குரலில் கொஞ்சம் கோபமும் கலந்திருந்தது. "கொஞ்ச நாளாவே அரசல் புரசலா காதுல விழுந்துட்டுதான் இருந்துச்சு. நான் தான் அப்படி எதுவும் இருக்காதுன்னு விட்டுட்டேன். ஆனா கடசில ரொம்ப முக்கியமான ஆளு ஒன்னு வந்து சொன்னப்போ நம்பாம இருக்க முடியலண்ணே" மூவரின் முகத்திலும் கேட்கக்கூடாத ஏதோ ஒன்றைக் கேட்கப் போகிறோம் என்ற அதிர்ச்சி தெரிந்தது. "விளக்கமாச் சொல்லுனு சொன்னேன்" பெரியப்பா குரலில் இறுக்கமும் கூடியிருந்தது. "அதான் அந்த செட்டியார் மகன் இருக்கான்ல அவன் கூட நம்ம புள்ளய அங்கங்க பார்த்தேனு அவனவனுக வந்து சொன்னானுக. முதல்ல சொன்னப்போ நானும் நம்பலதான்" "யார் வீட்டுப் புள்ளய, யார் தப்பாபேசுறது? இதெல்லாம் நான் நம்ப மாட்டேன் வேணுக்குன்னே கட்டுக்கத கட்டிவிட்டுத் திரியுறானுக. அத நம்பி இந்த மனுஷனும் இங்க வந்து வேண்டாததப் பேசிட்டு இருக்கானே. அய்யோ, நான் என்ன பண்ணுவேன்" பூர்ணாவின் தாய் இடைமறித்துப் பேசி ஒரு அழுகைக்குத் தயாரானாள்.

"ஒருத்தன் வந்து சொன்னவுடனேயே நானும் ஒன்னும் நம்பிடல. சும்மா கிடந்து கத்தாத. உனக்கு இருக்கற அறிவு எனக்கும் இருக்கும்ல. நம்பிக்கையான ஆளு வந்து சொன்னதும் நானே கொஞ்சம் அதுக்கே தெரியாமப் போய்ப் பார்த்தேன். தினமும்

காலேஜ்ல இருந்து வர்றப்பவும், போறப்பவும் அவன் கூடத்தான் ஒரே சிரிப்பும், கும்மாளமுமா கெடக்குது. போதாக்குறைக்கு வாரா வாரம் லைப்ரரி போறேன் லைப்ரரி போறேனு ஊட்ட ஏமாத்திட்டு அவனப் போய்ப் பார்த்துட்டு வர்றா. இந்தக் கண்றாவியெல்லாம் நானே என் கண்ணால பார்த்துத் தொலைச்சுப்புட்டேன். வேணும்னா அவளயே கூப்டுக் கேளுங்க நான் சொல்றது நெசமா பொய்யானு." சிறிது நேரத்திற்கெல்லாம் அங்கு பேரமைதி நிலவியது. பெரியப்பா அதிர்ச்சியிலும் ஆழ்ந்த யோசனையிலும் மூழ்கியிருந்தார்.

"இப்படி ஒன்னுமே பேசாம இருந்தா எப்படி நான் சொல்றதுல நம்பிக்கை இல்லைனா அவளையே கூப்பிட்டுக் கேளுங்க" அமைதியைக் குலைக்கும் விதமாக மீண்டும் பூர்ணாவின் தந்தை சத்தமிட, அவரை நிமிர்ந்து பார்த்துவிட்டு பெரியம்மா உள் நோக்கிச் சத்தமாக அழைத்தார் "பூர்ணி தங்கம், இங்க வா" அனைத்தையும் உள்ளிருந்து கேட்டுக்கொண்டிருந்த பூர்ணா பயத்துடன் தலை குத்தியவாறு வெளியே வந்தாள். "கண்ணு அப்பா என்னென்னமோ சொல்றார். என்ன கண்ணு இதெல்லாம்" கேட்கும்போதே அவரின் கண்கள் கலங்கி இருந்தன சேலை முந்தியைக் கையில் சுருட்டிப் பிடித்தவாறு அமர்ந்திருந்தார். அருகில் அவளின் தாய் நிலைகுத்திய பார்வையுடன் தரையையே பார்த்துக்கொண்டு அமர்ந்திருந்தாள். வெளியே வந்த பூர்ணா சுவற்றோரம் சாய்ந்து நின்றவாறு எதுவும் பேசாமல் மௌனமாய் இருந்தாள்.

"பாறாங்கல்ல முழுங்குன மாறி இப்படி நிக்கிறாளே பாவி வாயத் தொறந்து எதாச்சும் பேசித்தொலையேண்டி" விரிந்த முடியை எடுத்துக் கட்டிக்கொண்டே அவளை அடிக்க வேகமாக எழுந்தாள் பூர்ணாவின் அம்மா. பெரியம்மா வேகமாய் அவளின் கையைப் பிடித்து இழுத்து நிறுத்த அடி விழுவது தடுக்கப்பட்டது. அன்றைக்கு அந்த வீட்டில் மட்டும் இரவு தேயவுமில்லை, பொழுது விடியவுமில்லை. தொடர்ச்சியாக வாக்குவாதங்கள் நடந்து கொண்டேயிருந்தன. பெண்கள் மூவருக்கும் அழுகை ஓய்ந்தபாடில்லை. பூர்ணாவின் தந்தை அதீத கோபத்துடனும், பெரியப்பா தாங்கொண்ணா அதிர்ச்சியுடனும் காணப்பட்டனர். பூர்ணாவின் படிப்பிற்கும் அன்றுடன் தடை சொல்லப்பட்டது. இருப்பினும் பூர்ணா இரண்டொரு நாள் கழித்து தான் எந்த வகையிலும் தவறு செய்ய மாட்டேன் என்று உறுதி மொழி கொடுத்துவிட்டுக் கல்லூரிக்குச் செல்ல அனுமதி வாங்கினாள். காலையும், மாலையும் அவளின் பெரியப்பாவே கல்லூரிக்குச் சென்று விட்டுவிட்டு கூட்டிக்கொண்டு வந்தார்.

அடுத்த முறை விடுமுறையில் வீட்டிற்கு வந்த அண்ணன் சிவாவிடம் மட்டும் பெரியவர்கள் இருவரும் விஷயத்தைக் கூறினர். அவன் இருவரையும் பொறுமை காக்கும்படியும், அவளின் இந்த வருடப் படிப்பு முடிந்தவுடன் திருமணத்தை முடித்துவிடலாம் என்றும் கூறிவிட்டுச்சென்றான். ஆனால் பூர்ணாவிடம் இதுகுறித்துச் சிவா எதுவும் பேசிக்கொள்ளவில்லை. இது குறித்து மட்டுமல்ல எதுகுறித்துமே அவன் பேசவில்லை. அவன் செல்லத் தங்கையின் இந்தச் செயலை அவன் எதிர்பார்த்திருக்கவில்லை என்பதும் கூட ஒரு காரணமாக இருக்கலாம். கமலியிடம் அவர்கள் எதையும் காட்டிக்கொள்ளவில்லை. பூர்ணாவும் எதையும் கூறவில்லை. இதனால் ஊரிலிருந்து கமலி வந்த போது வீட்டிலுள்ள மற்றவர்களும் கூட அவளிடம் இயல்பாக இருப்பது போலவே நடந்து கொண்டனர். ஒரு வேளை பூர்ணாவிற்கு மாப்பிள்ளை எதுவும் முடிவாகிவிட்டால் அப்பொழுது கமலியிடம் இதுகுறித்துப் பக்குவமாய் பேசிக்கொள்ளலாம் இப்பொழுது எதுவும் வேண்டாம் என்பதே அவர்கள் முடிவாக இருந்தது.

நாட்கள் நகர்ந்தன அவர்களால் பேருந்திலோ பேருந்து நிறுத்தத்திலோ சந்திக்க முடியவில்லை என்றாலும், கல்லூரியில் ரகசியமாகச் சந்தித்தனர். முகுந்தன் அவளுக்குத் தன்னால் முடிந்தவரை ஆறுதல் கூறினான். அந்த வருடம் முடிவில் பரீட்சை ஆரம்பிக்கும் போது பூர்ணாவின் வீட்டில் மீண்டும் கல்யாணப் பேச்சு எடுக்கப்பட்டது. முதலில் பெண் கேட்ட அதே பக்கத்து ஊர் மாப்பிள்ளைக்கே முடித்து விடலாம் என்று பூர்ணாவின் அப்பா மட்டுமல்ல, பெரியப்பாவும் கூறிவிட்டார். பெண்கள் இருவரும் அவர்களின் பேச்சிற்கு எதிர்ப்பேச்சு எதுவும் பேசவில்லை. குடும்ப கௌரவம் அங்கே குறுக்குக் கோடாய்க் கிடந்தது.

கடைசிப் பரீட்சை முடிந்த இரண்டாம் நாள், மாப்பிள்ளை வீட்டாரைப் பெண்பார்க்க வரச்சொல்வதென்று முடிவானது. கல்யாணத்தையும் தள்ளிப் போட வேண்டாமென்றும், அவர்கள் வந்து பார்த்துச்சென்ற ஒரு மாதகாலத்திற்குள் முடித்துவிட வேண்டுமென்றும் பூர்ணாவின் அப்பா சொல்லிக்கொண்டிருந்தார். மாப்பிள்ளை வீட்டார் வருவதற்கு ஒரு நாள் முன்பு, கமலியிடம் சொல்லிக் கொள்ளலாம் என்றும், எப்படியும் அவளுக்கும் பரீட்சை முடிவதால் அவளும் விடுமுறைக்கு வந்து விடுவாள் என்றும் பெரியப்பாவும், அப்பாவும் கூடி முடிவெடுத்தனர். இது குறித்து பூர்ணா வீட்டில் வெளிப்படையாக எதையும் காட்டிக்கொள்ளவில்லை என்றாலும்,

முகுந்தனைக் கல்லூரியில் சந்தித்த போது அவளால் அழுகாமல் இருக்க முடியவில்லை.

வீட்டிலுள்ள பெரியவர்கள் ஒரு முடிவெடுக்க, இவர்கள் இருவரும் வேறு முடிவெடுத்தனர். கடைசிப் பரீட்சை முடிந்து மகளை அழைத்துச் செல்ல வந்த பெரியப்பா கடைசி ஒருவர் அக்கல்லூரியிலிருந்து வெளியேறும்வரை காத்திருந்தும் வெறும் கையுடன்தான் வீடு திரும்ப வேண்டியிருந்தது.

★

13. வேர் வேறாய்

"வேரிலிருந்து தொடங்கி
கிளையாகப் பிரிந்து
விழுதாக வீழ்ந்து – மீண்டும்
வேரை நோக்கியே செல்கிறது
பிரிந்த கிளை..."

வீட்டில் மிக நீண்டதொரு அமைதி நிலவியது. அப்படியான அமைதியை அந்த இல்லம் இதுவரை சந்தித்ததே இல்லை. பூர்ணாவும், முகுந்தனும் இணைந்து சொன்ன அந்தப் பழைய நிகழ்வுகள் இல்லத்தை முழுவதுமாய் நிறைத்திருந்ததன. அதுல்யாவுக்கும், அபய்க்கும் சற்று நேரத்திற்கெல்லாம் என்ன பேசுவதென்றே தெரியவில்லை. பூர்ணாவின் கண்களில் கண்ணீர் வழிந்து வற்றிப்போயிருந்தது. நீண்டநேர அமைதிக்குப் பிறகு அபய்தான் வாய் திறந்தான் "அப்போ நமக்கு நிறையச் சொந்தக்காரங்க இருக்காங்களா இங்க?" சில நொடிகள் மீண்டும் அமைதி நிலவியது. "தெரியாது அபய் இப்ப வரைக்கும் நமக்கு பெரியம்மாவ மட்டும்தான் தெரியும். வேற யாரயும் பார்க்கலை இல்ல" முகுந்தன் தான் பதிலளித்தான். "அப்போ அந்த மாமா எல்லாம்" "தெரியல!" "மாமாவும் இங்கதான் இருக்காங்க அபய்" அதுல்யாவின் பதில் பூர்ணாவையும், முகுந்தனையும் ஆச்சரியத்துக்குள்ளாக்கியது. "என்ன சொல்ற அதுல்யா நீ, அவரையும் பார்த்தையா என்ன" கேட்கையிலேயே பூர்ணாவின் குரல் தழுதழுத்தது.

அதுல்யா அமைதியாய் இருந்தாள். "நீங்க அதுக்குப் பின்னாடி திரும்பவும் அவங்களப் போய் பாக்கவே இல்லையா?" "நிறைய முறை முயற்சி பண்ணோம் ஆனா முடியல. ஊருக்குள்ள போறதுக்கே எங்களுக்கு பயமா இருந்துச்சு. ஆனா உங்க அப்பாவுடைய நண்பர் ஒருத்தர் மூலமா அவரோட அப்பாவ மட்டும் பக்கத்து ஊருக்கு வரவழைச்சுப் பார்த்தோம். எங்களப் பார்த்த உடனே அவருக்கு

கோவம்தான் வந்துச்சு. இருந்தாலும் சமாதானமாகி எங்க கிட்டப் பேசினாரு. எங்க வீட்ல எல்லாரும் எங்க மேல ரொம்ப கோபமா இருக்கறதச் சொன்னாரு. அவங்க இவரோட கட முன்னாடியும் வீட்டு முன்னாடியும் வந்து பயங்கரமா சத்தம் போட்டுருக்காங்க. எங்கப்பா கடைய அடிக்கப் போக பெரியப்பாதான் தடுத்து நிறுத்தி அப்பாவ அழைச்சிட்டுப் போயிருக்கார். அவ்வளவுதான் அவரும் சொன்னாரு. மத்தபடி எங்க வீட்ல என்ன நடந்துச்சு என்னனு எல்லாம் அவருக்கு எதுவும் தெரியல. அவரு தெரிஞ்சுக்க முயற்சி பண்ணப்பவும், எங்க வீட்ல பழக்கத்துல இருக்க ஆளுக யாரும் அவருகிட்டப் பேசவே விருப்பப்படல, அதுமட்டுமில்லாம அவர் மேல கோவத்தக் காட்டி அவமானப்படுத்திருக்காங்க"

பூர்ணா நிறுத்தவும் முகுந்தன் தொடர்ந்தான் "அதுக்குப் பின்னாடி அப்பா ஊருக்குத் திரும்பிப் போயிட்டாரு. மறுபடியும் ஒரு பத்து நாள் கழிச்சு என் இன்னொரு நண்பனப் பார்த்தேன். எங்க அப்பா எங்கள வந்து பார்த்துட்டுப் போன அன்னைக்கு சாயந்தரம் இவங்க அப்பாவோட சொந்தக்காரங்க எங்க வீட்டுக்குப் போய் சத்தம் போட்டு கடைய அடிச்சு ஒடச்சு சேதாரம் பண்ணிருக்காங்க. இதுனால எங்க அப்பா நொடிஞ்சு போயிட்டாருன்னு சொன்னான். நான் அவங்கிட்டயே அடுத்த நாள் சாயந்தரம் எங்க அப்பாவ மாத்துத் துணி மட்டும் எடுத்துகிட்டு பக்கத்து ஊரு பஸ் ஸ்டாண்டுக்கு வரச் சொல்லிடுன்னு சொல்லி அனுப்பிட்டேன். அவரு தனியா அங்க இருந்து பிரச்சனைல மாட்டிகிட்டு இருக்கறது எனக்குப் பிடிக்கல அதனால அவரையும் எங்களோட கூப்ட்டுக்கலாம்னுதான் அப்படிப் பண்ணேன்" "அப்பதான் தாத்தா வந்தாராப்பா" அபய் ஆர்வமாகக் கேட்டான்.

"ம்ம் அப்பதான் வந்தார். அவன் போய் அன்னைக்கு நைட் சொல்லிருக்கான். இவரு காலைல முதல் பஸ்ஸுலே கிளம்பி வந்துட்டாரு. நான் சாயந்தரம் போற வரைக்கும் அங்கயே படுத்துக் கெடந்துருக்காரு. அவருக்குப் பயம் எங்க ஊருக்குள்ள இதுவும் தெரிஞ்சா மறுபடியும் பிரச்சின பண்ணுவாங்களோனு! அதனால விடியறதுக்கு முன்னாடி கிளம்பி பஸ் ஸ்டாப் வந்து முதல் பஸ்ஸப் புடிச்சு வந்துட்டாரு. அதுக்கு அப்புறம் முதல் ரெண்டு மூணு வருஷம் எங்களுக்குச் சோறு போட்டதே அவருதான். ஊர்ல மாறியே நாம முன்ன இருந்த ஊர்லயும் கடையப் போட்டு பார்த்துகிட்டு எங்களக் காப்பாத்தினாரு. இன்னும் சொல்லப் போனா நாங்க மரியாதையான வாழ்க்கை வாழ்ந்ததுக்கே அவருதான் காரணம்னு

சொல்லுவேன். அவரு இல்லைனா என்ன ஆயிருப்பமோ தெரியல" பூர்ணாவும் தலையாட்டி அதை ஆமோதித்தாள்.

"அதுக்கு அப்புறம் நீங்க ஊருப் பக்கம் போகவே இல்லையாப்பா?" "போனோமே நீ பொறந்த கொஞ்ச நாள்ள உன்னத் தூக்கிட்டுப் போனோம். குழந்த மூஞ்சியப் பாத்தா எல்லாம் சரியாயிடும்னு எங்க அப்பாதான் அனுப்பி வெச்சாரு. ஆனா நாங்க போனப்போ அங்க யாருமே இல்ல. உங்க அம்மா வீட்டுக்காரங்க அங்க இருந்த வீடு, நிலம் எல்லாத்தையும் வித்துட்டு அவங்க அண்ணன் கூட அவன் வேல செய்யிற இடத்துக்கே போயிட்டாங்கனு சொன்னாங்க. ஆனா எந்த இடம் என்னனு யாருக்கும் தெரியல. அவங்களே யாருக்கும் சொல்லல. அதுக்குப் பின்னாடியும் அவங்களப் பத்தி எங்களுக்கு எந்தத் துப்பும் கிடைக்கல" "பின்ன எப்படிப்பா யாழ் உணவகம் பெரியம்மாவுதுன்னு உங்களுக்கு முதல்லயே தெரிஞ்சுது." மீண்டும் கேட்டாள் அதுல்யா.

"அந்தக் கடை திறப்பு விழாவப்போ அவங்களப் பார்த்தேன். முதல்ல எங்கயோ பார்த்த முகம் மாதிரிதான் தோணுச்சு. நிறைய யோசிச்சப்பதான் அவங்க கமலியா இருக்கனும்னு சந்தேகம் வந்துச்சு. அதுக்குப் பின்னாடி அங்க வேலை செய்யிற ஒருத்தர் மூலமா கொஞ்சம் விஷயம் எல்லாம் தெரிஞ்சுகிட்டேன் அப்படித்தான் அது கமலிதான்னு முழுசாத் தெரிஞ்சுது. ஆனா அப்பயும் நான் உங்க அம்மாகிட்ட இதப்பத்தி எதையும் சொல்லல. சொன்னா அவ எப்படி எடுத்துப்பாளோன்னு எனக்கு ஒரு சந்தேகம் இருந்துச்சு அதனால கம்முனு இருந்துட்டேன். ஆனா அன்னைக்கு நீ அதே இடத்துல வேலைக்குப் போறேனு வந்து நின்னப்போ, எனக்கு என்ன சொல்றதுனே தெரியல. இதுனால மறுபடியும் எதாச்சும் பிரச்சினை ஆகுமோனு பயமா இருந்துச்சு. அதனாலதான் வேண்டானு சொன்னேன். ஆனா உங்க அம்மா என்னக் கேள்வி கேட்டுத் துளைச்சுட்டா அதனாலதான் அவகிட்ட உண்மையச் சொல்ல வேண்டியதாப் போச்சு. அதே நேரத்துல நீயும் அதக் கேட்க இப்ப இங்க வந்து நிக்குது" பெருமூச்சுடன் முடித்தார் முகுந்தன்.

"பெரியம்மாவப் பாத்த பின்னாடி நீங்க அவங்க குடும்பம் பத்தி எல்லாம் விசாரிச்சீங்களா? அவங்க எங்க இருக்காங்க என்ன ஏதுனு?" "இல்லமா நான் எதுவும் விசாரிக்கல" "ஏன் பா" "இல்லமா எங்களோட கல்யாணத்துனால அவங்க நிறைய

கஷ்டப்பட்டுருக்காங்க. ஒரு விவசாயி நிலத்த வித்துட்டு ஊர விட்டுட்டுப் போறதெல்லாம் சாதாரண விஷயம் இல்ல. அந்த வலி என்னனு எனக்கு நல்லாத்தெரியும். அந்தக் குற்ற உணர்ச்சியும் எனக்கு ரொம்ப நாளா உள்ள இருந்துகிட்டே இருந்துச்சு. அதுனாலதான் மறுபடியும் அவங்களத் தேடிபோய் உறவ வளர்த்துக்கறதப் பத்தி நான் யோசிக்கவே இல்ல. அதுவுமில்லாம இப்ப அவங்க மனநிலை எப்படி இருக்கு... கோவம் குறைஞ்சுதா கூடிச்சானு எதுவுமே தெரியல! வாழ்க்க இப்போதைக்கு அமைதியாப் போயிட்டு இருக்கு அதுல ஏன் கல் எறியனும்னு அப்படியே விட்டுட்டேன்"

மீண்டும் ஒரு நீண்ட அமைதியைப் படரவிடாமல் பூர்ணா இடைமறித்தாள் "ஆமா நீ இன்னைக்கு எதுக்கு அவங்க வீட்டுக்குப் போன. வேலை செய்யிறேன்னா வேலையோடதான நிறுத்தனும், வீட்டுல உனக்கு என்ன வேலை?" "ப்ச் அம்மா நான் ஒன்னும் வேணும்னே போகல அவங்கதான் என்னக் கூட்டிட்டுப் போனாங்க" "அவங்க எதுக்குமா உன்ன கூட்டிட்டுப் போனாங்க" அதிர்ச்சியுடன் கேட்டார் முகுந்தன். "இல்லப் பா, கொஞ்ச நாள் முன்னாடி லைப்ரரி போயிருந்தப்போ அவங்கள அங்க வெச்சுப் பார்த்தேன். அப்பக் கொஞ்ச நேரம் பேசிட்டு நான் கைல வெச்சுருந்த ஒரு புக்கப் பார்த்துட்டு இது சுருக்கப்பட்ட வடிவம், முழுமையான புக் எங்கிட்ட இருக்கு தர்றேன்னு சொன்னாங்க. ஆனா மறந்துட்டாங்க. அதனால இன்னைக்கு காலைல வந்தவங்க ஃபங்க்ஷன் எல்லாம் முடிச்சுட்டு புக் எடுத்துக் குடுக்கறேன் வானு வீட்டுக்குக் கூட்டிட்டுப் போயிட்டாங்க. அவங்களே அப்படிக் கூப்பிடுறப்போ என்னால மறுக்க முடியல. அவங்க முதலாளி அப்படின்றதுக்காக இல்ல. எனக்கு அதத் தாண்டி அவங்க மேல ஒரு மரியாதை இருக்கு அதுக்காகத் தான் மறுக்காமப் போனேன்"

அதுல்யாவின் பேச்சில் இருந்த நியாயம் முகுந்தனையும், பூர்ணாவையும் கட்டிப் போட்டது. "அவ இன்னமும் லைப்ரரி போறத விடலயா?" முணுமுணுத்தாள் பூர்ணா எங்கோ பார்த்துக் கொண்டு யோசனையுடன். "லைப்ரரி போறது மட்டுமில்ல, அவங்க வீட்டுலயே ஒரு குட்டி லைப்ரரி வெச்சுருக்காங்க. அங்கதான் நான் போனேன். எத்தன புக்ஸ்! மலச்சுப் போயிட்டேன் பார்த்ததும்" "அங்க புக்ஸ் மட்டும்தான் பார்த்தியா" பூர்ணாவின் கேள்வியின் அர்த்தம் புரிந்தவளாய் "இல்ல அவங்க மாமியார், மாமனார் இருந்தாங்க அப்புறம் வீட்டு வேலைக்கு இருக்கற லேடி" "அவ்வளவுதானா?" "ம்ம் ஆமா அவ்வளவுதான் அவங்க குழந்தைக எல்லாம் ஸ்கூல் போயிட்டாங்க. அவங்க வீட்டுக்காரர்

குரு சாரத்தான் நான் இங்க வெச்சுப் பார்த்தனே. காலைல ஃபங்க்ஷன் வந்துட்டு கிளம்பிப் போயிட்டார்" "வேற யாரையும் பார்க்கலயா?" தவிப்புடன் கேட்டாள் பூர்ணா. "ம்ம் இல்ல, வேற யாரையும் பார்க்கல. வேற யாரும் அங்க இல்ல அப்போ"

சிறிது இடைவெளி விட்டு "ம்ம் வேற மனுஷங்க யாரையும் நேர்ல பார்க்கல ஆனா அங்க ஒரு போட்டோ இருந்துச்சு. பெரிய போட்டோ ஹால்ல மாட்டிருந்தாங்க" பூர்ணா ஆர்வத்துடன் அதுல்யாவைத் திரும்பிப் பார்த்தாள். "அவங்களோட ஃபேமிலி போட்டோ அது. பிரமாண்டமா இருந்துச்சு. அவங்க ஃபேமிலி அண்ணா ஃபேமிலி எல்லாரும் இருந்தாங்க" "இவங்க ரெண்டு ஃபேமிலி மட்டும்தானா? பெரியவங்க யாரும் இல்லையா?" "இருந்தாங்களே ரெண்டு தாத்தா மூணு பாட்டி.... அது ஏதோ ஃபங்ஷன்ல எடுத்துருக்காங்க. நானும் மேடம் கிட்ட அது யார் யாருன்னு தனித்தனியா கேக்கல அவங்களும் சொல்லல. நான் அதப் பார்த்துட்டு நிக்கிறதப் பார்த்துட்டு இது எங்க ஃபேமிலி ஃபோட்டோனு மட்டும்தான் சொன்னாங்க. நானும் அப்புறம் எதும் கேக்கல" "ஓ... " சற்றே ஏமாற்றம் தொணித்தது பூர்ணாவின் குரலில்.

"இத வெச்சுத்தான் மாமாவும் இங்கதான் இருக்காங்கனு சொன்னயா" அதுல்யாவின் முகத்தையே பார்த்துக் கொண்டு கேட்டாள் பூர்ணா "இத வச்சு மட்டும் இல்ல... நான் அவங்க பையனப் பார்த்துருக்கேன்" "பையனையா எங்க? எப்போ?" படபடத்தாள் பூர்ணா. "ரெஸ்டாரென்ட்ல வெச்சுத்தான். அவன் அடிக்கடி கமலி மேடமப் பார்க்க வருவான். இன்னைக்குக் கூட வந்தான் காலைல. எங்கயோ வெளிநாட்டுல போய் படிச்சுட்டு வந்து இப்ப ஏதோ பிசினஸ் ஆரம்பிச்சுருக்கான். பேரு தருண். முதல்ல எனக்குப் பேரு மட்டும்தான் தெரியும், இன்னைக்கு காலைல கூட வேலை செய்யுற ஒருத்தர் மீதி விஷயத்தை எல்லாம் சொன்னார்" பூர்ணா மீண்டும் அமைதியானாள். பேசவில்லையே தவிர அவள் மனம் முழுவதும் ஏதேதோ எண்ணங்கள் அலையடித்துக் கொண்டிருப்பதை அவள் முகமே காட்டிக் கொடுத்தது. பல வருடங்களாய் மனதின் அடியில் புதைத்து வைத்திருந்தவை எல்லாம் அலையடித்து வெளியே வந்து கொண்டிருந்தன.

பழைய விசயங்களைப் பேசியதில் நேரம் போனதே யாருக்கும் தெரியவில்லை. எதிர்பாராமல் கடிகாரத்தைப் பார்த்த பூர்ணா அய்யோ மணி ஒன்பது ஆயிடுச்சே நான் வேற இன்னும் சாப்பிட ஒன்னும் செய்யலையே என்று பதற முகுந்தன்

அவளை ஆற்றுப்படுத்திவிட்டு "பொறு பொறு இன்னைக்கு நைட்டுக்கு நீ எதுவும் சமைக்க வேண்டாம் நான் போய் கடைல வாங்கிட்டு வர்றேன் நீ ரெஸ்ட் எடு" என்று கூறிவிட்டு வெளியே கிளம்புவதற்காக சட்டையை எடுத்துப் போடச் சென்றார். "அப்பா நானும் வர்றேன்பா" அபயும் உடன் கிளம்பினான். தாயும் மகளும் மட்டும் தனித்து விடப்பட்டிருந்தனர். பூர்ணாவிற்கு அதுல்யாவிடம் கேட்க இன்னமும் நிறைய இருந்தது ஆனால் எங்கே ஆரம்பிப்பது எப்படிக் கேட்பதென்பதுதான் புரியாத புதிராய் இருந்தது.

"கமலி மேடம் என்னை மறுபடியும் அவங்க வீட்டுக்கு கூப்ட்ருக்காங்க" "எப்ப?" "எப்ப வேணும்னாலும். அந்த புக் குடுத்து விட்டாங்கள்ள அத படிச்சு முடிச்ச பின்னாடி வேற புக் வேணும்னா வந்து எடுத்துக்கச் சொன்னாங்க. நீ எப்ப வேணும்னாலும் வரலாம்னு சொல்லி பஸ் ஸ்டாப் எல்லாம் காமிச்சுக் குடுத்துருக்காங்க" பூர்ணா யோசனையுடன் தலையாட்டியவாறே அதுல்யாவைப் பார்த்துவிட்டு அந்தப்பக்கம் திரும்பினாள். "அம்மா அவங்க உன்னயும் பார்த்துருக்காங்க" இதைக் கேட்டதும் அதிர்ச்சியில் உறைந்துபோய் திரும்பினாள் பூர்ணா "என்ன சொல்ற? எங்க? எப்ப?" கேள்விகளை அடுக்கினாள்.

"பதறாத, உன் ஃபேஸ் அவங்க சரியாப் பார்க்கல. இன்னைக்கு காலைல நீ எங்க ரெஸ்டாரென்ட் முன்னாடி வந்தேல. அப்போ நான் உங்கிட்ட நின்னு பேசிட்டு இருந்தத மேடம் மேல இருந்து பார்த்துருக்காங்க. ஆனா உன் முகம் அவங்களுக்குச் சரியா தெரியல. என்னப் பார்த்தப்ப கேட்டாங்க யாரு, என்னனு? நான் சொன்னேன் அம்மாதான்னு, உள்ள அழைச்சிட்டு வந்துருக்கலாம்லனு கேட்டாங்க. எனக்கு என்ன சொல்றதுனு தெரியல, நீ அவசரமா ஸ்கூலுக்குப் போயிட்டு இருந்தேனு சொல்லிட்டேன். அடுத்த முறை வரும்போது உன்னக் கூட்டிட்டு வரச் சொல்லிருக்காங்க. உன்ன அறிமுகப்படுத்தவும் சொல்லிருக்காங்க. ஆல்சோ, இன்னைக்கு நான் பண்ண ஒரு பிரசண்டேஷன் பிடிச்சுப்போய் நம்ம ஃபேமிலிக்கு எங்க ரெஸ்டாரெண்ட்ல ஒரு நேரத்துக்கு ஃபுட் ஸ்பான்சர் பண்ணிருக்காங்க."

பூர்ணா அமைதியாய் அமர்ந்திருந்தாள் அவளுக்கு இவற்றிற்கெல்லாம் என்ன பதில் சொல்வதென்றே தெரியவில்லை. "இதெல்லாம் எந்த அளவுக்குச் சாத்தியம்னு தெரியல. நடக்குறது நடக்கும்போது பாப்போம்" ஏதோ முடிவெடுத்தவளாக கலைந்து கிடந்த முடியை இழுத்து மீண்டும் கட்டிக்கொண்டு எழுந்து சமையலறையை நோக்கிச் சென்றாள். பெரும்பாலான

பெண்களுக்கு சுகமோ, துக்கமோ அது தொடர்வதும், முடிவதும் அடுப்படியில்தானே! அதுல்யா மனதில் எதையோ உறுதியாக முடிவெடுத்தவளாகத் தெளிவுடன் காணப்பட்டாள். இத்தனை பேர் இருந்தும் யாருமில்லாதவளாக இருந்தவளின் வலியை அவளால் உணர முடிந்தது. வலியைப் போக்குவதற்கான வழியைக் குறித்து அவள் சிந்திக்க ஆரம்பித்தாள்.

அவள் வரையில் நடந்த விஷயங்களை யோசித்துப் பார்க்கையில் அதில் சம்பந்தப்பட்ட ஒருவரையுமே அவளால் குறை சொல்ல முடியவில்லை. திடீரென அம்மாவைச் சூழ்ந்த தனிமையும், வெறுமையுமே அனைத்திற்கும் மூல காரணமாய் இருக்க முடியுமென்று அவள் மனது முழுமையாக நம்பியது. அதே நேரத்தில் இந்த விசயத்தில் அடுத்ததாய் என்ன செய்வது என்பதில்தான் இன்னமும் அவளுக்குக் குழப்பம் நீடித்தது. பயணத்தின் முடிவு தெரிந்துவிட்டது பாதைதான் புரியவில்லை. வெளியே சென்ற முகுந்தனும், அபயும் உணவுப் பொட்டலங்களுடன் திரும்பி வந்தனர். அதற்குள் பூர்ணா சமையலறையிலிருந்த மற்ற வேலைகளை முடித்திருக்க, அனைவரும் அமர்ந்து உணவருந்தினர்.

சத்தமிட்டுப் பேசுவதற்கு எதுவுமில்லாமல், அனைவரும் அவரவர் மனதுடன் பேசிக்கொள்ள நிறைய இருந்ததால், சத்தமின்றிக் கழிந்தது அந்த உணவு நேரம். முடித்துவிட்டு முகுந்தன் சற்று நேரம் வெளியே உளவச்செல்ல, பூர்ணா மீண்டும் அடுப்படிக்குள் புகுந்தாள். அடுத்தநாள் விடுமுறை தினமென்பதால் யாருக்கும் அவசரமாய் படுக்கைக்குச் செல்லவேண்டிய தேவை இருக்கவில்லை. அபய் மட்டும் சூழ்நிலையிலிருந்து கொஞ்சம் வெளியே வந்தவனாக தொலைக்காட்சியைப் பார்க்கத் தொடங்கினான். அதுல்யாவிற்கு என்ன செய்வதென்றே தெரியவில்லை. இந்த இறுக்கம் மூச்சு முட்டுவதைப் போலிருந்தது. வெளியே சென்று அப்பாவிடம் பேசிக்கொண்டிருக்கலாமா என்று யோசித்தாள்.

வெளியே வந்தவள் அங்கே முகுந்தன் உலவிக் கொண்டிருப்பதைப் பார்த்து "அப்பா அப்படியே கொஞ்சம் நடந்துட்டு வருவமா? ரொம்ப இறுக்கமா இருக்கற மாதிரி இருக்கு" என்றாள். மகளை நிமிர்ந்து பார்த்த தந்தை ஒரு சிறிய புன்னகையுடன் "வாடா போகலாம்" என்க, இருவருமாக கிளம்பி வெளியே வந்து வீதி விளக்கு வெளிச்சத்தில் நடக்கத் தொடங்கினர். முகுந்தன் அமைதியாகவே நடந்து வந்தார் அதுல்யாவே பேச ஆரம்பித்தாள் "அப்பா, நான் பண்ணது தப்பாப்பா?" முகுந்தன் பதிலெதுவும்

பேசாமல் தொடர்ந்து நடந்தார். “எதாச்சும் சொல்லுங்கப்பா” “அம்மா நான் ஒன்னு சொல்லட்டுமா, எதையுமே செய்யறதுக்கு முன்னாடி யோசிச்சாதான் உண்டு செஞ்சுட்டு யோசிக்கிறதுல பிரயோஜனமே இல்ல. இதெல்லாம் ஒரு வழிப் பாதைதாமா திரும்பி எல்லாம் போக முடியாது. வந்தாச்சு இனி அடுத்து என்னனுதான் பார்க்கனுமே ஒழிய, அய்யய்யோ வந்தது தப்போனு யோசிக்கக் கூடாது. அப்படி யோசிச்சா நீ அங்கயே தேங்கிடுவ அதனால அப்படி யோசிக்காத. போயாச்சு பார்த்தாச்சு இப்ப எல்லாமும் தெரிஞ்சாச்சு சோ இதுக்கு மேல அடுத்து என்னனுதான் யோசிக்கனும்” என்றார் நேராக சாலையைப் பார்த்துக்கொண்டே.

அதுல்யா மௌனமாய் அப்பாவைத் தொடர்ந்து நடந்தாள் “எனக்குள்ளயும் எப்பவுமே ஒரு குற்ற உணர்ச்சி இருந்துச்சு. நான் எப்பவுமே இப்படித்தான். பெருசா சொந்தபந்தம்னு இருந்ததில்ல. ஆனா உங்க அம்மா அப்படி இல்லை, எப்பவும் உறவுக் கூட்டத்தோடயே இருந்தவ, அவளப் பிரிச்சிக் கொண்டு வந்து இப்படி விட்டுட்டமேனு பல நாள் யோசிச்சிருக்கேன். நான்தான் யோசிச்சிருக்கேனே ஒழிய உங்க அம்மா எங்கிட்ட இதுவர அப்படி ஒரு வார்த்த சொன்னதே இல்ல. ஆனா நிறைய முறை எனக்குத் தெரியாம அழுகறதா நினைச்சு, அவ சத்தமில்லாமத் தேம்புறத கேட்டுருக்கேன். எங்களுக்கு கல்யாணம் ஆன புதுசுல அது ரொம்பவும் அதிகமா இருந்துச்சு. போகப்போக நீங்கெல்லாம் பிறந்த பின்னாடி அது கம்மியாயிடுச்சு, ஆனாலும் சுத்தமா நிக்கல. இப்பவும் அடிக்கடி அழுவா, அதுலயும் அன்னைக்கு நான் பேசுனேன் இல்ல நீ வேலைக்குப் போகப் போறது அவங்க அக்கா கிட்டத்தான்னு அப்ப இருந்து அது இன்னும் அதிகமாயிடுச்சு. நானும் அவளோட அந்த அழுகைய நிறுத்தனும்னுதான் பார்க்குறேன் ஆனா எப்படின்னுதான் வழி தெரியாம இருந்துச்சு. இப்ப உன் மூலமா எதாச்சும் நல்லது நடந்தா சந்தோஷம் தான்” மனதிலிருப்பதைப் பேசினார் முகுந்தன்.

“என்னால அது முடியும்னு நம்புறீங்களாப்பா?” “உன்னாலதான் அது முடியனும்னு இருந்திருக்கு, இல்லைனா இதெல்லாம் ஏன் நடக்கணும் சொல்லு. ஏதோ நடக்கனும்னு இருக்கு அதனாலதான் கமலி மத்தவங்ககிட்ட மாதிரி இல்லாம உங்கிட்ட கொஞ்சம் நெருக்கமாப் பழகுறாங்க. ஒரு வேளை அவங்களுக்கும் எதாச்சும் உள்ளுணர்வு சொல்லுதோ என்னமோ? நீ அவங்க ரத்த சொந்தம்னு. ஆனா அதுல்யா அடுத்து எது

செஞ்சாலும் ரொம்ப ஜாக்கிரதையா செய்யனும்மா. உன்ன நான் நல்ல தைரியசாலியாதான் வளத்துருக்கேன்; அதுல எனக்கு நிறைய நம்பிக்கை இருக்கு. ஆனா அந்த தைரியமே தப்பாப் போயிடக் கூடாது பார்த்துக்கோ. இதுல எங்கயாச்சும் நீ சறுக்கிட்டா அப்புறம் உங்க அம்மாவோட அழுகைய அவ சாகற வரைக்கும் தீர்த்து வைக்க முடியாதும்மா" மகளின் முகத்தை நேருக்கு நேராய்ப் பார்த்தபடி தழுதழுத்தார் முகுந்தன்.

"அப்பா இதுநாள் வரை நான் எதையுமே திட்டம் போட்டுப் பண்ணலப்பா. நான் வேலைல சேர்ந்ததுக்கு முதல் காரணமே நம்ம சிச்சுவேஷன் தான் பா. வேற எதையுமே அப்ப நான் நினைக்கல. ஈவன் இப்ப வரை நான் எதையுமே அதிகம் யோசிக்கல. நடந்தது எல்லாமே இயல்பா அதுவா நடந்ததுதான். அம்மாவையும் உங்களையும் ஹர்ட் பண்ணனும்னு நான் நினைச்சதே இல்ல. இன்னைக்கு நான் பேசுனது கூட எங்ககிட்ட நீங்க எதையோ மறைச்சுட்டீங்கன்ற கோபத்துலதானே ஒழிய, வேற எதுவும் இல்லப்பா. அதுக்கு அப்புறம் நடந்ததை எல்லாம் நீங்களும், அம்மாவும் சொன்னப் பின்னாடிதான் எவ்வளவு கஷ்டப்பட்டுருக்கீங்கனு தெரிஞ்சுது. ஸாரிப்பா" அப்பாவின் கைகளை இறுக்கிப் பிடித்து அவரின் தோள்மேல் சாய்ந்தாள் அதுல்யா.

தான் இறங்கிய காரியம் அத்தனை சுலபமில்லை என்பதும், மிகப்பெரிய பொறுப்பைத் தானே தன்மேல் போட்டுக்கொண்டதும் அதுல்யாவிற்கு கொஞ்சம் கொஞ்சமாய்ப் புரியத் தொடங்கியது. இருப்பினும் அவள் அப்பா கூறியதுபோல அவளின் தைரியம் அவள் பின்வாங்கக் கூடாது என்பதையும் உணர்த்திக் கொண்டிருந்தது. தன் மேல் சாய்ந்த மகளின் தலையைக் கோதிவிட்டு, அவளை முகுந்தன் ஆற்றுப்படுத்தினார். "அப்பா நீங்க கவலைப்படாதீங்க நான் இதுல என்னால என்ன முடியுமோ அத செய்யுறேன்பா. கண்டிப்பா நெகட்டிவா எதுவும் ஆயிடாம பாஸிடிவா ஆக்கிக் காமிக்க முயற்சிக்கிறேன்." முகுந்தன் புன்னகையுடன் மகளின் தோளைத் தட்டிக் கொடுத்தார். "வாங்கப்பா வீட்டுக்குப் போகலாம். அம்மா நம்மளக் காணோம்னு எதாச்சும் யோசிச்சுட்டு இருக்கப் போறாங்க" அதுல்யா அப்பாவின கையைப் பிடித்துத் திரும்ப, இருவருமாய் வீடு நோக்கி நடக்கத் தொடங்கினர்.

திரும்பி வீடுவரும் வரையில் இருவரும் தங்களுக்குள் எதையும் பேசிக்கொள்ளவில்லை. ஆனால் அதுல்யாவின் மனதில்

பல யோசனைகள் ஓடிக்கொண்டிருந்தன. எப்படிக் கமலியிடம் விசயத்தைச் சொல்வது? பூர்ணாவையும், கமலியையும் எப்படிச் சந்திக்க வைப்பது? உண்மை தெரிந்தால் கமலியின் எதிர்வினை எப்படி இருக்கும்? தன் தாயை அவள் ஏற்றுகொள்வாளா? வீட்டில் உள்ள பெரியவர்கள் மனநிலை இப்பொழுது எப்படி இருக்கும்? மாறியிருக்குமா? இல்லை இன்னும் அப்படியேதான் இருக்குமா? என்று பல கேள்விகள் அவளைத் துளைத்துக் கொண்டிருந்தன. ஒரு முடிவுக்கு வர முடியாமல் தலையைச் சிலுப்பியவள், இப்போதைக்கு நடப்பது நடக்கட்டும்! அதுஅதற்கான சந்தர்ப்பம் வரும்பொழுது யோசித்துக்கொள்ளலாம் என்று அப்போதைக்குத் தனக்குத்தானே சமாதானம் செய்து கொண்டு தந்தையுடன் வீட்டிற்குள் நுழைந்தாள்.

★

14. பூக்கும் மொட்டுக்கள்

"அதுஅதற்கென்று
ஒரு காலம் உண்டு
மொட்டுக்கள் மலர்வதற்கும் – மயில்
தோகை விரிப்பதற்கும் – அவை
யார் தடுத்தாலும் நிற்பதில்லை..."

கிட்டத்தட்ட ஆறேழு மாதம் உருண்டோடி விட்டது. தருணும் தன்னுடைய வியாபரத்தில் சற்றே நிலைபெற்றிருந்தான். ரோஹனும் விளையாட்டுத்தனத்தை விட்டு அவனால் முடிந்த அளவு சிறந்த முறையில் தருணுக்கு ஒத்துழைப்புக் கொடுத்துக்கொண்டிருந்தான். அன்று மாலை நான்கு மணி இருக்கும் தருண் வேலை நடைபெற்றுக் கொண்டிருந்த இடத்தைப் பார்வையிட்டுக் கொண்டிருந்தான். அலைபேசி ஒலிக்கவே எடுத்துப் பேசியபோது எதிர்முனையில் நிவிதா இருந்தாள். "சொல்லு நிவி" "தருண் நான் உங்கிட்ட கொஞ்சம் பேசனும் ஈவினிங் மீட் பண்ணலாமா?" "என்ன விஷயம் நிவி? இப்பச்சொல்ல முடியாதா?" "இல்ல நேர்லதான் பேசனும். ஈவினிங் அதே காஃபி ஷாப்புக்கு வந்துரு. வைக்கிறேன் சரியா" எதிர்முனை துண்டிக்கப்பட்டது. தருண் 6 மணிக்கு வருவதாக வாட்ஸப்பில் செய்தி அனுப்பிவிட்டு வேலையில் முழ்கிப்போனான்.

மாலை 6.10 தருண் காஃபி ஷாப்பின் முன்பு வண்டியை நிறுத்துவிட்டு இறங்கிப்போனான். நிவிதா முன்னரே வந்து அவனுக்காகக் காத்திருந்தாள். "ஹாய் நிவி" தருண் தலையைக் கோதிக்கொண்டே உள்ளே சென்று அவளின் எதிரில் அமர்ந்தான்.

"என்னடா பயங்கற பிஸியா?" "ம்ம் ரொம்பவும் இல்ல பட் கொஞ்சம்" கண்ணடித்தபடி நிவிதாவைப் பார்த்துச் சிரித்தான். சர்வரை அழைத்துத் தேவையானதைச் சொல்லிவிட்டு "கொலப்பசி... அதான்" என்றான் நிவிதாவிடம். "தின்னு தின்னு நல்லாத் தின்னு" "உனக்கும் சேத்துத்தாண்டி ஆர்டர் பண்ணிருக்கேன் அப்புறம்

என்ன?'' நிவிதா எதுவும் பேசாமல் தலையை மட்டும் மேலும் கீழுமாய் அசைத்தாள். அவள் மனம் எதையோ நினைத்துக் கொண்டிருப்பதை முகம் காட்டிக் கொடுத்தது. இருப்பினும், ஏதாகிலும் அவளே ஆரம்பிக்கட்டும் என்ற எண்ணத்தில் தருண் அவனாக எதுவும் கேட்காமல் இருந்தான்.

அங்கிருந்த பணியாளர் இவர்கள் கேட்டதைக் கொண்டு வந்து கொடுக்க, தருண் சமோசாவைக் கொறிக்க ஆரம்பித்தான். "எதுக்கு வரச் சொன்னேனு கேக்க மாட்டியா'' "கேக்காம நீயே சொல்லுவேனு நினைச்சேன்!'' சமோசாவிலேயே கவனம் முழுவதையும் வைத்துக்கொண்டு பதிலளித்தான் தருண். நிவிதா எதுவும் பேசாமல் முறைக்க இலேசாய் புன்னகைத்து நிலைமையைச் சமாளிக்க முயன்றான். "சரி சரி சொல்லு என்ன விஷயம்'' "கோவிச்சுக்காத பாப்பா சொல்லு, என்ன விஷயம்?'' "நான் உனக்கு பாப்பாவா?'' "அடடா சும்மா சொன்னேன்மா சரி சொல்லு என்ன விஷயம்'' "தின்னு முடிச்சுட்டயா'' "ஓ அதெல்லாம் சமோசா சூடா சூப்பரா இருந்துச்சு'' பேசிக்கொண்டே அங்கிருந்த டிஷ்யூ பேப்பரை எடுத்து கையையும், வாயையும் துடைத்துக் கொண்டான். "கஷ்டம்டா உன்ன வெச்சுட்டு'' "என்ன கஷ்டம் இப்ப அவனவனுக்குப் பசி உயிர் போகுது சும்மா இப்பத்தான் என்னமோ. சரி சொல்லு, என்ன அவசரமா வரச் சொன்ன?''.

"பெருசா எதிர்பார்க்காதது அப்படினு இல்ல, எதிர்பார்த்ததுதான் எங்க வீட்ல அப்பா கல்யாணத்தப் பத்தி பேசுனாரு. ரெண்டு நாள் முன்னாடி சொந்தக்காரங்க ஒருத்தவங்க வீட்டுக் கல்யாணத்துக்குப் போயிருந்தாரு அங்க வெச்சு யாரோ சொல்லிருப்பாங்க போல இப்படி ஒரு மாப்பிள்ளை இருக்குனு, ஜாதகம் கூடக் கொடுத்தாங்களாம். ஜாதகப் பொருத்தம் இருக்குதுனு சொல்றாங்க நான் மேற்கொண்டு பேசலானு நினைக்கிறேன் என்ன சொல்றேனு நேத்து என்கிட்ட வந்து கேட்டாரு. எனக்கு என்ன சொல்றதுனு தெரியல, சைலன்டா இருந்தேன் அப்புறம் பையன் ஃபோட்டோவக் கொடுத்துட்டுப் போயிட்டாரு. மே பி இன்னைக்கோ நாளைக்கோ வந்து கேப்பாருன்னு நினைக்கிறேன்; என்ன சொல்றேனு. அதான் உன்னப் பார்த்துப் பேசிட்டா அப்புறம் கொஞ்சம் தெளிவாய்க்கலாம்ல என்ன சொல்றது எப்படிச் சொல்றதுனு. அதுக்குத்தான் வரச் சொன்னேன்.'' "உனக்கு என்ன தோணுது நிவி?'' "எனக்கு என்ன தோணுதுன்னா என்ன சொல்றது? நான் அவருகிட்ட நம்ம விஷயத்தப் பேசிடலாமுன்னு

நினைக்கிறேன். அதுதான் இப்போதைக்குத் தோணுது." தருண் மௌனமாய் இருந்தான்.

கொஞ்சம் இடைவெளிவிட்டு பெருமூச்சுடன் ஆரம்பித்தான் தருண் "நிவி, நீ உன் வீட்ல சொல்றதுக்கு முன்னாடி நான் என் வீட்ல சொல்லிடனும்னு நினைக்கிறேன். அதுதான் சரியா வரும்னு எனக்குத் தோணுது. அப்பத்தான் உங்க வீட்ல நீ சொன்ன உடனே எதாச்சும் பேசுனம்னாக் கூட எங்க வீட்ல உள்ளவங்களக் கூட்டிட்டு வர முடியும். ஒரு வேள உங்க வீட்ல உடனே சம்மதம் சொல்லி எங்க வீட்ல இழுத்தடிச்சாங்கன்னா, பிரச்சின. ஏன்னா, உங்க வீட்ல இப்ப கல்யாணம் பண்ற மூடுல இருக்காங்க அதனாலதான் சொல்றேன். சோ, இப்போதைக்கு எனக்குக் கொஞ்சம் டைம் கொடு நிவி நான் வீட்ல இதை ஓப்பன் பண்றேன்"

தலை கவிழ்ந்து மேஜையையே பார்த்துக் கொண்டிருந்தாள் நிவி. "சரிடா, நீ சொல்றபடியே செய்யலாம் ஆனா இப்போதைக்கு இத ஸ்டாப் பண்ணனும்ல அதுக்கு என்ன செய்யறது?" "ஒன்னு செய், நீ உங்க அப்பாகிட்ட உனக்கு மாப்பிள்ளையப் பிடிக்கலேன்னு சொல்லிடு. எதாச்சும் காரணம் சொல்லி அவர கன்வின்ஸ் பண்ணிடு. அதுதான் இப்போதைக்கு இருக்கற ஒரே வழி" "சரி நான் அப்படியே சொன்னாலும். எங்க அப்பா எவ்வளவு நாளைக்கு சும்மா இருப்பாரு? அதுக்குள்ள இன்னொரு மாப்பிள்ள போட்டோ கொண்டு வந்து கொடுத்தாருன்னா?" தருணை நிமிர்ந்து பார்த்துக் கேட்டாள். சற்று யோசித்த தருண் "எனக்குக் கொஞ்சநாள் டைம் கொடு ரொம்பவும் அதிகம் வேண்டாம். எவ்வளவு சீக்கிரம் முடியுமோ அவ்வளவு சீக்கிரம் நான் அத்தைகிட்டப் பேசிடறேன். மத்ததெல்லாம் அவங்க பார்த்துப்பாங்க"

நிவிதாவுக்கும் தருண் சொல்வது சரியென்றே பட்டது. "சரிடா நீ சொல்றபடியே செய்யறேன். ஆனா மைன்ட்ல வெச்சுக்க ரொம்ப நாளைக்குச் சமாளிக்க முடியாது. சீக்கிரம் சொல்லியே தீரணும்" "புரியுதுடீ கண்டிப்பா பேசிடறேன் சரியா" சொல்லிவிட்டு தருண் அவன் முன் இருந்த கோல்ட் காஃபியை உறிஞ்ச ஆரம்பிக்க நிவியும் அவளின் மில்க் ஷேக்கை உறிஞ்சத் தொடங்கினாள். பின்னர் இருவருமாக அங்கிருந்து வெளியேறி அவரவர் வண்டிகளில் வீடு நோக்கிக் கிளம்பினர்.

வீடு செல்லும் வழியிலேயே எதையோ நினைத்தவனாக தருண் வண்டியை ஓரம் கட்டி நிறுத்திவிட்டு அத்தைக்கு அலைபேசியில் அழைத்தான். "ஹலோ அத்த!" "சொல்லு தருண்" "எங்க இருக்கீங்க"

“வீட்லதான்பாஏன்?” “இல்லவீட்டுக்குவரலான்னு பார்த்தேன் அதான் ஃபோன் பண்ணேன். சரி வைங்க நான் வர்றேன்” அலைபேசியை அணைத்து பாக்கெட்டில் போட்டுவிட்டு வண்டியைக் கமலியின் வீட்டை நோக்கித் திருப்பினான். கமலியின் வீட்டினருகில் இருக்கும் பேருந்து நிறுத்தம் வரை சீராக வண்டியை ஓட்டி வந்தவனுக்கு அங்கு வந்ததும் ஒரு விதமான பதற்றம் தொற்றிக்கொண்டது. வீடு செல்லும் பாதையில் வண்டியைத் திருப்பி அங்கிருந்த பெட்டிக்கடை ஒன்றின் முன் நிறுத்திக்கொண்டு ஒரு சிகரெட்டைப் பற்ற வைத்தான். அத்தையிடம் எப்படிப் பேசுவது? என்ன பேசுவது என்று மனதிற்குள் ஒரு போராட்டம் வெடித்துக் கொண்டிருந்தது. ஒரு வழியாய்ச் சமாதானம் ஆகி அவனாகவே முதலில் இது, அடுத்து இது என்றபடி ஒரு திட்டத்தை உருவாக்கிக் கொண்டு அங்கிருந்து கிளம்பினான்.

தருண்கமலியின்வீட்டிற்குச்சென்றபோதுவீட்டில்அனைவருமே இருந்தனர். “ஹாய் தருண் மாமா” என்று வரவேற்புக் கொடுத்தான் அகில். “வா தருண் எப்படி இருக்க” குரு வரவேற்பறையில் அவனை வரவேற்றார். “நல்லா இருக்கேன் மாமா” தருண் அவரருகில் சென்று சோஃபாவில் அமர்ந்தான். “எப்படிப்பா இருக்க? தொழில் எல்லாம் எப்படிப் போகுது?” குருவின் தந்தை கேட்க “நல்லாப் போகுது தாத்தா... அத்தை எங்கே” “வந்துட்டேன் டா இங்கதான் இருக்கேன்” பதிலளித்தபடியே கையில் தண்ணீருடன் அவன் முன் நின்றாள் கமலி. தண்ணீரை வாங்கிக் குடித்துவிட்டு “தேங்க்ஸ் அத்தே” என்று பாட்டிலை அருகில் இருந்த மேஜையின் மீது வைத்தான்.

வரும் வழியில் எத்தனை எத்தனையோ ஒத்திகைகள் பார்த்திருந்த போதும் அத்தையைப் பார்த்ததும் அவனுக்கு அனைத்தும் மறந்து விட்டது போலிருந்தது. ஒன்றுமே முழுவதுமாய் ஞாபகம் வரவில்லை. தவிப்புடன் யோசித்துக் கொண்டே அமர்ந்திருந்தான். தருணையே சிறிது நேரம் உற்றுப் பார்த்துக் கொண்டிருந்த கமலிக்கு அவன் ஏதோ குழப்பத்தில் சிக்கித் தவிப்பது நன்றாகவே புரிந்தது. அவன் ஏதோ தன்னிடம் பேச விரும்புகிறான் என்பதையும் ஆனால் அதை அனைவரின் முன்னால் பேசத் தயங்குகிறான் என்பதையும் அவள் புரிந்து கொண்டாள். மெதுவாக எழுந்து வாயிலை நோக்கிச் சென்றவள் “தருண் ஒரு நிமிஷம் இங்க வர்றியா. அந்த மல்லிப்பூச் செடிக்கு குச்சி நட்டி விட்டேன் சாஞ்சிடுச்சு. கொஞ்சம் நல்லாத் தோண்டி நட்டுட்டு வரலாம்” “வர்றேன் அத்த” என்று தருண் சோஃபாவிலிருந்து எழுந்திருக்க “நானும் வர்றேன்” என்று எழுந்து வந்தான் அகில்.

“அகில் நீ இன்னும் ஹோம் வொர்க் முடிக்கல இல்ல போ போய் அதமுடி, அப்புறம் வரலாம்” “அம்மா ப்ளீஸ் மா, நான் அப்புறம் ஹோம் வொர்க் பண்றேன். இப்ப உங்க கூட வர்றேன்” கெஞ்சினான் அகில். “நோ, அப்புறம் நீ தூக்கம் வருதுனு போய் தூங்கிட்டு காலைல எந்திருச்சு அழுவ ஹோம் வொர்க் பண்ணலேனு போ போய் அத முடி” உறுதியாகக் கூறி அவனைத் தவிர்த்துவிட்டு வெளியே இறங்கி நடந்தாள். அகில் சலிப்புடன் புத்தகப்பையை நோக்கிச்செல்ல தருண் கமலியைத் தொடர்ந்து சென்றான். நேராகத் தோட்டத்துக்குள் சென்றவள் மல்லிகைச்செடியின் அருகில் சென்று திரும்பிப் பார்த்தாள். தருண் பின்னாலேயே வந்து கொண்டிருந்தான்.

தருணைத் தாண்டிப் பின்னால் எட்டிப் பார்த்தாள் யாராவது வருகிறார்களா என யாரும் வரவில்லை. “ம்ம் சொல்லுடா என்ன விஷயம்?” தருண் எதுவும் புரியாமல் திருதிருவென்று விழித்தான். “என்னடா முழிக்கிற? என்ன விஷயம்னு கேட்டேன்” “அத்த நீங்கதான இந்தப் பூச்செடிக்கு முட்டுக் கொடுக்கணும்னு சொல்லிக் கூப்பிட்டீங்க” கமலி அவனைச் சற்று உற்றுப் பார்த்துவிட்டு “இந்த முட்டுக் கொடுக்கறதெல்லாம் நாங்க பார்த்துக்கறோம். நீ என்ன சொல்ல வந்த அத முதல்ல சொல்லு” தருணுக்கு இன்னமும் கூடச் சரியாய் விளங்கவில்லை குழப்பத்துடனே நின்று கொண்டிருந்தான். “டேய் எங்கிட்ட ஏதோ பேசனும்னு தானே இன்னைக்கு இங்க கிளம்பி வந்த, அதப் பத்திதான் கேக்குறேன், சொல்லு என்ன விஷயம்? பேச வந்த” தருணுக்குத் தூக்கி வாரிப் போட்டது.

“அத்த நான் வந்ததுல இருந்து ஒண்ணுமே சொல்லலையே அத்த பின்ன எப்படி” தடுமாறினான்“அதனாலதான் கேட்டேன். ஒண்ணும் இல்லைனா எப்பவும் போல நார்மலா இருந்துருப்பே இல்ல. ஆனா இன்னைக்கு நீ நார்மலா இல்ல. அப்பவே தெரிஞ்சு போச்சு ஏதோ பேச வந்துருக்கேனு. ஆனா தயங்கறேனும் தெரிஞ்சுது அதுதான் வெளில கூட்டிட்டு வந்தேன், சொல்லு” பேசியபடியே செடியில் காய்ந்திருந்த இலைகளைக் கிள்ளி அதனடியிலேயே உரமாகப் போட்டுக் கொண்டிருந்தாள். இதை அவன் எதிர்பார்க்காததால் தருணுக்கு வார்த்தைகளே வரவில்லை. வியர்க்க ஆரம்பித்தது. நாம் எதிர்பார்த்ததைக் காட்டிலும் அத்தை சற்று கூடுதல் புத்திசாலிதான் என்று மனதில் நினைத்துக் கொண்டவன், எப்படி ஆரம்பிப்பது? என்று யோசித்துக் கொண்டிருந்தான்.

சற்று இடைவெளி விட்டு கமலியே மீண்டும் ஆரம்பித்தாள் “என்ன சார்? எதுவும் பேச மாட்டிங்கிறீங்க. பேசவே முடியாத அளவுக்கு எதாச்சும் பெரிய விஷயமா” “அத்த அது வந்து...”

இன்னமும் தடுமாறிக் கொண்டுதான் இருந்தான் தருண். "ம்ம் அதையும் நானேதான் ஆரம்பிச்சு வைக்கனுமா?" அதிர்ச்சியுடன் கமலியை நிமிர்ந்து பார்த்தான், அவள் இன்னும் அமைதியான முகத்துடன் இலைகளைப் பறித்துப் போட்டுக் கொண்டிருந்தாள். இது தருணுக்கு இன்னும் ஒரு பெரிய அடி. யார் என்ன எப்படி என நிறையக் கேள்விகள் மண்டையில் குடைய ஆரம்பித்தன.

"யாருடா அந்தப் பொண்ணு?" கமலியின் நேரடியான கேள்வி அவனை நிலை குலையச் செய்தது. "அத்த...." "கொஞ்ச நாள் முன்னாடி, ஒரு நாள் சாயந்தரம் உங்க ரெண்டு பேரையும் ஒரு சிக்னல்ல வெச்சுப் பார்த்தேன். என் ஃப்ரெண்டு மீனாட்சியும் நானும் ஒரு மீட்டிங் அட்டெண்ட் பண்ணிட்டு அவ வண்டில திரும்பி வந்துட்டு இருந்தோம். உன் வண்டிப் பக்கத்துலயேதான் கார்ல நாங்க இருந்தோம். வொயிட் கலர் ஸ்விஃப்ட்" தருண் முகம் பேயறைந்தது போல மாறியிருந்தது. "சரி எங்க போனாலும் கடைசில இவன் நம்மகிட்ட வந்துதானே ஆகனும்னுதான் நானா எதுவும் உன் கிட்டக் கேக்கல? என் மருமகன் கேரக்டர் மேல இருந்த நம்பிக்கையும், அதுக்கு இன்னொரு காரணம். கண்டிப்பா குடும்பப் பேரக் கெடுக்குற மாதிரி நீ எதுவும் செய்ய மாட்டேனு நம்புனேன். செய்ய மாட்டதானே???" கமலியின் கடைசிக் கேள்வி, கொக்கியாய் தருணை வளைத்தது.

தருண் செய்வதறியாது திகைத்து நின்றான் "அத்த அது பத்தித்தான் நானே உங்ககிட்டப் பேசனும்னு இருந்தேன்." ஒரு வழியாய், ஒரு முழுமையான வாக்கியம் அவனிடத்திலிருந்து வந்தது. கமலி எதுவும் பேசாமல் மௌனமாய் செடியைச் சுற்றி நோட்டம் விட்டுக் கொண்டிருந்தாள். "அவ பேரு நிவிதா. காலேஜ்ல ரெண்டு பேரும் ஒன்னா படிச்சோம். ரொம்ப நல்ல பொண்ணு அத்த. காலேஜ் முடிச்சுட்டு இப்ப வொர்க் பண்ணிட்டு இருக்கா. இதே ஊருதான். அத்த எனக்கு அவளப் புடிச்சிருக்கு" தருண் இடைவெளி விட்டு கமலியைப் பார்க்க அவள் கருமமே கண்ணாக இன்னமும் அந்த மல்லிகைச் செடியிலேயே மூழ்கி இருந்தாள். "அத்த ப்ளீஸ்..." "கேட்டுகிட்டுத்தான் பா இருக்கேன் சொல்லு" தருணுக்கு வார்த்தைகள் அடைத்துக் கொண்டு, மூச்சு முட்டியது. உலகில் பெருந்தவறொன்றைச் செய்தவனைப் போல தவித்துக் கொண்டிருந்தான்.

கமலி ஒரு வழியாய் செடியை விட்டுவிட்டு நிமிர்ந்து அவனைப் பார்த்தாள். "உனக்கு அந்தப் பொண்ணைப் பிடிச்சுருக்கு

சோ?" மீண்டும் கேள்வியிலேயே முடித்தாள். "அத்த அவள எனக்குப் பிடிச்சுருக்கு. அவளுக்கும்தான். காலேஜ் முடிச்சுட்டு இப்ப வேலைக்குப் போறா. அவங்க வீட்ல அவளுக்கு மாப்பிள்ளை பார்க்க ஆரம்பிச்சுட்டாங்க" மீண்டும் இழுத்தான். "ஓ நல்ல விஷயம்பா கல்யாணம் எல்லா காலாகாலத்துல பண்ண வேண்டியதுதான்." இடைமறித்தாள் கமலி. "அத்த நான் அவளக் கல்யாணம் பண்ணிக்கணும்னு ஆசப் படறேன்" பட்டென்று சொல்ல வேண்டியதைச் சொல்லிவிட்டு கமலியை நிமிர்ந்து பார்த்தான் தருண். இம்முறை மௌனம் கமலியிடம் இடம் மாறிக்கொண்டது. பதிலெதுவும் சொல்லாமல் உதடு துடிக்க அங்கும் இங்கும் பார்த்துக் கொண்டிருந்தாள் கமலி. அவளது உணர்ச்சிகளை அவள் கட்டுப்படுத்துவது தருணுக்கு நன்றாகவே தெரிந்தது. "என்ன பேசுறேனு தெரியுதா தருண்? நீ என்ன நெனச்ச! எங்களுக்கெல்லாம் உன் மேல அக்கறை இல்லைனா" பல்லைக் கடித்துக் கொண்டு பேசினாள். அவள் கால்கள் ஒரு இடத்தில் நிற்க மறுத்தன. உணர்ச்சிக் கொந்தளிப்பில் இருந்தாள்.

"அத்த அப்படி இல்ல அத்த" திணறினான் தருண் "பின்ன வேற எப்படிடா. இப்ப உனக்கு இங்க என்ன குறைனு நீயே ஒரு பொண்ணத் தேடிப் போயிருக்க?" விழிகள் நிலை கொள்ளாமல் தவித்தன கமலிக்கு. தருணுக்கும் எப்படிச் சொல்லிப் புரிய வைப்பதென்றே தெரியவில்லை. இவர்களைப் பார்க்க தோட்டத்துக்குள் வந்த குரு, கமலி உணர்ச்சிக் கொந்தளிப்பில் இருப்பதை தூரத்தில் இருந்தே தெரிந்துகொண்டு அவர்கள் அருகில் வராமல் சற்றுத் தொலைவில் அவர்கள் பேசுவது மட்டும் காதில் கேட்கும்படி நின்று கொண்டார். "என்னடா நெனச்சுக்கிட்டு இருக்க நீ? உன் இஷ்டத்துக்கு நீயா எல்லாத்தையும் முடிவெடுத்தா பெரியவங்கனு நாங்க எதுக்கு இருக்கோம்? இப்பதான் தொழில்ல கொஞ்சம் செட்டில் ஆகிருக்க அதுக்குள்ள என்ன அவசரம்" கமலி வார்த்தைகளைக் கட்டுப்படுத்தி வெளியே விட்டாள்.

"அத்த ப்ளீஸ் அத்த. உங்கள எல்லாம் மீறி எதுவும் செய்யனும்னு நான் நினைக்கவே இல்ல. அப்படி நினைச்சுருந்தா இப்ப உங்க முன்னாடி வந்து நின்னுருக்கவே மாட்டேன்ல. அத்த நான் உங்க புள்ள அத்த தப்பு பண்ண மாட்டேன் நம்புங்க" தருண் கெஞ்சிக்கொண்டிருந்தான். "இவ்வளவு நாளும் நம்பிட்டுதாண்டா இருந்தேன். அதுக்குத்தான் இப்ப இவ்வளவு பெரிய இடியக் கொண்டுவந்து போடுறியா" உடையாமல் இருந்த கமலியின் வார்த்தைகளில் பிசிறு தட்டத் தொடங்கியது. குருவுக்கு நடப்பது

என்னவென்று புரிந்தது. அவர் அதற்குமேல் அங்கு இருக்க விரும்பாமல் அமைதியாகத் திரும்பி வீட்டைநோக்கி நடந்தார். பொதுவாக இதுபோன்ற விசயங்களில் யாரும் அவரிடம் வந்து பேசாமல், அவராகச் சென்று தலையிடுவதில்லை. அதிலும் கமலிக்கும் தருணுக்குமான பந்தம் அவருக்கு நன்றாகவே தெரியுமாகையால் அதில் தான் தலையிட்டுச் செய்வதற்கு ஒன்றுமில்லையென்றும் அவருக்குத் தெரியவே செய்தது. தருண் தன்னால் முடிந்தவரை எதைஎதையோ கூறி கமலியைச் சமாதானம் செய்வதில் முனைந்திருந்தான்.

கமலி பேச்சின் ஆரம்பத்தில் இருந்த நிதானத்தைப் போகப்போக இழந்திருந்தாள். அது போலவே, அவளின் கோபமும் அடுத்தடுத்த தருணின் பேச்சில் கொஞ்சம் கொஞ்சமாய் கரைந்து கொண்டிருந்தது. பல கெஞ்சல்களும், கேள்விகளும், உணர்ச்சிக் கொந்தளிப்புமாய் அவர்களின் பேச்சு மேலும் சிறிது நேரம் நீண்டது. “அத்த நீங்க அவள நேர்ல பாருங்க அத்த. கண்டிப்பா உங்களுக்கும் புடிக்கும். நீங்களா எனக்கு எப்படிப்பட்ட பொண்ணு பொருத்தமா இருப்பானு யோசிப்பீங்களோ, அவ அப்படியே இருப்பா. ப்ளீஸ் அத்த, ஒரே ஒரு தடவ மீட் பண்ணிப் பாருங்களேன்” தருணின் இந்தப் பேச்சிற்குப் பிறகு கமலி சற்று அமைதி காத்தாள். உணர்ச்சிக் கொந்தளிப்பின் உச்ச கட்டம் முடிந்து தணிந்து கொண்டிருந்தது.

“சரி நான் அந்தப் பொண்ணப் பார்த்துப் பேசுறேன் கூட்டிட்டு வா” தெளிவாய் ஒலித்தன கமலியின் வார்த்தைகள் “அத்த..” நம்ப முடியாமல் கேட்டான் தருண் மீண்டும் “ஆமான்டா அந்தப் பொண்ணக் கூட்டிட்டு வான்னு சொன்னேன். ஆனா ஒன்னு உங்க அப்பாவப் பத்தி உனக்கு நல்லா தெரியும் என்னால ஒரு லெவலுக்குதான் அவர சமாளிக்க முடியும் சரியா. எதாச்சும் ஒன்னுலயாச்சும் அவரு காம்ப்ரமைஸ் ஆனா பரவாயில்ல இல்லைனா என்னால ஒன்னும் பண்ண முடியாது பாத்துக்கோ” மீண்டும் ஒருமுறை கூறினாள். தருணுக்கு கமலி நிவிதாவைப் பார்க்கச் சம்மதம் சொன்னதே அவனுக்குக் கிடைத்த மிகப்பெரிய வெற்றியாக இருந்தது. சந்தோஷத்தில் சற்றே முகம் மலர “எப்பக் கூட்டிட்டு வரட்டும், எங்க கூட்டிட்டு வரது? இங்க வீட்டுக்கா, இல்ல...” பதிலுக்காய் கமலியை நிமிர்ந்து பார்த்தான்.

“எப்ப வர முடியும்னு அந்தப் பொண்ணக் கேட்டுட்டு சொல்லு, எங்க வர்றதுனு அப்புறம் சொல்றேன்” “தேங்க்ஸ் அத்த

ரொம்ப தேங்க்ஸ்...“ உணர்ச்சிவசப்பட்டிருந்தான் தருண் “ரொம்பக் குதிக்காதா நான் அந்தப் பொண்ணைப் பார்த்துப் பேசுறேன்னு மட்டும்தான் சொல்லிருக்கேன், வேற எதுவும் சொல்லல. பார்த்துப் பேசறப்போ எனக்கு எதாச்சும் தப்பாத் தெரிஞ்சா கட்டாயம் அதுக்குப் பின்னாடி இந்த விஷயத்துல நான் உனக்கு எந்த சப்போர்ட்டும் பண்ண மாட்டேன் தருண். இதுக்காக நீ என் முன்னாடி வந்து நிக்கவே கூடாது. உறுதியா சொல்றேன்” கமலி தருணை நோக்கி ஒற்றை விரலை நீட்டி எச்சரிக்கும் விதமாகச் சொன்னாள். “அவளக் கண்டிப்பா உங்களுக்குப் பிடிக்கும் அத்த” தருண் உறுதியாகக் கூறினான். “சரி வரட்டும் பார்ப்போம். கேட்டுட்டு நாளைக்குச் சொல்லு” என்றபடி கமலி அங்கிருந்த தண்ணீர்க் குழாயை நோக்கிச் சென்றாள்.

★

15. எதிர்பாராமல்

"ஒரு நொடி நேரச் சந்திப்பு
எதை எதையோ
மாற்றிச் செல்லும்
முழுதாய் முதலாய்..."

இரண்டு நாட்கள் சென்றிருக்கும் கமலி. அலுவலகத்தில் மும்முரமாக ஏதோ கோப்பைப் பார்த்துக் கொண்டிருந்தாள். தொலைபேசி மணி அழைக்க, யாரென்று பார்க்கையில், முகப்பில் தருணின் பெயர் ஒளிர்ந்தது. "ஹலோ" "அத்தே" "ம்ம் சொல்லு தருண் என்ன விஷயம்" "அத்த நீங்க நிவிதாவப் பார்க்கணும்னு சொன்னீங்க இல்ல" "ஆமா" "இன்னைக்குச் சாயந்தரம் வர்றேனு சொன்னா. எங்க கூட்டிட்டு வர்றது" கமலி தனது மணிக்கட்டைத் திருப்பி நேரத்தைப் பார்த்தாள். காலை 11.30. "எத்தன மணிக்கு வருவீங்க?" "சாயந்தரம் 5.30" "ம்ம் ஓகே நான் இன்னைக்கு ஈவினிங் நம்ம பாரதி நகர் பிராஞ்சுலதான் இருப்பேன். அங்க கூட்டிட்டு வர்றியா" "ம்ம் சரி அத்த கூட்டிட்டு வர்றேன். வர்றக்கு முன்னாடி ஃபோன் பண்ணணுமா இல்ல நீங்க ஃபுல் டே அங்கதான் இருப்பீங்களா" "நான் இப்ப ஹெட் ஆஃபிஸ்ல இருக்கேன் கொஞ்ச நேரத்துல கிளம்பிடுவேன் அப்புறம் ஃபுல்லா அங்கதான் இருப்பேன் அதனால நீ அங்கயே வந்துரு" என்றுவிட்டு மீண்டும் "ஹலோ ஹலோ ஒரு நிமிஷம் எதுக்கும் ஃபோன் பண்ணு ஏன்னா எதாச்சும் அவசர வேலை வந்துச்சுனா கிளம்புனாலும் கிளம்பிடுவேன்" என்றாள் கமலி மீண்டும். "ஓகே அத்த" மறுமுனையில் தருண் ஃபோனைக் கட் செய்தான்.

மேலும் சிறிது நேரம் அங்கேயே இருந்துவிட்டு கமலி வெளியே கிளம்பினாள். அன்று சனிக்கிழமை என்பதால் வெளியே கூட்டம் ஓரளவிற்கு இருந்தது. மணி ஒன்றை நெருங்கிக் கொண்டிருந்தது. அவள் வெளியே வந்து நிற்பதைப் பார்த்த ஊழியர்

ஒருவர் வேகமாக அவளிடத்தில் வந்து நின்றார் "மேடம் லன்ச் எடுத்துட்டு வரட்டுமா" "இல்ல இல்ல வேண்டாம். நான் பாரதி நகர் பிராஞ்சுக்குப் போறேன் அங்க போய் பார்த்துக்கறேன்" "ஓகே மேடம்" வந்தவர் அவர் வேலையைப் பார்க்கச் சென்றுவிட்டார். கமலி மேலும் சிறிது நேரம் அங்கேயே நின்று வேடிக்கை பார்த்துக் கொண்டிருந்தாள். முன்புறப்பகுதியில் இருந்த மரத்தில் காக்கைகள் சத்தமிட்டுக் கொண்டிருந்தன. வெளியே சென்றிருந்த டெலிவரி வேன் திரும்பவந்து நின்றது. டிரைவர் வாசு வண்டியிலிருந்து கீழே இறங்கி கமலியைப் பார்த்து வணக்கம் வைக்க பதிலுக்கு அவளும் ஒரு புன்னகையை உதிர்த்தாள்.

மேலும் சில நிமிடங்கள் அங்கே நின்றவள் பின்னர் அவளது அறைக்குச் சென்று அவளுடைய தோள் பை, கார் சாவி, சில கோப்புகள் ஆகியவற்றை எடுத்துக்கொண்டு, மேலாளரிடத்தில் "நான் இப்ப கிளம்புறேன், நம்ம பாரதி நகர் பிராஞ்சுல இருப்பேன் எதாச்சும்னா கூப்புடுங்க" என்றுவிட்டு அங்கிருந்து கிளம்பினாள். நேராக காருக்குச் சென்று எஞ்சினைக் கிளப்புவதற்குத் தயாராகும் போது அலைபேசி மீண்டும் அழைத்தது. திரை அழைப்பது குரு என்றது. "சொல்லுங்க" என்றாள் கமலி "எங்க இருக்க?" "நான் இப்போ ஹெட் ஆஃபிஸ்ல இருக்கேன். பாரதி நகர் பிராஞ்சுக்கு கிளம்பிட்டேன்" "அப்படியா இன்னைக்கு முழுசும் அங்கதான் இருப்பயா?" "ஆமா ஏன் என்ன ஆச்சு?" "இல்ல பேங்க் டாக்குமெண்ட் ஒன்னுல உன் சைன் வேணும் அதான்" "அப்படியா சரி அப்போ அங்கயே வாங்க நான் அங்கதான் இருப்பேன்" "சரி வர்றேன்" குரு அழைப்பைத் துண்டிக்க கமலியும் அலைபேசியைக் கீழே வைத்துவிட்டு காரை நகர்த்தினாள்.

அடுத்த முக்கால் மணி நேரத்தில் கமலி பாரதி நகரில் கம்பீரமாய் நின்று கொண்டிருந்த யாழ் உணவகத்தின் முன்பு வண்டியை நிறுத்தினாள். அங்கும் கொஞ்சம் பரபரப்பாகவே வியாபாரம் சென்று கொண்டிருந்தது. ஊழியர்கள் இவளைக் கண்டதும் வணக்கம் வைக்க கமலியும் பதில் வணக்கம் வைத்துக்கொண்டே நேராக படியிலேறி மேலே சென்றாள். அங்கே குடும்பத்துடன் வரும் வாடிக்கையாளர்களுக்காக நிறைய அறைகள் மறைக்கப்பட்டிருந்தன. அவற்றுள் ஒன்றைத்தான் கமலி இங்கு வரும்போது உபயோகப்படுத்துவாள். அவளுக்கென்று தனியாக அலுவலக அறை என்று அங்கு எதுவுமில்லை. மறைக்கப்பட்டிருக்கும் அறைகளில் கடைசியாக இருக்கும் ஒன்றில்தான் எப்பொழுதும் இருப்பாள். வார விடுமுறை நாட்களில் கூட்டம் அதிகமாக

இருக்கும் போதுதான் அந்த அறை வாடிக்கையாளர்களுக்காக வழங்கப்படும் மீதி நேரத்தில் அடைத்து வைக்கப்பட்டிருக்கும்.

அதுல்யாவின் கைவண்ணத்தில் உணவகம் இன்னும் அழகுடன் மிளிர்ந்தது. உணவக வாயிலில் ஆரஞ்சு, ஆப்பிள் போன்ற பழங்களைக் காகிதப் பையில் வைத்து அவற்றை ஒன்றுடன் ஒன்று கோர்த்துத் தொங்கவிட்டு விதவிதமான உருவங்களைச் செய்திருந்தாள். நடுவில் பைனாப்பிள், தர்பூசணி ஆகியவற்றில் உருவங்களைச் செதுக்கி வைத்திருந்தாள். உணவகத்திற்கு வரும் பலர் அதனருகில் சென்று ஃபோட்டோ எடுத்துக்கொண்டிருந்தனர். அதைப் பார்த்ததும் கமலியின் முகத்தில் புன்னகை பூத்தது. சென்ற முறை வந்தபோது இருந்ததை விடவும், இப்பொழுது வாடிக்கையாளர்கள் எண்ணிக்கை அதிகரித்திருந்த்தைப் போல இருந்தது. அவ்வுணவகத்தின் வரவு செலவுக் கணக்குகளும் அதையே சொல்லியிருந்தன. இரண்டு நாட்கள் முன்புதான் அதைக்குறித்து அவள் குருவுடனும் விவாதித்திருந்தாள்.

இன்றும் எப்போதும் போலவே உணவகத்துக்குள் நுழைந்தவள் நேராக அந்தப் பழ வடிவங்களின் அருகில் சென்று அதன் நேர்த்தியைப் பார்வையிட்டுவிட்டுப் பின் தன் அறையை நோக்கிச் சென்றாள். கையில் கொண்டு வந்திருந்த கோப்புகளையும் தன்னுடைய தோள் பையையும் அங்கிருந்த மேஜையின் மீது வைத்துவிட்டு அப்பகுதியை நோட்டம் விட்டாள். அறைகள் பெரும்பாலும் காலியாக இருந்தன. மேஜைகளில் மட்டும் ஆங்காங்கே ஓரிருவர் அமர்ந்து சாப்பிட்டுக் கொண்டிருந்தனர். ஆட்கள் இல்லாத மேஜைகள் ஒரு ஐந்து நட்சத்திர விடுதியின் உணவக மேஜைகள் போல அத்தனை நேர்த்தியுடன் இருந்தன. ஒரு சிறிய குறையைக் கூட அப்போதைக்கு அவளால் கண்டுபிடிக்க இயலவில்லை.

கிளைமேலாளர் கமலி வந்திருப்பதை அறிந்ததும் நேராக அவளைத் தேடி வந்தார். "வணக்கம் மேடம் எப்படி இருக்கீங்க" "நல்லா இருக்கேன். நீங்க எப்படி இருக்கீங்க? எப்படிப் போகுது எல்லாம்?" "நல்லா இருக்கேன் மேடம் எல்லாம் நல்லாப் போகுது. நாம அறிமுகப்படுத்துன காலை உணவு நல்ல ஹிட் மேடம். வயசானவங்க நிறைய வர்றாங்க. அதுமட்டுமில்லாம காலை நேர அவசரத்துல ஸ்கூல் பிள்ளைங்களுக்குச் சமைக்க முடியாதவங்க பார்சல் வாங்கிட்டுப் போறாங்க." "குட் குட் அப்போ நாம செஞ்சது சரியான வேலைதான்னு சொல்றீங்க" "ஆமா மேடம் கண்டிப்பா.

இதப் பார்த்த பின்னாடி எனக்கே நாம் கொஞ்ச நாள் முன்னாடியே இந்த வேலையச் செஞ்சுருக்கலாமோனு தோணுச்சு" என்றவரைப் பார்த்து புன்னகைத்துவிட்டு "தப்பில்ல விடுங்க. ஆரம்பிக்காமயே விட்டிருந்தாதான் தப்பு அதான் ஆரம்பிச்சுட்டடமே!" என்றாள்.

மென்மையாகச் சிரித்துக்கொண்டு நின்றிருந்த மேலாளரிடம் " நம்ம அதுல்யா கூட நல்லா வேல செய்யிறா போல, கீழ இருந்த டெக்கரேஷன் எல்லாம் பாத்தேன்" உற்சாகமான மேலாளர் "ஆமாம் மேடம் உங்ககிட்ட அதச் சொல்ல மறந்துட்டேன். அதுல்யாவோட இந்த டிசைனுக்கு இந்த ஏரியால நிறைய ஃபேன்ஸ் ஆயிட்டாங்க. அதுலயும் அந்தப் பொண்ணு தினமும் விதவிதமா வடிவத்த மாத்திகிட்டே இருக்கா சோ தினமும் அதப் பாக்குறதுக்கே ஆளுக வராங்க மேடம். இதனால ஸ்னாக்ஸ், டீ, காஃபி, ஜூஸ் வியாபரம் கூட அதிகமாயிருக்கு. அதுலயும் சின்னக் குழந்தையாக நிறைய அடம் பிடிச்சு பெரியவங்களக் கூட்டிட்டு வராங்க. நிச்சயமா இது நல்லா வொர்க் அவுட் ஆயிருக்கு" என்றார் மிகுந்த மகிழ்ச்சியுடன். "ம்ம்ம் நானும் பார்த்தேன் இப்ப வரும்போது. ஃப்ரூட் டிசைனிங் எல்லாம் ரொம்ப அழகாப் பண்ணிருக்கு அந்த பொண்ணு. ஆல்சோ இந்த டேபிள் அரேஞ்மெண்ட் அதுவும் நல்லா இருக்கு" "ஆமாம் மேடம் இது எல்லாமும் அவங்க ஐடியாதான்" புன்னகையுடன் பதிலளித்துவிட்டு நின்றார் மேலாளர்.

"ஓ அப்படியா ம்ம்ம் நல்ல விசயம் தான்.....சரி நீங்க பாருங்க இப்பக் கொஞ்சம் கூட்டம் இருக்குனு நினைக்கிறேன். நான் இன்னைக்கு ஃபுல்லா இங்கதான் இருப்பேன். பீக் அவர் முடிச்சுட்டு பேசலாம்" கமலி அவரை அனுப்பி வைக்க இரண்டடி எடுத்து வைத்துவிட்டு திரும்பவும் வந்தவர் "மேடம் லன்ச்" என்று இழுத்தார். "ஆமாம் நான் இன்னும் சாப்பிடல. சொல்ல மறந்துட்டேன். கொண்டு வர சொல்லிடுங்க சாப்பிட்டு அப்புறம் வேலைய ஆரம்பிச்சுக்கறேன்" மேலாளர் நேராக சமையலறைக்குச் சென்று விஷயத்தைச் சொல்லிவிட்டு வந்தார். "மேடம் சொல்லிட்டேன் கொண்டு வந்துருவாங்க நான் கீழே இருக்கேன்" என்று கமலியிடம் விடைபெற்றுக் கீழே இறங்கிச் செல்ல, அடுத்த பதினைந்து நிமிடத்துக்கெல்லாம் சூடான மதிய உணவு கமலியின் மேஜையின் மேல் இருந்தது.

மணி மூன்றாகியிருக்கும்போது குரு அங்கு வந்து சேர்ந்தார். நேராக கமலி இருந்த அறைக்கு வந்தவர் அவளின் முன்பு சில கோப்புகளை வைத்துவிட்டு ஆசுவாசமாக அமர்ந்தார். நிமிர்ந்து பார்த்தவள் "என்ன ரொம்ப டயர்டா இருக்கீங்க போல" "ஆமா

செம அலைச்சல். வெயில் வேற அதிகமா இருக்கில்ல வெளில" "ம்ம் ஆமா இன்னைக்குக் கொஞ்சம் அதிகம் தான். சரி சாப்டீங்களா இல்ல கொண்டு வர சொல்லட்டுமா?" "இல்ல இல்ல சாப்டேன் ஒன்னரைக்கெல்லாம் சாப்பிட்டேன். ஒரு பத்து நிமிஷம் கழிச்சு ஜூஸ் எதாச்சும் வேணும்னா குடிக்கலாம்" "ஜூஸ் வேணுமா இல்ல ஷேக் எதுவும் சொல்லட்டுமா?" "எதாச்சும் ஒன்னு சொல்லு" குரு சொல்லி முடித்ததும் கமலி அங்கிருந்து வெளியே எட்டிப் பார்த்து அருகிலிருந்த ஊழியர் ஒருவரை அழைத்தாள் "ஒரு டேட்ஸ் மில்க் ஷேக் ஒன்னு கொண்டு வாங்க ஒரு பத்து நிமிஷம் கழிச்சு" "ஓகே மேடம்" சொல்லிவிட்டு ஊழியர் கீழே இருக்கும் ஜூஸ் அண்ட் ஷேக்ஸ் பார்லரை நோக்கிச் சென்றார்.

"சோ என்ன ஆச்சு?" "அன்னைக்கு உங்கிட்ட கொஞ்சம் சைன் எல்லாம் வாங்குனேன்ல அதுல ரெண்டு பேப்பர் விட்டுப் போச்சு பேங்க் போய் டாகுமென்ட் எல்லாம் பார்த்த பின்னாடி மேனேஜர் பார்த்துட்டு சொன்னாரு" "இதுக்குத்தான் அன்னைக்கே சொன்னேன் அவங்ககிட்டயே நோட் பண்ணிக் கொடுக்கச் சொல்லி வாங்கிட்டு வாங்க எங்க எங்க சைன் போடணும்னு சொல்லினு. நீங்கதான் அதெல்லாம் படிச்சுப் பார்த்தா தெரியும் நாமளே பார்த்துக்கலான்னு சொன்னீங்க" "ஆமா அப்படித்தான் நெனைச்சேன் இவனுக இப்படி கண்ணுக்கே தெரியாத எடத்துல எல்லாம் வெச்சுருப்பானுகனு எனக்கு என்ன தெரியும். சரி விடு இந்தா இங்க எல்லாம் சைன் போடு" "ஆமா போட்டு இன்னைக்கே போகப் போறீங்களா என்ன?" "ஆமா ஆமா காலைலயே மேனேஜர் சொன்னாரு இன்னைக்கு 5 மணி வரைக்கும் இருப்பாறாமா. வாங்க நான் என் ஃபார்மாலிட்டிஸ முடிச்சுடறேன்னு சொன்னாரு" "அப்படியா அப்போ ஓகே" கமலி அந்தக் காகிதங்களை வாங்கி குரு சொன்ன இடங்களிலெல்லாம் கையெழுத்திட்டுக் கொண்டிருந்தாள்.

அவள் முடிக்கவும் ஊழியர் மில்க் ஷேக்கைக் கொண்டு வந்து வைக்கவும் சரியாக இருந்தது. குரு அனைத்துப் பேப்பர்களையும் மீண்டும் சரிபார்த்து எடுத்து தான் கொண்டு வந்த கோப்பில் வைத்துக் கொண்டே கேட்டார் "சோ, இன்னைக்கு முழுக்க இங்கதானா?" "ம்ம் ஆமா இங்கதான். உங்ககிட்ட இன்னொரு விஷயமும் சொல்லனும்னு நினைச்சேன்" "என்ன விஷயம்?" "ரெண்டு நாள் முன்னாடி தருண் வீட்ல வந்து ஒரு விஷயத்தச் சொன்னான்ல, நான் கூட அன்னிக்கு நைட் உங்ககிட்டச் சொன்னனே..." "ஆமாம்" "இன்னைக்கு அவன் அந்த பொண்ண

என்ன மீட் பண்ணக் கூட்டிட்டு வர்றேன்னு சொன்னான். காலைல ஃபோன் பண்ணான்.'' "ம்ம்ம்..." குரு சில நொடிகள் அமைதியாக யோசித்தபடி இருந்தார். "ஓகே வரட்டும். பட் வந்த உடனே நீ பாட்டுக்கு அந்தப் பொண்ணுகிட்ட படபடன்னு பேசிடாதே சரியா. முதல்ல ஆளு எப்படி என்னனு பாரு. நல்ல பொண்ணா குடும்பத்துக்கு ஒத்து வர மாதிரி இருந்தா அடுத்து என்ன ஏதுனு பாப்போம். ஆனா எந்த முடிவும் எடுக்காம எதுவுமே பேசாம அந்த பொண்ணுகிட்ட மூஞ்சிய காட்டிடாத. நீ செய்ய மாட்டேனு நம்பிக்கை இருக்கு இருந்தாலும் சொல்றேன்" குரு கமலியை நேராகப் பார்த்துச் சொல்லி முடித்தார்.

கமலி பெருமூச்சு விட்டுக் கொண்டே "எனக்குப் புரியிது. கண்டிப்பா அப்படி எமோஷனலா பேசமாட்டேன். வரட்டும் பாப்போம் என்ன சொல்றாங்கனு" என்றாள். "ம்ம் குட், அதேபோல அவசரப்பட்டு உங்க அண்ணங்கிட்டயும் எதுவும் சொல்லாத. அந்தப் பொண்ணு வந்துட்டுப் போகட்டும் அதுக்கப்புறம் குடும்பத்தப் பத்தி அந்தப் பொண்ணு கிட்டயும் கேட்டுட்டு, தெரிஞ்சவங்க மூலமா வெளிலயும் விசாரிப்போம். இதெல்லாம் முடிச்சுட்டு சிவா கிட்டப் பேசலாம். சட்டுனு பேசும்போது அவங்களுக்கும் கொஞ்சம் அதிர்ச்சியா இருக்கும். அப்போ நமக்குப் பேசுறதுக்கு பாயிண்ட் இருக்கனும்ல" "ம்ம் அதுவும் கரெக்ட் தான். சரி நான் பார்த்துக்கறேன். நைட் வீட்டுக்கு வந்து எல்லாப் பேசுறேன். அப்புறம் டிசைட் பண்ணலாம்" "ம் ஓகே. அப்போ நான் கிளம்பறேன். அஞ்சு மணிக்கு முன்னாடி பேங்க் போகணும்." குரு அனைத்தையும் எடுத்துக் கொண்டு கிளம்பினார்.

சிறிது தூரம் சென்றிருப்பார் மீண்டும் திரும்ப வந்து "அப்புறம் இன்னொரு விஷயம் சொல்ல மறந்துட்டேன். அம்மாவும், அப்பாவும் நாளைக்கு பன்னாரி கோயிலுக்குப் போகணும்னு சொல்லிட்டு இருந்தாங்க. நான் கூட்டிட்டுப் போலான்ட்டு இருக்கேன் நீ வர்றியா?'' "ஓ ஆமா அத்த அன்னைக்கே என்கிட்ட கேட்டாங்க நானும் மறந்துட்டேன். பட் நாளைக்கு நான் வர முடியாது நீங்க ஒன்னு செய்ங்க யாழ், அகில் எல்லாரையும் கூட்டிட்டுப் போயிடுங்க. ஈவன் கஸ்தூரியக் கூட கூட்டிட்டுப் போலாம். நான் ஒருத்திதான வீட்ல இருப்பேன் பெருசா வேலை ஒன்னும் இருக்காது நானே பார்த்துக்கறேன். நீங்க எல்லாரும் போயிட்டு வாங்க." "அப்படியா.. அப்போ நீ வரலையா?" "இல்ல நான் வரல நீங்க போயிட்டு வாங்க" "ம்ம் ஓகே அப்போ நீ வரலேன்னா கஸ்தூரி வந்தா கரெக்டாதான் இருக்கும். அம்மாவ

எங்கயாச்சும் கை பிடிச்சு கூட்டிட்டுப் போக, அகிலப் பார்த்துக்க எல்லாத்துக்கும் இன்னொரு ஆள் இருந்தா பெட்டர்தான். சரி கஸ்தூரியக் கூட்டிட்டுப் போய்க்கிறோம். நைட் வீட்ல வெச்சு மீதிய பேசிக்கலாம்" என்றபடி கிளம்பினார் குரு.

"இருங்க நானும் வர்றேன். கொஞ்சம் கீழ போய்ப் பார்க்கலாம் என்ன நடக்குதுன்னு" சொல்லிக்கொண்டே கமலியும் கிளம்பி குருவுடன் வெளியே வந்தாள். அவர்கள் வெளியே வரும்போது சரியாக கிளை மேலாளர் எதிரே வந்தார். "என்ன மாரியப்பன், எப்படி இருக்கீங்க?" அருகில் வந்தவரின் தோள் மேல் கை போட்டபடியே நலம் விசாரித்தார் குரு. "நல்லா இருக்கேன் சார், நீங்க எப்படி இருக்கீங்க" "நல்லா இருக்கேன் மாரியப்பன். அப்புறம் நம்ம புது அறிமுகம் எல்லாம் எப்படிப் போகுது?" பேசிக்கொண்டே அருகிருந்த மேஜையின் அருகில் குரு ஓரமாய் ஒதுங்கி நிற்க, கமலியும், மாரியப்பனும் அவரருகில் தாங்களும் ஒதுங்கி நின்றனர். "நல்லாப் போகுது சார். கொஞ்சம் முன்னாடிதான் மேடம் கிட்ட சொல்லிட்டு இருந்தேன். அந்த மார்னிங் பிரேக்ஃபாஸ்ட் நல்ல ஹிட் சார். வீக் எண்ட்லனு இல்லாம வீக் டேஸ்லயே நிறைய போகுது. நேரா வந்து உக்கார்ந்து சாப்பிடுறவங்கள விட பார்சல் அதிகமா இருக்குது சார். அதுவும் ஸ்கூல் காலேஜ் குழந்தைகளுக்கான பார்சல் நிறையவே போகுது சார்" சந்தோஷமாகச் சொன்னார் மாரியப்பன்.

"அப்படியா ரொம்ப நல்ல விஷயம். ஆனா குழந்தைக அதிகமா சாப்பிடுறாங்கனு சொல்றீங்க அதனால ஃபுட் குவாலிட்டில நாம் இன்னும் கவனமா இருக்கனும். ஏன்னா பெரியவங்களுக்கு சீக்கிரமா ஜீரணமாகுற நிறைய விஷயங்கள், குழந்தைகளுக்கு ஆக லேட் ஆகும். அதனால அதெல்லாம் மனசுல வெச்சு செய்யுங்க. எப்பவுமே நாம அதுல காம்ப்ரமைஸ் பண்ணிக்கிறதில்ல ஆனா இப்போ அத விடவும் அதிக கவனம் வேணும்னு சொல்றேன். அப்படியே அவங்கள அட்ராக்ட் பண்ற மாதிரி இன்னும் என்ன செய்யலாம்னும் யோசிச்சு சொல்லுங்க. புதுசா ஒரு விஷயம் பண்ணிருக்கோம். ஆனா ஆரம்பிச்சதோட விடாம அதுல நீடிச்சு நிக்க இன்னும் என்னென்ன வழியெல்லம் இருக்குன்னும் யோசிக்கனும் இல்ல. என்ன கமலி நான் சொல்றது" பேசியபடியே கமலியைத் திரும்பிப் பார்க்க, கமலியும் தலையை ஆட்டியபடி "அஃப் கோர்ஸ் அது நிஜம்தான். நாம 100% பெஸ்ட்ட குடுக்க வேண்டிய இடம் இது" "அதேதான். என்ன மாரியப்பன் சரிதான" என்றார் குரு மீண்டும் மாரியப்பனைப் பார்த்தபடி.

"நிச்சயமா சார். நான் அதுல கண்டிப்பா, இன்னும் கவனமா இருந்துக்கறேன். பிரச்சினை எதுவும் இதுவரைக்கும் வரல சார் இனிமேலும் வராமயும் கண்டிப்பா பார்த்துக்கறேன். ஆல்சோ நீங்க சொன்னபடி இன்னும் என்னெல்லாம் புதுசா பண்ண முடியும்னும் யோசிச்சு உங்களுக்கு ஒரு ரிப்போர்ட் ரெடி பண்ணி அனுப்புறேன் சார்" என்றார் மாரியப்பன் நெஞ்சில் கை வைத்தபடி. "வெரி குட். எங்களுக்கு உங்க மேல நிறையவே நம்பிக்கை இருக்கு மாரியப்பன் டேக் கேர். முடிஞ்சா அடுத்த மீட்டிங்குள்ள எதாச்சும் ஐடியாஸ் குடுக்க முடியுமான்னும் பாருங்க" என்று அவரது தோளைத் தட்டிக் கொடுத்துவிட்டு, "ஓகே நான் கிளம்புறேன் கொஞ்சம் அவசர வேலையா போயிட்டு இருக்கேன். நாம இன்னொரு நாளைக்கு மீட் பண்ணலாம் சரிங்களா" என்று மாரியப்பனிடம் கை குலுக்கினார் குரு. அவரும் பதிலுக்குக் கை குலுக்கிவிட்டு அவர்களுடன் சேர்ந்து நடக்கத் தொடங்கினார்.

குரு முதலாவதாகவும் அடுத்து கமலி அதற்கடுத்து மாரியப்பன் என்று பேசிக்கொண்டே கீழிறங்கினர். கீழே வாயிலின் அருகில் அதுல்யா யாரோ ஒரு பெண்ணுடன் பேசிக்கொண்டு நின்று கொண்டிருந்தாள். குருதான் இறங்கும்போதே அதுல்யாவைக் கவனித்தார். "யாரு அது அதுல்யாவா?" குரு கேட்க மற்ற இருவரும் அவர் சுட்டிக்காட்டிய இடத்தைப் பார்த்தனர். அதுல்யா கமலியின் வீட்டிற்கு மாதத்திற்கு ஒரு முறையாகிலும் சென்று வரத் தொடங்கியிருந்ததால், அவர்கள் வீட்டில் எல்லோருக்கும் அறிமுகம் ஆகியிருந்தாள். வீட்டிற்குச் செல்லும்போது யாழினியும், அகிலும் வீட்டில் இருந்தால் அவர்களுடன் சிறிது நேரம் செலவழிக்கத் தொடங்கியிருந்தாள். கமலியை அதிகம் சந்திக்க முடியவில்லை என்றாலும் மற்றவர்களுடன் தன்னைக் கொஞ்சம் நெருக்கமாக்கிக் கொண்டாள். இதனால் குருவுக்கும் அவள் மீது ஒரு பாசப் பிணைப்பு இருந்தது.

அதுல்யா இவர்களை நோக்கியும், அந்தப் பெண் சாலையை நோக்கியும் இருந்ததால் இவர்களுக்கு அது யார்? என்பது தெரியவில்லை. அதுல்யாவின் பெயரைக் கேட்டதும் கமலி குருவிடம் அவள் செய்திருந்த பழ அலங்காரங்களைக் காண்பித்துப் பேச ஆரம்பித்தாள். இருவரும் அதன் அருகில் சென்று ஆராய்ந்து கொண்டிருந்தனர். குருவும் மனம்விட்டு அவளைப் பாராட்டிக் கொண்டிருந்தார். பின்னர் குரு நேரமாகிவிட்டதெனக் கிளம்ப மூவருமாய் வாயிலின் அருகில் வந்தனர். அதுல்யா பேசி முடித்து சற்றே இந்தப் பக்கம் திரும்புகையில் இவர்கள் மூவரும் வருவதைப்

பார்த்தாள். முதலில் ஆச்சரியமும், பின்னர் அதிர்ச்சியும் அவள் முகத்தில் மாறி மாறி வந்தது. அவர்கள் இருவரையும் அதுல்யா அக்கணம் அங்கே எதிர்பார்க்கவில்லை என்பது அவள் முகத்தில் அப்பட்டமாகத் தெரிந்தது. கமலிக்கும், குருவுக்கும் கூட அவளின் முக மாற்றம் ஆச்சரியத்தையே கொடுத்தது.

அதுல்யா அவர்களைக் கண்டதும் வணக்கம் சொல்லக்கூட முடியாதவளாகக் கையைப் பிசைந்து கொண்டு ஒரு சிறிய புன் சிரிப்பை கஷ்டப்பட்டு வரவழைக்க முயன்று தோற்றுக் கொண்டிருந்தாள். அதுல்யாவின் முகமாற்றத்தைக் கண்டு குழப்பத்துடன் அவளுடன் பேசிக்கொண்டிருந்த பெண், தனக்குப் பின்னால் திரும்பிப் பார்த்தார். அது பூர்ணா. சற்றும் எதிர்பார்த்திராத ஒரு சந்தர்ப்பத்தில் கமலியைப் பார்த்த பூர்ணாவின் கண்கள் குத்திட்டு நின்றன. முதலில் பூர்ணாவைக் கண்டுபிடிக்க முடியாவிட்டாலும், சில நொடிகளில் கமலி அனைத்தையும் கிரகித்துக்கொண்டு விட்டாள். ஆம் அவள் எதிரில் நிற்பது அவளின் தங்கை பூர்ணாவேதான். அது நிச்சயம் அவள்தான். கமலி நின்ற இடத்தை விட்டு அசையவே இல்லை ஆணி அடித்தது போல் நின்றாள். பூர்ணாவும் அதே நிலையில்தான் இருந்தாள்.

அங்கிருந்தவர்களில் நிலைமையின் தீவிரமும், அதன் காரணமும் சற்றேனும் புரிந்தது அதுல்யாவிற்கு மட்டுமே. மற்ற இருவரும் குழப்பத்தில் இருக்க அவள் மட்டுமே விரைந்து செயலாற்றினாள். பூர்ணாவை இழுத்துக்கொண்டு வந்து அங்கு நின்று கொண்டிருந்த ஆட்டோ ஒன்றில் ஏற்றி டிரைவரிடம் சொல்லி அவளை வீட்டுக்கு அனுப்பி வைத்தாள். அந்த ஆட்டோ டிரைவர் அவர்களுக்கு முன்னமே நன்கு பழக்கமானவர் எனவே அவர் அதுல்யாவிடம் நான் இறக்கி விட்டுற்றேன் பாப்பா என்று சொல்லிச் சென்றார். பூர்ணாவிடம் எந்த அசைவும் இல்லை. அதுல்யா கையோடு அலைபேசியில் தம்பியை அழைத்து நிலைமையைச் சுருக்கமாகச் சொல்லி அம்மாவைப் பார்த்துக்கொள்ளும்படி கூறி விட்டு அலைபேசியை அணைத்தாள். அவள் திரும்பி வரும்போது கமலி அங்கிருந்த மேஜையொன்றின் மீது கைகளை ஊன்றி நிற்க முடியாமல் நின்று கொண்டிருந்தாள், அவளின் கண்கள் வேறு எங்கோ நிலை குத்தி நின்றன.

சற்றுநேரம் கழித்து சுதாரித்த குருவும், மாரியப்பனும் அப்போதுதான் கமலியைக் கவனித்தனர். சட்டென்று குரு, கமலியைத் தாங்கிப் பிடித்து அங்கிருந்த நாற்காலியில் அமர

வைத்தார். "கமலி என்ன ஆச்சு. ஆர் யூ ஓகே. கொஞ்சம் தண்ணி குடுங்க" அனைவரையும் நோக்கிச் சத்தமிட்டார். மாரியப்பன் அருகிலிருந்த மேஜையிலிருந்து சட்டென்று ஒரு குவளையில் தண்ணீரை ஊற்றித் தர குரு அதை கமலியைக் கொஞ்சம் கொஞ்சமாகக் குடிக்க வைத்தார். அதற்குள் அதுல்யாவும் அங்கே வந்து சேர்ந்தாள். கமலி யாரையும் பார்க்காமல் எதையும் பேசாமல் தரையையே வெறித்துக் கொண்டிருந்தாள். குருவுக்கு இன்னமும் எதுவும் பிடிபடவில்லை. அதற்குள் செய்தி பரவி ஊழியர்கள் அனைவரும் சுற்றிலும் சேர்ந்து விட்டனர். கமலிக்கு இன்னமும் மூச்சு வாங்கியது. "கமலி என்ன ஆச்சு. என்ன பண்ணுது ஹாஸ்பிடல் போலாமா" என்று குரு கேட்டுக் கொண்டிருந்தார், கமலியிடம்தான் எந்தப் பதிலும் இல்லை.

அதற்குள் மேலாளர் கூடியிருந்தவர்களை அவரவர் வேலையைப் பார்க்கும்படி கலைந்து செல்ல உத்தரவிட்டார். குரு மட்டும் கமலியின் அருகில் இன்னுமொரு நாற்காலியை இழுத்துப் போட்டு அமர்ந்து கொண்டார். அதுல்யா குற்ற உணர்ச்சியுடன் அருகிலேயே நின்று கொண்டிருந்தாள். "குரு என்னை வீட்டுக்கு கூட்டிட்டுப் போறீங்களா. என்னால முடியல" "கண்டிப்பா வா கூட்டிட்டுப் போறேன் அதுக்கு முன்னாடி ஹாஸ்பிட்டல் போயிட்டுப் போலாமா?" "இல்ல வேண்டாம் வீட்டுக்குப் போலாம் கொஞ்சம் ரெஸ்ட் எடுத்தா சரியாயிடும்" "ஓகே ஓகே.....அதுல்யா நீ மேல போய் அங்க மேடம் திங்ஸ், ஃபைல் எல்லாம் இருக்கு எடுத்துட்டு வர்றியா" குரு கேட்க அதுல்யா சரியென்று தலையாட்டிவிட்டு உடனே மேலே இருந்த அறையை நோக்கி ஓட்டமாகச் சென்றாள்.

அதற்குள் குரு கமலியைக் காருக்குள் அமரச் செய்திருந்தார். தண்ணீர் பாட்டில் ஒன்றை மேலாளர் அவசரமாகக் கொண்டு வர அதையும் வாங்கிக் கார் கதவில் வைத்துக்கொண்டார். அதுல்யா மேலிருந்து பொருட்களுடன் கீழே வர அதை வாங்கி கமலியின் பையிலிருந்து அவளின் கார் சாவியை எடுத்து மேலாளரிடம் கொடுத்து "யாராவது ஒருத்தர வண்டிய வீட்டுக்கு எடுத்துட்டு வரச் சொல்லிடுங்க" என்று சொல்லி மீதிப் பொருட்களைக் காரின் பின் சீட்டில் வைத்தார். மேலாளர் நகர்ந்துகொள்ள குரு வண்டியில் ஏறி காரை ஸ்டார்ட் செய்தார். கமலி ஒரு நிமிஷம் என்று விட்டு அதுல்யாவை அருகில் அழைத்தாள்.

அதுல்யா வேகமாக அருகில் வர "உன்னோட பேசிட்டு இருந்தாங்களே அவங்க யாரு?" கமலி அவளுக்கு மட்டும்

கேட்கும் வண்ணம் மெதுவாய் குரலை தாழ்த்திக் கேட்க, அதுல்யா செய்வதறியாது அவளின் முகத்தையே பார்த்துக்கொண்டு குற்ற உணர்ச்சியுடன், கைகளைப் பிசைந்தபடி அமைதியாய் இருந்தாள், அந்த மௌனம் குருவுக்கு குழப்பமாகவும், கமலிக்கு எதையோ சொல்வதைப் போலவும் இருந்தது. "கேக்குறேன்ல..." கமலி மீண்டும் கேட்க "அது... அது... என்னோட அம்மா..." திக்கித் திணறி வெளிவந்தது அதுல்யாவின் பதில். கமலி இதைச் சற்றும் எதிர்பார்க்கவில்லை "என்ன சொல்ற" மீண்டும் அழுத்தமாய் கேட்க "அவங்க... என்னோட அம்மாதான்" மெல்லிய குரலில் அதுல்யா தரையைப் பார்த்துக்கொண்டே சொல்லி முடித்தாள். கமலியின் முகத்தில் ஏமாற்றம் அப்பட்டமாய் வெளிப்பட்டது. "வண்டிய எடுங்க.." "என்ன ஆச்சு கமலி" "வண்டிய எடுங்க சொல்றேன்" குரு வேறு எதுவும் பேசாமல் காரைக் கிளப்பிக் கொண்டு சென்றார்.

★

16. திரை விலகல்

"மழை நேரத்து
வானவில்
சாட்சியம் சொல்லியது
சூரியனின் இருப்பிற்கு..."

கமலியை வீட்டில் அவர்கள் அறையில் படுக்க வைத்துவிட்டு மருத்துவருக்காகக் காத்திருந்தார் குரு. வரும் வழியில் கமலிக்கு மீண்டும் பெரிய மூச்சுகளாய் விட்டதும் பயந்து போய் அப்போதே அவர்களது குடும்ப மருத்துவரைத் தொலைபேசியில் அழைத்து விவரத்தைப் பகிர்ந்திருந்தார். கமலி இன்னும் சீராகாமல் எங்கோ வெறித்துப் பார்த்தபடியே இருந்தாள். அருகில் மாமனாரும், மாமியாரும் கவலையுடன் நின்றிருந்தனர். அடுத்த பத்து நிமிடத்தில் மருத்துவர் "என்ன ஆச்சு..." என்ற கேள்வியுடனேயே உள்ளே நுழைந்தார். "என்னனு தெரியல டாக்டர் சடனா எதோ டென்ஷன் ஆயிட்டானு நினைக்கிறேன்" "என்ன பண்ணுணீங்க அப்படி" குருவைப் பார்த்து கிண்டலடித்துக்கொண்டே கமலியின் நாடியைப் பரிசோதித்துவிட்டு இரத்த அழுத்தத்தைச் சோதித்தார். ரத்த அழுத்தம் மிக அதிகமாக இருந்தது.

"இவங்களுக்கு இந்தப் பிரச்சினை எல்லாம் இல்லையே இப்ப எப்படி திடீர்னு" மருத்துவரின் முகத்தில் கேள்விக்குறி தோன்றியது. மற்ற மூவரும் அமைதியாக உடன் நின்று கொண்டிருந்தனர். "ஓகே நான் இப்போதைக்கு ஒரு இஞ்செக்சன் போடுறேன்.

கமலி கொஞ்சம் ரெஸ்ட் எடுக்கட்டும்" பேசிக்கொண்டே புதிய ஊசி ஒன்றைப் பிரித்து வெளியே எடுத்து மருந்து பாட்டிலை உடைத்து மருந்தை அதில் ஏற்றினார். கமலியின் கையில் மென்மையாக ஏற்றிவிட்டு பஞ்சைக் கொண்டு துடைத்துவிட்டார். "கமலி ஒன்னும் போட்டுக் குழப்பிக்காம ரெஸ்ட் எடுங்க சரியா..

எல்லாம் சரியாப் போயிடும்'' என்று கமலியைத் தட்டிக் கொடுக்க, "சரி டாக்டர்'' என்று கமலியும் இலேசாகப் புன்னகைத்தாள்.

தனது பேக்கை எடுத்துக்கொண்டு கிளம்பத் தயாரானவர் "ஒன்னும் இல்ல கொஞ்சம் டென்ஷன் அவ்வளவுதான். சாயந்திரம் சரி ஆயிடுவாங்க. ஒன்னும் பயப்படவேண்டாம்'' என்று அங்கிருந்தவர்களைப் பார்த்து பொதுவாக சொல்லிக் கொண்டு புறப்படத் தயாரானார். "அப்புறம் இங்க யாரும் இருக்க வேண்டாம். வேணும்னா குரு மட்டும் கொஞ்சம் பக்கத்துல இருக்கட்டும். எல்லாரும் இருந்தா கமலியால தூங்கவும் முடியாது. சரியா... அப்போ நான் கிளம்புறேன்'' என்று கமலியிடம் விடைபெற்றுக் கிளம்பினார். குரு மருத்துவருடன் வெளியே வந்தார். கீழே வரவேற்பறைக்கு வந்ததும் "என்ன குரு சடனா இவ்வளோ பி.பி அதிகமாகுற அளவுக்கு என்ன நடந்துச்சு. வீட்ல எதாச்சும் பிரச்சினையா''

"இல்ல டாக்டர் வீட்ல எதுவும் பிரச்சினை இல்ல. நாங்க ரெண்டு பேரும் அந்த பாரதி நகர்ல இருக்கற ரெஸ்டாரென்ட்ல இருந்தோம். நான் கிளம்புறதுக்குத் தயாராயிட்டு இருந்தேன். அப்போதான் திடீர்னு இப்படி ஆயிட்டா.'' நடந்தது அனைத்தையும் அவர் டாக்டரிடத்தில் விரிவாக அவருக்குத் தெரிந்த விதத்தில் சொல்லி முடித்தார். "ம்ம் அப்போ, அங்கதான் ஏதோ தப்பா இருக்கு. பாருங்க விசாரிங்க என்ன ஏதுனு. கமலி கொஞ்சம் ரிலாக்ஸ் ஆகட்டும் அது வரை எதுவும் தொந்தரவு செய்ய வேண்டாம். வேணும்னா அந்தப் பொண்ணுகிட்டப் பேசிப்பாருங்க. மறுபடியும் இது போல எதாச்சும் பிரச்சினைனா கால் பண்ணுங்க நான் வர்றேன்'' "ஓகே டாக்டர். ரொம்ப தேங்க்ஸ்'' குரு அவரை வாசல் வரை வந்து வழியனுப்பி வைத்தார்.

திரும்பவும் குரு மேலே வரும்போது அவரின் அப்பாவும், அம்மாவும் அறையை விட்டு வெளியே வந்திருக்க, கமலி கண்ணை மூடிப்படுத்துக் கொண்டிருந்தாள். அவளைத் தொந்தரவு செய்ய வேண்டாமென்று நினைத்து குரு வெளியே வந்து அங்கிருந்த சோபாவில் அமர்ந்து கொண்டார். என்ன நடந்திருக்கும்? யார் அந்தப் பெண்மணி அவருக்கும் கமலிக்கும் என்ன சம்மந்தம்? எதற்காக அவரைக் கண்டதும் கமலி இப்படி படபடப்பானாள்? கேள்விகள் அவரின் மண்டையைக் குடைந்து கொண்டிருந்தன. ஒரு கட்டத்தில் அதுல்யாவின் ஞாபகம் சடாரென உதித்தது. பேசாமல் அந்தப் பெண்ணையே அழைத்துப் பேசினால் என்ன? யோசித்துக்

கொண்டிருக்கும் போதே, கமலியின் அலைபேசி அழைக்கும் சத்தம் கேட்க, எங்கே அந்த சத்தம் அவளைத் தொந்தரவு செய்துவிடுமோ என்றெண்ணி வேகமாக ஓடிச்சென்று அலைபேசியை எடுத்துக் கொண்டு வெளியே வந்தார்.

அதில் தருணின் பெயர் பளிச்சிட்டது. அப்போதுதான் அவருக்கு சிறிது நேரம் முன்பு கமலி தருண் குறித்துப் பேசியது நினைவிற்கு வந்தது. அழைப்பு நின்றுவிட குரு மீண்டும் தருணிற்கு அழைத்தார் "ஹலோ அத்த" என்றது எதிர்க்குரல் "தருண் நான் மாமா பேசறேன்பா" "மாமா எப்படி இருக்கீங்க. நீங்களும் அத்த கூடத்தான் இருக்கீங்களா" "ம்ம் ஆமா நாங்க இப்ப ரெஸ்டாரெண்ட்ல இல்ல" மறுமுனையில் தருண் சற்று நிதானித்தான் "ஏன் மாமா, என்ன ஆச்சு, எங்கயாச்சும் அவசரமா வெளில கிளம்பிட்டீங்களா என்ன? அத்த எங்க, டிரைவ் பண்றாங்களா?" "இல்ல தருண் வெளில எங்கயும் போகல வீட்லதான் இருக்கோம்" "வீட்லயா" தருணின் குரலில் கொஞ்சம் குழப்பம் தென்பட்டது. "தருண் அத்தைக்கு கொஞ்சம் ஒடம்பு சரியில்ல" "என்ன மாமா என்ன ஆச்சு?" பதட்டமானான் தருண்.

"பெருசா ஒன்னுமில்ல நீ பயப்படாத சடனா கொஞ்சம் பி.பி. ஏறிடுச்சு அதனால கொஞ்சம் தலசுத்தல் மாதிரி வந்து வீட்டுக்கு வந்துட்டோம்" "ஹாஸ்பிட்டல் போனீங்களா" "ம்ம் நாங்க நேரா வீட்டுக்கு வந்துட்டோம். டாக்டர் வந்து பாத்தாங்க. ஊசி போட்ருக்காங்க. தூங்கி எந்திரிச்சா சரியாப் போயிடும் பயப்பட ஒன்னும் இல்லேனு சொல்லிட்டுப் போயிட்டாங்க" "மாமா நான் வீட்டுக்கு வர்றேன் மாமா" "தருண் ஒன்னும் இல்லப்பா" குரு முடிக்கும் முன், தருண் அழைப்பைத் துண்டித்திருந்தான்.

அடுத்த அரை மணி நேரத்தில் தருண் கமலியின் வீட்டின் முன் பைக்கை நிறுத்தி இறங்கினான். வேகமாக உள்ளே நுழைந்தவன் நேரே படியேறி மாடியை நோக்கிச் சென்றான். மேலே இருந்த முன்னறையில் குரு அமர்ந்திருந்தார். "அத்த எங்க மாமா" பதட்டத்துடன் அவர் முன்னே சென்று நின்றான். "ரூம்ல தூங்கிட்டு இருக்காப்பா" குரு சொல்லி முடிக்கும்போது தருண் அறையின் முன்பு நின்றிருந்தான். கதவைச் சத்தமில்லாமல் மெதுவாய்த் திறந்து உள்ளே சென்று பார்த்தான். கமலி உறங்கிக் கொண்டிருந்தாள். சற்று நேரம் அவளையே பார்த்துக்கொண்டிருந்தவன் பின்பு கிளம்பி வெளியே வந்தான். முகத்தில் கவலை நிரம்பி வழிந்தது. ஒரு வேளை இதற்குதான் தான் காரணமோ என்ற குற்ற உணர்வும்

அவனை அலைக்கழித்தது. கதவை மீண்டும் சத்தம் வராமல் சாத்திவிட்டு குருவின் எதிரே வந்து அமர்ந்தான்.

குழப்பத்துடன் எதிரே அமர்ந்திருந்தவனைப் பார்த்து "தருண் உங்க அத்தைக்கு ஒன்னுமில்ல ஜஸ்ட் பி.பி. அதிகமாயிடுச்சு அவ்வளவுதான். நீ ரொம்ப டென்ஷனாகாதே" என்றார் குரு. தருண் தலை கவிழ்ந்து அமர்ந்திருந்தான். ஒரு சந்தர்ப்பத்தில் அவன் அழுகிறானோ என்ற சந்தேகம் வர, குரு அவசரமாக அவனருகில் வந்தமர்ந்து அவன் தோள் மேல் கை போட்டார் "தருண் என்ன இது. இப்ப எதுக்கு அழற?" "இல்ல மாமா நான் தான் அத்தைய டென்ஷன் பண்ணிட்டனோனு தோணுது" கண்ணைத் துடைத்துக் கொண்டே பேசினான் தருண். "ச்ச அப்படி எல்லாம் இல்லப்பா யார் சொன்னா அப்படீனு" "மாமா அத்த உங்ககிட்டச் சொன்னாங்களா இல்லையானு தெரியல. இன்னைக்கு அவங்களப் பாக்க ஒரு பொண்ணக் கூட்டிட்டு வர்றேனு சொல்லிருந்தேன். ஒரு வேளை அதுதான் அவங்கள பாதிச்சிருக்குமோனு எனக்குத் தோணுது"

"அய்யோ அதெல்லாம் இல்லப்பா. அதுபத்தி கமலி என் கிட்டயும் சொல்லியிருந்தா. கொஞ்சநேரம் முன்னாடி கூட அது பத்தித்தான் பேசிட்டு இருந்தா. அப்போ எல்லாம் அவ நார்மலாதான் இருந்தா. இன்னும் சொல்லப்போனா, உங்களப் பார்த்துப் பேசிட்டு நைட் வந்து எங்கிட்ட அது. பத்தி பேசுறேனு சொல்லிட்டிருந்தா. அப்போ எல்லாம் ஒன்னும் இல்ல அதுக்கப்புறம்தான்" என்று இழுத்தார் குரு. "அதெல்லாம் இல்லனா, அப்போ அத்தைக்கு இவ்வளவு பி.பி. சடனா ஏறுற அளவுக்கு என்ன பிரச்சின மாமா? வேற என்ன நடந்துச்சு?" "அதுதான்பா எனக்கும் தெரியல. உன்னப் பத்தி பேசிட்டு அதுக்கப்புறம் நாளைக்குக் கோயிலுக்குப் போறத பத்திப் பேசிட்டு இருந்தோம். நான் பேங்கிங்குக்கு கிளம்பிட்டு இருந்தேன். அப்போதான் அந்தப் பொண்ணு அதுல்யாவப் பார்த்தோம். உனக்குக் கூடத் தெரியுமே அந்த காலேஜ் ஸ்டூடண்ட் கமலியோட ஃபேவரைட்" "ஆமாம் மாமா சொல்லுங்க". குரு சற்று தயக்கத்துடன் டாக்டரிடம் கூறியதையே, இவனிடத்திலும் கூறி முடித்தார். கேட்டுக்கொண்டிருந்த தருணின் முகத்திலும் குழப்பங்களும், கேள்விகளும் எதிரொலித்தன.

"மாமா பேசாம ரெஸ்டாரென்ட்க்கு ஃபோன் பண்ணி அந்தப் பொண்ணுகிட்ட விசாரிப்பமா?" "நானும் அதத்தான் யோசிச்சுகிட்டு இருக்கேன். கண்டிப்பா இதுக்கான காரணம்

அந்தப் பொண்ணுக்குத் தெரிய வாய்ப்பிருக்கு. அந்தப் பொண்ணுக்கு இல்லைனாலும் அவங்க அம்மாவுக்குத் தெரியும்" யோசனையுடன் குருவும், தருண் சொன்னதை ஆமோதித்தார். தருண் உடனே தன்னுடைய அலைபேசியை எடுத்து பாரதி நகர் ரெஸ்டாரென்ட்டுக்கு அழைத்தான் "நான் தருண் பேசுறேன் அங்க அதுல்யா இருக்காங்களா" எதிர்முனை "ஒரு நிமிசம் சார்" என்று தருணைக் காத்திருப்பில் வைத்தது. சில நொடிகள் கழித்து மீண்டும் பேசியவர் "சார் அவங்க லீவ் போட்டுட்டுப் போயிட்டாங்க சார். இங்க இல்ல" "ஓ.. அப்படியா... ஓகே" "சார்... மேடம் இப்ப எப்படி இருக்காங்க சார்?" "நல்லா இருக்காங்க எந்தப் பிரச்சினையும் இல்ல. வீட்லதான் இருக்காங்க" "ஓகே சார்" "ம்ம்" தருண் அழைப்பைத் துண்டித்தான்.

"மாமா அந்தப் பொண்ணு அங்க இல்ல லீவ் போட்டுட்டுப் போயிடிச்சு" "ம்ம் நினைச்சேன். ஏன்னா அவங்க அம்மாவும் கூட கிட்டத்தட்ட கமலி நிலமைலதான் இருந்தாங்க சோ அந்தப் பொண்ணு போயிருக்கும்னு நினைச்சேன்" "இப்ப என்ன செய்யலாம்?" "ஒன்னும் வேண்டாம் ஃப்ரீயா விடு. கமலி முழிக்கட்டும் பார்ப்போம் என்ன சொல்றான்னு". கஸ்தூரி மேலே வந்து "அய்யா எதாச்சும் குடிக்கிறீங்களா" என்று கேட்டாள். "ம்ம் ஆமா சூடா ஒரு காஃபி. தருண் நீயும் குடிக்கிற தான" தருண் தலையசைக்க "ஓகே, ரெண்டு பேருக்கும் காஃபி குடுங்க. அம்மா அப்பா எதாச்சும் குடிச்சாங்களா?" "அவங்களுக்கும் இனிமேதான் டீ போடனும்" "சரி பாருங்க" கஸ்தூரி கீழே இறங்கிச் சென்றாள். "தருண் நீ அந்தப் பொண்ணுகிட்ட இன்ஃஃபார்ம் பண்ணிட்டயா? இன்னைக்குப் பாக்க முடியாதுனு; பாவம் காத்துட்டு இருக்கப் போறாங்க" "சொல்லிட்டேன் மாமா வரும்போதே சொல்லிட்டுதான் வந்தேன்" குரு அமைதியாகத் தலையை மட்டும் ஆட்டி வைத்தார்.

அகில் பேசும் சத்தம் கேட்டது. அவன் பள்ளிக்கூடம் முடிந்து வந்துவிட்டிருந்தான். உள்ளே நுழைந்ததும் வேகமாக மேலே ஓடி வந்தவன் "அய் அப்பா, தருண் மாமா ரெண்டு பேரும் இருக்கீங்களா ஜாலி" கத்திக் கொண்டே வந்தான். வாயில் விரல் வைத்து சைகை காண்பித்த அவனை குரு அமைதிப்படுத்தினார். வேகமாக வந்தவன் அப்படியே அமைதியாகி குழப்பத்துடன் அப்பாவிடம் வந்தான். "அம்மாவுக்கு உடம்பு சரியில்ல தூங்கிட்டு இருக்காங்க சத்தம் போடக் கூடாது" அகிலிடம் மெதுவாகக் கூறினார் குரு. "என்ன ஆச்சு" அகில் சத்தமே வெளிவராமல் மிகவும் மெதுவாக அவர்

காதருகில் சென்று கேட்டான். "தலவலிக்கிதாமா. வா நாம கீழ போயிடலாம்" அகிலையும் தருணையும் அழைத்துக்கொண்டு குரு கீழே இறங்கிச் சென்றார்.

அங்கே அதுல்யாவின் வீட்டில் பூர்ணா கட்டிலில் படுத்துக் கிடந்தாள். அழுதழுது முகமெல்லாம் வீங்கிக் கண்ணீர் வற்றிப் போயிருந்தது. பல வருடங்களை தேக்கிவைத்த உணர்வுகள் அனைத்தும் கட்டுப்பாடின்றி வெளிவந்து கொண்டிருந்தன. அதுல்யாவிற்கு அவளை எப்படி சமாதானம் சொல்லித் தேற்றுவது என்றே தெரியவில்லை. முகுந்தனை தொலைபேசியில் அழைத்து விவரத்தைச் சொல்லியிருந்தாள். அவரும் உடனே அனுமதி கேட்டுவிட்டு வருவதாகக் கூறியிருந்தார். அபய் எதும் செய்ய இயலாதவனாக முன்னறையில் அமர்ந்திருந்தான். சற்று நேரத்தில் அங்கே வந்த முகுந்தன் "என்ன ஆச்சு" என்று கேட்டுக்கொண்டே உள்ளே நுழைந்தார். அதுல்யா எதுவும் பேசாமல் அவரைப் பார்த்துவிட்டு, உள் அறையைப் பார்த்தாள். முகுந்தன் புரிந்து கொண்டவராக நேரே உள்ளெ செல்ல, அங்கே பூர்ணா அழுகையுடன் படுத்துக் கொண்டிருந்தாள்.

முகுந்தன் முதலில் அமைதியாக பூர்ணாவின் அருகில் அமர்ந்து கொண்டார். பின்னர் கொஞ்சம் கொஞ்சமாகப் பேச்சுக் கொடுத்தார். ஆனால் பூர்ணாவிடமிருந்துதான் எந்த பதிலும் இல்லை. "அதுல்யா கொஞ்சம் தண்ணி கொண்டு வா" அதுல்யா தண்ணீரைக் கொண்டு போய் கொடுத்தாள். "சரி அழுதாலும் பரவாயில்ல இத கொஞ்சம் குடிச்சுட்டு அழு. அழுறதுக்காச்சும் கொஞ்சம் தெம்பு வேணும்ல" எப்படியோ பூர்ணாவை எழுந்து உட்கார வைப்பதில் முகுந்தன் வெற்றி பெற்றுவிட்டார். அத்துடன் கொஞ்சம் தண்ணீரையும் குடிக்க வைத்தார். "அதுல்யா, அப்படியே கொஞ்சம் டீ போட்டுத் தர்றியா? கொஞ்சம் டயர்டா இருக்கு" அதுல்யா சரியென்று தலையாட்டிவிட்டு அனைவருக்குமாய் தேநீர் தயாரிக்கச் செல்ல, பூர்ணாவைத் தண்ணீரைக் குடிக்கச் சொல்லிவிட்டு முகுந்தன் எழுந்து சென்று, கை, கால் கழுவி, உடை மாற்றி வந்தார்.

மீண்டும் படுக்கையில் பூர்ணாவின் அருகில் அமர்ந்து கொண்டார். சிறிது நேரத்தில் அதுல்யா தேநீருடன் வர, ஒன்றை எடுத்து பூர்ணாவை நோக்கி நீட்டினார் "இந்தா இதக் குடி. சூடா எதாச்சும் குடிச்சா கொஞ்சம் நல்லா இருக்கும்." முதலில் பூர்ணா மறுக்க முகுந்தன் எப்படியோ பேசி அவளைச் சம்மதிக்க வைத்து கையில் தேநீர்க் குவளையைத் திணித்தார்.

"நீங்க ரெண்டு பேரும் கூட இங்க வாங்க, அப்படியே ஸ்னாக்ஸ் எதாச்சும் இருந்தாலும் எடுத்துட்டு வா மா" என்றார் முகுந்தன். அவர் முடிந்த வரை சூழலின் இறுக்கத்தைக் குறைத்து இயல்பு நிலைக்கு வரவைக்க முயற்சித்தார். தனிமையும், அமைதியும் பல நேரங்களில் கவலைகளை அதிகப்படுத்திவிடும் அதனால் அவற்றைப் பெருமளவு குறைப்பதில் முகுந்தன் முனைந்திருந்தார். கொஞ்சம் இறுக்கத்தைத் தளர்த்தினால் மட்டுமே பூர்ணாவிடம் பேசி, அவளைச் சரியாக்க முடியும் என்பதும் அவருக்குத் தெரிந்திருந்ததுதான்.

உள்ளே சூடாக இறங்கிய தேநீர் அனைவருக்குமே கொஞ்சம் ஆசுவாசத்தைக் குடுத்திருந்தது. இறுக்கி மூடியிருந்த உதடுகள் கொஞ்சம் திறந்து கொண்டதில் அழுத்தம் குறைந்திருந்தது. முகுந்தன் மெதுவாக ஆரம்பித்தார் "இப்ப என்ன ஆச்சுனு இத்தன அழுகை? இது எதிர்பார்த்ததுதான" சில நொடி மௌனத்திற்குப் பிறகு, முகுந்தன் மீண்டும் தொடர்ந்தார் "உன் பொண்ணு அவங்ககிட்ட வேலைக்கு இருக்கா அதுவும் வீட்டுக்குப் பக்கத்திலயே அப்ப ஏதாவது ஒரு கட்டத்துல அவங்கள நீ பார்த்துதான ஆகனும். என்னைக்காவது நடக்கும்னு நினைச்சது இன்னைக்கு நடந்துடுச்சு அதுக்கு எதுக்கு இத்தன அழுக?" பூர்ணா மீண்டும் கண்ணீர் சிந்தினாள். "பூர்ணா இங்க பாரு நீ இன்னும் சின்னக் குழந்தை இல்ல. உனக்கு எல்லாம் புரியும். நம்ம பொண்ணும் பையனும் உன்னத்தான் பார்த்துட்டு இருக்காங்க பார்த்துக்க" இந்த முறை கொஞ்சம் அழுத்தமாகப் பேசினார் முகுந்தன். "இல்லங்க, இன்னைக்கு நான் அவளப் பார்ப்பேனு எதிர்பார்க்கவே இல்ல. திடீர்னு பார்க்கவும் எனக்கு என்ன செய்றதுனே தெரியல. அப்படியே நின்னுட்டேன் உறஞ்சு போயி" "ம்ம் அதான் அதுல்யா சொன்னாளே" முகுந்தன் பூர்ணா சொல்வதை அமைதியாகத் தலையசைத்துக் கேட்டார்.

"அவளப் பார்த்ததும் நான் எப்படி அதிர்ச்சி ஆனேனோ, அதே அளவுக்கு அவளும் ஆனா. அதுக்குள்ள சட்டுனு அதுல்யாதான் சுதாரிச்சு என்ன ஆட்டோவுல ஏத்தி அங்கிருந்து அனுப்பி வெச்சுட்டா. இங்க அகில் வீட்ல இருந்தானா நான் எப்படியோ ரூம் வரைக்கும் வந்துட்டேன். எனக்கு கால் எல்லாம் அப்படியே நடுங்க ஆரம்பிச்சுடுச்சு. அவளப் பார்த்ததும் ஓடிப் போயி கட்டிப் புடிச்சு அழனும் போல இருந்துச்சு. இத்தன வருஷத்துக்கு அப்புறம் பார்த்துருக்கேன் பார்த்ததும் என்ன என்னமோ தோணிடுச்சு. அங்க இருந்தப்ப விட, வீட்டுக்கு வந்த பின்னாடிதான் வரிசையா ஒன்னு

பின்னாடி ஒன்னா ஏதேதோ வந்து வந்து போகுது. என்னால என்னையே சமாளிக்க முடியல.'' பூர்ணா முகுந்தனின் தோளில் சாய்ந்து அழ ஆரம்பித்தாள். முகுந்தன் ஆதரவாக அவள் தோளில் தடவிக் கொடுத்து "அழாத பூர்ணா. இது மூலமா எதாச்சும் நல்லது நடக்கும்னு நம்புவோம். இத்தன நாளா காத்திருந்தோம் இனியும் கொஞ்ச நாள் பாப்போம்'' "எனக்கு அவள மறுபடியும் பார்க்கணும் போலயே இருக்குங்க'' பூர்ணாவிற்கு வார்த்தை வெளிவர மறுத்தது. அம்மாவின் கண்ணீர், பிள்ளைகள் இருவரையும் கூட நிலைகுலையச் செய்தது.

அதுல்யா உணர்ச்சியைக் கட்டுப்படுத்த முடியாமல் அறையை விட்டு வெளியே வந்தாள். அவளின் மனதிற்குள் ஆயிரம் பிரளயங்கள் நடந்து கொண்டிருந்தன. இதுக்கு அப்புறமாவது தனது தாய்க்கு எதாகிலும் நல்லது நடக்க வேண்டுமென்று அவளின் மனம் உருகத் தொடங்கியது. இது நிச்சயம் அவளே எதிர்பாராத சந்திப்புதான். கமலியின் வண்டி சற்று ஒதுங்கி ஓரமாக நின்றதால், அதுல்யா அதைக் கவனிக்கவில்லை. கவனித்திருந்தால் நிச்சயம் பூர்ணாவிடம் அந்த இடத்தில் நின்று பேசியிருந்திருக்க மாட்டாள். அவளைப் போகச் சொல்லியிருப்பாள். அதுல்யா கவனித்தது குருவின் வண்டியை மட்டும்தான். குரு அங்கிருந்தாலும் அவருக்கு நிச்சயம் பூர்ணாவை யாரென்று தெரிந்திருக்க வாய்ப்பில்லையென்றே அவள் நினைத்தாள். ஆனால் இப்படி இருவரும் ஒன்றாக வருவார்களென்று அவள் எதிர்பார்க்கவேயில்லை.

யோசித்துக் கொண்டிருக்கும்போதுதான் சட்டென்று அதுல்யாவிற்கு கமலியின் ஞாபகம் வந்தது. அம்மாவைக் கண்டதும் கமலிக்கும் கூட அதிர்ச்சியில் உடல் நிலை பாதிக்கப்பட்டிருந்ததே! இப்போது எப்படி இருக்கிறாரோ என்னவோ என்ற எண்ணம் மனதில் தோன்றி அலைக்கழித்தது. பேசாமல் அலைபேசியில் அழைக்கலாமா என்று நினைத்தாள். பின்பு மனம் வேண்டாமென்றது, நம் குரல் கேட்டு கமலி மீண்டும் உணர்ச்சிவசப்பட்டுவிட்டால் என்ன செய்வது. அதுல்யாவின் மனதுக்குள் பெரும் போராட்டமே நடந்து கொண்டிருந்தது. கடைசியில் நாளை வேலைக்குச் செல்கையில் என்னவென்று தெரிந்து கொள்ளலாம், இப்போதைக்கு அம்மாவைப் பார்க்கலாம் என்று முடிவு செய்து கொண்டு அப்போதைக்குச் சமாதானமானாள்.

★

17. எதிர்பாரா மாற்றம்

"பல நேரங்களில்
எவ்வளவுதான் முயன்றாலும்
அசைக்கவே முடிவதில்லை
சில திரைகளை..."

மாலை ஆறரை மணியளவில் கமலிக்கு விழிப்பு வந்தது. விழித்துப் பார்க்கையில் அருகில் யாரும் இருக்கவில்லை, கதவு சாத்தப்பட்டிருந்தது. கொஞ்சம் அசதியாக உணர்ந்தாள். இருந்தாலும் எப்படியோ சமாளித்து எழுந்து உட்கார்ந்தால். அதேநேரத்தில் தருண் அவளின் அறைக்குள் நுழைந்தான். "அத்த, எழுந்துட்டீங்களா. கூப்பிட்டிருக்கலாம்ல யாரயாச்சும்" வேகமாக அருகில் வந்தான். "ஒன்னும் பிரச்சின இல்ல தருண் ஐயம் ஓகே. கொஞ்சம் தண்ணி மட்டும் குடு" தருண் அருகிலிருந்த ஜக்கிலிருந்து தண்ணீர் ஊற்றிக் குடுத்தான். "மாமா எங்க" கேட்டுக்கொண்டே தண்ணீரைக் கையில் வாங்கினாள். "கீழதான் இருக்காரு அத்த நான் வேணும்னா கூப்பிடவா" "ம்ம் கூப்பிடு" தருண் வேகமாக வெளியே வந்து மேலிருந்து குரல் கொடுத்தான் "மாமா அத்த உங்கள கூப்பிடுறாங்க" குரு உடனே எழுந்து சென்றார். பின்னாலேயே குருவின் அம்மா செல்ல நினைத்தாலும் குழந்தைகளைப் பயப்படுத்த விரும்பாமல் அங்கேயே அமர்ந்து கொண்டு மேலே பார்த்துக் கொண்டிருந்தாள்.

"எப்படி இருக்க கமலி. டயர்டா இருக்கா" "ம்ம் பெட்டர். குரு எனக்கு அம்மா வீட்டுக்குப் போகணும் இப்பப் போலாமா" "இப்பவா.... இப்ப எப்பிடி" "ப்ளீஸ் நான் நல்லாதான் இருக்கேன் கொஞ்சம் டயர்ட் அவ்வளவுதான். போயிட்டு வரலாம்பா. பசங்க வேண்டாம் நாம ரெண்டு பேருமட்டும் போலாம்" குரு குழப்பத்துடன் தருணைப் பார்க்க, அவனும் அதே குழப்பத்துடன் நின்று கொண்டிருந்தான். கமலி இருவரையும் மாறி மாறிப்

பார்த்தாள். "பட் உன்னால வர முடியுமா இப்ப" "அதெல்லாம் ஒன்னும் பிரச்சினை இல்ல நீங்க சரினு சொல்லுங்க நான் ரெடியாகி கீழ வர்றேன்" அவள் குரல் கெஞ்சியது. "சரி நீ ரெடியாயிட்டு வா. நான் கீழ போய் அம்மா, அப்பாகிட்ட சொல்லிட்டு வர்றேன்" குரு அறைக்கு வெளியே வந்தார். தருணும் பின்னாலேயே வந்தான். "மாமா என்ன இது? எதுக்கு அத்த இப்ப எங்க வீட்டுக்குப் போகணும்னு சொல்றாங்க" "தெரிலயே தருண் எனக்கும் ஒன்னும் புரியல. வா போய் பார்ப்போம்" சொல்லிவிட்டு முகுந்தன் கீழே வந்தார்.

அடுத்த பதினைந்து நிமிடத்தில் கமலி தயாராகி கீழே வந்தாள். அவள் நடந்து வரும் வேகத்தைக் கொண்டே, அவள் எவ்வளவு சோர்வாக இருக்கிறாள் என்பது தெரிந்தது. கீழே மாமியார் கையில் பாலுடன் அவளுக்காகக் காத்திருந்தார். "இந்தாம்மா, இத குடிச்சுட்டுப் போ" கமலி கீழே வந்ததும் அவளிடம் கொடுத்தார். "தேங்க்ஸ் அத்த" "ஏம்மா முடியாம இருந்துட்டு கண்டிப்பா இப்பப் போகணுமா இன்னைக்கு ரெஸ்ட் எடுத்துட்டு நாளைக்குப் போகலாம்ல" "இல்ல அத்த போயிட்டு சீக்கிரம் வந்துடறோம். நாளைக்கு நீங்க கோவிலுக்குப் போகனும்ல" "இல்ல இல்ல மா உனக்கு முடியாம இருக்கப்போ நாங்க எங்க போறோம், எல்லாம் அடுத்த வாரம் போயிக்கலாம்" மாமனார் குறுக்கிட்டுப் பேசினார். "இல்ல மாமா எனக்கு ஒன்னும் இல்ல நான் நல்லாதான் இருக்கேன் நீங்க கிளம்பிப் போயிட்டு வாங்க" "இல்ல கமலி நாங்க அடுத்த வாரம் போயிக்கறோம் ஒன்னும் அவசரம் இல்ல" குரு உறுதியாக மறுத்தார். கமலி அதற்குமேல் எதுவும் பேசவில்லை.

கமலி பாலைக் குடித்து முடிக்க குரு, கமலி, தருண் மூவரும் கிளம்பினர். அகில் தானும் வருவதாக ரகளை செய்ய, வேண்டாமென்று கமலி உறுதியாக மறுத்தாள். அகில் அழுக ஆரம்பிக்கவும் "சரி அவன் வரட்டும் விடு நாளைக்கும் லீவு தான அங்கயே இருக்கட்டும். நாளைக்கு யாராச்சும் போய் கூட்டிட்டு வந்துடலாம்" கமலியை சமாதானம் செய்தார் குரு. அகில் குஷியாக அடுத்த பத்தாவது நிமிடத்தில் கிளம்பி வந்து நின்றான். அனைவரும் காரில் ஏறிக் கொள்ள தருண் வண்டியைக் கிளப்பினான். அங்கிருந்து அரை மணி நேரப் பயணத்தில்தான் கமலியின் அண்ணன் சிவாவின் வீடு இருந்தது. கமலி அங்கே போவதாக முடிவெடுத்தவுடன், தருண் அவனின் அம்மாவிற்கு

அழைத்து அவர்கள் வரும் விஷயத்தைக் கூறியிருந்தான். பயணம் முழுவதும் அகில், தருண், குரு மூவரும்தான் ஏதோ ஒன்றைப் பேசியபடி வந்தனர். கமலி முழுவதுமாக அமைதியாகவே வந்தாள்.

வண்டி வீட்டுக்குள் நுழைந்து நின்றதும் கமலியின் அண்ணி இராஜி உள்ளிருந்து வாயெல்லாம் பல்லாக, அவர்களை வரவேற்றாள். "வா கமலி, வாங்கண்ணா எப்படி இருக்கீங்க? எவ்வளவு நாள் ஆச்சு வந்து! டேய் குட்டிப் பையா அகில் வாவா" அவளிடம் பேசிக்கொண்டே அவர்கள் உள்ளே செல்ல கமலியின் அண்ணன் சிவா எதிரில் வந்து வரவேற்றார் "வாங்க மச்சான், வா கமலி, டேய் குட்டி மாப்பிள்ள எப்படி இருக்க?" சிவா அகிலை மாப்பிள்ளை என்று அழைத்ததும் அவனுக்கு வெட்கம் பொத்துக் கொண்டு வந்தது. கமலியின் பின்னால் சென்று ஒளிந்து கொண்டான். வரவேற்பறையில் இருந்த கமலியின் தந்தை இவர்களைக் கண்டதும் எழுந்திருக்க முயல குரு அவரை அமர்த்தினார். "உட்காருங்க மாமா, எதுக்கு ஃபார்மாலிட்டி எல்லாம்" அவர் கூச்சத்துடன் சிரித்துக்கொண்டே அமர்ந்து கொண்டார். "அம்மாவும், சித்தியும் எங்க அண்ணி?" "அத்த இங்கதான் எங்கயோ இருந்தாங்க, சின்ன அத்த வழக்கம்போல அவங்க ரூம்ல இருக்காங்க"

அவர்கள் முன்னறையில் அமர்ந்து பேசிக்கொண்டிருக்க சிறிது நேரத்தில் கமலியின் அம்மாவும் அவர்களுடன் வந்து சேர்ந்து கொண்டார். சற்று நேரத்திலெல்லாம் அவரவர் வேலையில் மூழ்க, குரு, சிவா, கமலியின் அப்பா மூவரும் டிவியில் செய்தியைப் பார்த்துக்கொண்டு அதைக் குறித்துப் பேசிக்கொண்டிருந்தனர். அகில் தருணுடன் அங்கிருந்த மீன்தொட்டியில் இருந்த மீன்களைப் பார்த்து அவனின் சந்தேகங்களை எல்லாம் முடிவில்லாத கேள்விகளாக எழுப்பிக் கொண்டிருந்தான். ராஜி அவர்களுக்கான உணவு தயாரிக்கும் பணியில் வீட்டு வேலைக்காரப் பெண்ணுடன் சேர்ந்து ஈடுபட்டிருந்தாள். கமலியின் அம்மாவும் அவளுக்கு உதவி செய்ய எழுந்து சென்றுவிட்டார். கமலி சிவாவைப் பார்த்தாள் "அண்ணா ஒரு நிமிஷம் வர்றயா" என்ன, ஏதுவென்று கூடக் கேட்காமல் சிவா எழுந்து சென்றார். சற்று தூரம் சென்றதும் "சித்தி ரூமுக்குப் போகலாம் வா" என்று சிவாவை அழைத்துக் கொண்டு சித்தியின் அறைக்குச் சென்றாள் கமலி.

கதவைத் திறந்து கொண்டு கமலி முதலில் நுழைய, அங்கே அவர் துணிகளை மடித்துக் கொண்டிருந்தார். சத்தம் கேட்டு

இவர்களை நிமிர்ந்து பார்த்தவர் முகத்தில் ஆனந்தமும், ஆச்சரியமும் ஒரு சேரப் போட்டி போட்டு வெளிப்பட்டன. "கமலி எப்படிமா இருக்க? எப்ப வந்த? மாப்பிள்ள எப்படி இருக்காரு? குழந்தைக எல்லாம் எப்படி இருக்கு?" கேள்விகளை அடுக்கிக் கொண்டே சென்றார். "நல்லா இருக்கேன் சித்தி. எல்லாரும் நல்லா இருக்காங்க. நீங்க எப்படி இருக்கீங்க?" கமலி சித்தியின் கையைப் பிடித்துக் கொண்டு கேட்க "எனக்கு என்னடா ராஜாத்தி மாதிரி இருக்கேன். நீயும் உங்க அண்ணனும் இருக்கும் போது எனக்கு என்ன குறை சொல்லு?" அவரின் பின்னே சுவற்றில் கமலியின் சித்தப்பாவின் ஃபோட்டோ மாலையிட்டபடி தொங்கிக் கொண்டிருந்தது. ஒரு நொடி அதைப் பார்த்த கமலி மறுநொடி பார்வையை விலக்கிக் கொண்டாள்.

சிவா பின்னால் நின்று கொண்டே இருக்க கமலி அவரைத் திரும்பிப் பார்த்தாள் "உக்காருண்ணே" அங்கிருந்த நாற்காலியைக் காட்ட, சிவா யோசனையுடன் அங்கு சென்று அமர்ந்தார். இயல்பாக கமலி இப்படிச் செய்யக்கூடியவளில்லை. எப்பொழுது வந்தாலும் அவளாக நேரடியாக சித்தியின் அறைக்கு வருவாள், பேசிக்கொண்டிருப்பாள் அவ்வளவுதான். துணைக்கு எல்லாம் யாரையும் அழைக்க மாட்டாள். இன்றோ அறைக்கு வரும்போதே தன்னையும் வரும்படி அழைத்து வந்திருக்கிறாள் போதாதென்று அமரச் சொல்கிறாள் என்னவாக இருக்கும். சிவாவின் மனதில் பல கேள்விகள் எழுந்து குழப்பின. "அண்ணா கொஞ்சம் எழுந்து கதவச் சாத்துறயா" சிவா யோசனையில் ஆழ்ந்திருக்கும் போது, கமலியின் வார்த்தைகள் அவரை உலுக்கின "என்னமா..." "இல்ல கொஞ்சம் ரூம் கதவ சாத்துனு சொன்னேன்" சிவா எழுந்து கதவைச் சாத்தி தாழிட்டுவிட்டு வந்தார். இப்பொழுது சித்தியின் முகத்திலும் சந்தேக ரேகைகள் தோன்றின.

கமலி சித்தியின் கையைப் பிடித்தவாறே தலை குனிந்தவாறு அமர்ந்திருந்தாள். சிவாவும், சித்தியும் எதுவும் புரியாமல் ஒருவரை ஒருவர் பார்த்துக்கொண்டும் அவளையே பார்த்துக்கொண்டும் அமர்ந்து கொண்டிருந்தனர். இருவருக்குமே அவளின் செயல்கள் எதுவுமே புரியவில்லை. "சித்தி எனக்கு உங்ககிட்ட கொஞ்சம் பேசனும்" மௌனத்தை கமலியே உடைத்தாள். "என்னம்மா சொல்லு" "சித்தி எனக்கு எப்படி கேக்குறதுன்னு தெரியல; அதுதான் தயங்குறேன்" சிவாவின் முகம் இன்னும் குழப்பமடைந்திருந்தது. "நீ கேளுமா என் கிட்ட என்ன தயக்கம் உனக்கு!" அடுத்த இரண்டு மூன்று நிமிடங்கள அமைதியாகக் கரைய, கமலி

சட்டென்று கேட்டாள் "சித்தி நீங்க எப்பயாச்சும் பூர்ணாவப் பத்தி நினைச்சிருக்கீங்களா" இந்த கேள்வியை சித்தி, சிவா இருவருமே எதிர்பார்க்கவில்லை. இருவருமே இதனால் அதிர்ச்சி அடைந்தனர். சித்தி கமலியின் கையிலிருந்து தன்னுடைய கையை உருவிக் கொண்டு சற்றே மாறி அமர்ந்தார். என்ன பேசுவதென்றே தெரியாமல் சிவா தவித்துக் கொண்டிருந்தார்.

"எப்பயாச்சும், எதாச்சும் நேரத்துல, ஒரே ஒரு தடவையாவது நினைச்சுருக்கீங்களா" மீண்டும் கேட்டாள் கமலி. சித்தியின் கண்களில் இலேசாகக் கண்ணீர் கசிந்தது "ஏன் நினைக்காம என்னைக்கு நாமெல்லாம் வேண்டாம்னு ஓடிப் போனாளோ, அன்னைக்கிருந்து தினமும் ராத்திரி அவளப் பத்தி நினைச்சுட்டுதான் இருக்கேன். அவதான் நெஞ்சுல ஈரமே இல்லாம அப்படி ஓடிப் போனானா, நானும் அதே மாதிரி இருக்க முடியுமா? நான் அவளப் பெத்தவ இல்லையா" பேசும்போதே அவருக்குக் குரல் உடைந்தது. சிவா தலை குனிந்து மௌனமாக அமர்ந்திருந்தார். "உங்களுக்கு அவளப் பாக்கணும்னு தோணலையா சித்தி" சில நொடிகள் மௌனத்திற்குப் பின் தொடர்ந்தார் "ஏன் தோணாம. வீட்ல நல்லது கெட்டது நடக்கும்போது, நோயி நொடி வரும்போது அட நாம பெத்ததும் ஒன்னு இருக்குதே, அது எங்க இருக்கோ எப்படி இருக்கோ இப்படி பாக்க முடியாமயே ஆயிப்போச்சே பாத்தா நல்லா இருக்குமேனு தோணும். உங்க சித்தப்பா உயிரோட இருந்தவரைக்கும் அவருகிட்டயே வாய் விட்டுக் கேட்ருக்கேன். ஆனா அந்த மனுஷனுக்கு பெத்த புள்ளையவிட கௌரவம் தான் பெருசாப் போயிடுச்சு. கடசி வரைக்கும் வறட்டுப் புடிவாதம் புடிச்சுப் புடிச்சு அதுனாலயே போயும் சேந்துட்டாரு. ஆனா பாவி மக அதுக்குக் கூட வரலயே" அவரின் அழுகை இன்னமும் கொஞ்சம் அதிகரித்தது. முந்தானையால் கண்ணீரைத் துடைத்துக் கொண்டார்.

"சித்தி இப்பவும் உங்களுக்கு அவளப் பாக்கனும்னு ஆசை இருக்கா?" கமலி மீண்டும் கேட்டாள். "இல்லாம இருக்குமாம்மா? பெத்தது அது ஒன்னுதானே நான் கண்ண மூடுறதுக்குள்ள அவளப் பாக்கனும்னு ஆசையாதான் இருக்கு. ஆனா எங்க போய்த்தேடுறது. எங்க இருக்களோ எப்படி இருக்களோ" "நான் அவளப் பார்த்தேன்" கமலி அவரை இடைமறித்தாள். சட்டென்று அமைதியான கமலியின் சித்தி சிவாவைப் பார்த்தார். அவரின் முகத்திலும் அதிர்ச்சி "என்னமா சொன்ன..." மீண்டும் கேட்டார்

கமலியிடம். “நான் பூர்ணாவப் பார்த்தேன்” கமலி அவரை நேரடியாகப் பார்க்காமல், அங்கிருந்த சுவற்றைப் பார்த்துக் கொண்டே சொன்னாள். இப்பொழுது சிவாவுக்கும் பேரதிர்ச்சி. அவரால் இருக்கையில் உட்கார முடியவில்லை “என்ன சொல்ற கமலி” சடாரென எழுந்துவிட்டார். “நான் இன்னைக்கு பூர்ணாவ நேருக்கு நேர் பார்த்தேன் என் ரெஸ்டாரென்ட்ல வெச்சு” கமலியின் சித்தி வாயடைத்துப் போய் அமர்ந்திருந்தார். வழிந்த கண்ணீர்த் துளிகளும் கூட அவரைப்போலவே உறைந்து அப்படியே நின்றன.

“இன்னைக்கு சாயந்தரம் நம்ம பாரதி நகர் ரெஸ்டாரென்ட்ல வெச்சுப் பார்த்தேன்” “கிளியரா சொல்லு கமலி” சிவா நிமிராமலே உறுதியான குரலில் கேட்டார். “இன்னைக்கு சாயந்தரம் நான், குரு, அப்புறம் மேனேஜர் மாரியப்பன் மூணு பேரும் ரெஸ்டாரெண்ட் என்ட்ரன்ஸ் கிட்ட பேசிகிட்டு நின்னுட்டிருந்தோம். குரு பேங்க் போக ரெடியாகி கிளம்பி வெளிய வந்தாரு கூட நாங்களும் வந்தோம். அப்ப எங்க ரெஸ்டாரென்ட்ல வேலை செய்யுற ஒரு பொண்ணு அங்க முன்னாடி ஒரு லேடிகிட்ட நின்னு பேசிட்டு இருந்தா. அந்தப் பொண்ணு ஒரு காலேஜ் ஸ்டூடண்ட் நம்ம கிட்ட பார்ட் டைம் வேலைக்குச் சேர்ந்திருக்கா. நம்ம வீட்டுக்கெல்லாம் கூட அடிக்கடி வருவா” “யாரு அதுல்யானு யாரயோ யாழும், அகிலும் சொல்லுவாங்களே அந்தப் பொண்ணா?” சிவா இடைமறித்தார் “ஆமா அதே பொண்ணுதான். நாங்க கீழ வரும்போது எதேச்சையா எங்களப் பார்த்தா. பார்த்ததும் அவ முகம் மாறிடுச்சு. பின்னாடியே ரோட்டப் பார்த்து நின்னுட்டு இருந்த அந்த லேடியும் எங்களத் திரும்பிப் பார்த்தாங்க. முதல்ல சட்டுனு எனக்குத் தெரியல. அப்புறம்தான் தெரிஞ்சுது அது பூர்ணானு. அவ முகம் இன்னமும் மாறவே இல்ல. அப்படியேதான் இருக்கு. அப்ப இருந்த மாறியே என்ன கொஞ்சம் வயசாயிடுச்சு அவ்வளவுதான்” “நீ அவகிட்டப் பேசுனயா” சிவா மீண்டும் இடைமறித்தார்.

“இல்லண்ணா பேசல. அவளப் பார்த்ததும் எனக்கு ரொம்ப அதிர்ச்சியாயிடுச்சு. நான் அவள அங்க சுத்தமா எதிர்பார்க்கவே இல்ல. அதுவும் அந்தப் பொண்ணு கூட. எனக்கு உடம்பெல்லாம் நடுங்க ஆரம்பிச்சுடுச்சு. அவளும் என்னப் பார்த்ததும் அப்படியே உறைஞ்சு போயி நின்னுட்டா. உடனே அதுல்யா ஒரு ஆட்டோவப் பிடிச்சு அவள அனுப்பி விட்டுடுச்சு. எனக்கு அப்படியே மயக்கம் வர்ற மாதிரி ஆகி, டேபிள்ள சாஞ்சுட்டேன். குருதான் பிடிச்சு உக்கார வெச்சு தண்ணி குடுத்தாரு. என்னால எதுவுமே பேசவோ

கேக்கவோ முடியல. ஒரு அஞ்சு நிமிஷம் உக்காந்துட்டுக் குருவ கூப்பிட்டு வீட்டுக்குப் போலாம்னு சொல்லிட்டேன். என்னால வண்டி ஓட்ட முடியும்னு எனக்குத் தோணல அதனால அவரையே கொண்டு வந்து விடச் சொன்னேன். கிளம்புறப்போ அந்தப் பொண்ணு அதுல்யாதான் என்னோட திங்க்ஸ் எல்லாம் எடுத்துட்டு வந்து வண்டில வெச்சா. அப்போ அவகிட்ட நான் கேட்டேன்" கமலி சற்றே இடைவெளிவிட, இருவரும் அவளையே உற்றுப் பார்த்துக் கொண்டிருந்தனர்.

"நீ பேசிகிட்டு இருந்தயே அது யாருன்னு அந்தப் பொண்ணுகிட்ட கேட்டேன். அதுக்கு முதல்ல அந்தப் பொண்ணு எதுவுமே சொல்லல தயங்குச்சு. அப்புறம் மறுபடியும் கேக்கவும் அது எங்க அம்மானு சொல்லுச்சு. எனக்கு அப்படியே மொத்தமா எல்லாமும் சுத்துற மாதிரி இருந்துச்சு, படபடப்பு அதிகமாயிடுச்சு. குருகிட்டச் சொல்லி வண்டிய எடுக்கச் சொல்லி வீட்டுக்கு வந்துட்டோம்." "இத அப்பவே எனக்கு ஃபோன் பண்ணிச் சொல்லிருக்கலாம்ல" சிவா கேட்டார். "நான் இருந்த நிலமையப் பார்த்து குரு டாக்டருக்கு ஃபோன் பண்ணி சொல்லவும், நாங்க வீட்டுக்குப் போனதும் டாக்டர் வந்துட்டாங்க. வந்து ஒரு இஞ்செக்சன் போட்டாங்க நானும் மருந்து மயக்கத்துல அப்படியே தூங்கிட்டேன். கொஞ்சநேரம் கழிச்சுதான் எந்திரிச்சேன். எழுந்ததும் நேரா இங்க வந்துட்டோம்" "குரு எதுவும் கேக்கலயா" "இல்ல எதுவும் கேக்கல. உண்மைய சொல்லனும்னா அவருக்கு என்ன நடக்குதுன்னு ஒன்னுமே புரியல. அவர்கிட்ட நான் பூர்ணாவைப் பத்திச் சொல்லிருக்கேன் ஆனா அவளோட ஃபோட்டோ எதுவும் காமிச்சது இல்ல. அதனால அவருக்கு எதுவும் புரிபடல. நானே சொல்லட்டும்னு வெயிட் பண்றாரு"

"நீ நல்லா பார்த்தயா கமலி அது பூர்ணா தானா?" கமலி பேசத் தொடங்கிய பின், முதன் முதலாய் வாயைத் திறந்தார் கமலியின் சித்தி. "சித்தி அது பூர்ணாதான் சித்தி. எனக்கு நல்லாத் தெரியும். அது பூர்ணா இல்லேனா என்னப் பார்த்ததும் எதுக்கு அதிர்ச்சி ஆகனும்? எதுக்கு அந்தப் பொண்ணு உடனே அவள அனுப்பி வைக்கனும்?" சிவா யோசனையில் ஆழ்ந்திருந்தார். "கமலி என்ன சொன்ன அந்த பொண்ணு உன்னப் பூர்ணா பார்த்த பின்னாடிதான் அவள ஆட்டோவுல ஏத்தி அனுப்பி வெச்சாளா" "ஆமா அண்ணே..." "அப்போ அந்த பொண்ணுக்கு நீ யாருங்கறது தெரியுமா?" கமலி இதை எதிர்பார்க்கவே இல்லை "இந்தக் கோணத்துல நான் யோசிக்கவே இல்லையே" "ஒரு வேளை அந்தப்

பொண்ணுக்கு எல்லாம் தெரிஞ்சுதான வீட்டுக்கு வந்துட்டுப் போயிட்டு இருந்துச்சோ" கமலி யோசிக்க ஆரம்பித்தாள். "இருக்கலாம்ணே... ஆனா அந்தப் பொண்ண நானாதான் செலக்ட் பண்ணேன் காலேஜ்ல இருந்து. அப்புறம் எப்புடி" "ஒரு வேளை அதற்குப் பிறகு தெரிஞ்சிருந்தா" "இருக்கலாம்" என்றாள் கமலி.

கமலியின் சித்தி இவர்கள் பேசுவது எதுவுமே காதில் விழாமல் வேறு ஒரு உலகத்தில் இருந்தார். "சித்தி... நான் இதப்பத்திப் பேசத்தான் உங்களப் பார்க்க வந்தேன்" கமலியின் பேச்சு அவரை இந்த உலகத்திற்குக் கொண்டு வந்தது. கமலியைத் திரும்பிப் பார்த்தார் "இப்ப என்ன பண்ணலாம் சித்தி" "என்ன பண்ணலாம்னா..." "இல்ல மறுபடியும் நான் போய் பூர்ணாவப் பாக்கட்டுமா" "வேண்டாம்" சட்டென்று பதில் வந்தது அவரிடமிருந்து. அதிர்ச்சியுடன் கமலி அவரின் முகத்தை நிமிர்ந்து பார்த்தாள் "ஏன் சித்தி... நீங்கதானே..." "வேண்டானு சொன்னேன் கமலி" "ஆனா...." கமலி இலேசாக இழுக்க "சித்தி உங்களுக்கு அவளப் பாக்கனும்னு தோணுதுனு நீங்கதானே சொன்னீங்க இப்ப என்ன ஆச்சு?" சிவா நேரடியாகக் கேட்டார். "அப்போ தோணுச்சு சொன்னேன். இப்ப வேண்டானு தோணுது வேண்டாம்" தன்னுடைய பேச்சில் பிடிவாதமாக இருந்தார் கமலியின் சித்தி? "இவ்வளவு காலமா பாக்கணும்னு ஆசப்பட்டேன், ஏங்குனேன்னு சொன்னீங்க இப்ப என்ன ஆச்சு சித்தி" கமலியின் கேள்விக்கு அவரிடமிருந்து எந்த பதிலும் இல்லை. அமைதியாக இருந்தவர் எழுந்து சட்டென்று குளியலறைக்குள் சென்று கதவை மூடிக் கொண்டார்.

சிவாவும், கமலியும் எதுவும் பேசாமல் சற்று நேரம் அங்கேயே அமைதியாக அமர்ந்துகொண்டிருந்தனர். சித்தி குளியலறைக்குள் இருந்து வெளியே வந்தவர் "ரெண்டு பேரும் போய் சாப்பிட்டுட்டுத் தூங்குங்க. மத்தவங்களையும் சாப்பிட சொல்லுங்க தேவையில்லாதத பேசி எதுக்கு வெட்டியா நேரத்தப் போக்கிட்டு இருக்கீங்க" அவரின் குரலில் இருந்த உறுதி இருவரையும் சற்றே உலுக்கிப் போட்டது. அவர் படுக்கையை எடுத்துப் போட்டு படுக்கத் தயாராக கமலியும், சிவாவும் எழுந்து வெளியே செல்லக் கிளம்பினர். கமலி முன்னே சென்று கதவைத் திறக்க சிவா அவளின் பின்னால் எழுந்து வந்தார். இருவரும் எதுவும் பேசாமல் அங்கிருந்து நகர்ந்து சென்றனர். அதற்குள் ராஜி இரவு உணவைத் தயார் செய்திருந்தாள். அனைவரும் சேர்ந்து உணவுண்டபின் கமலியும், குருவும் கிளம்புவதற்குத் தயாரானார்கள்.

அகில் அங்கேயே இருப்பதாகக் கூற, அவனையும் தருணையும் விட்டுவிட்டு இவர்கள் இருவர் மட்டும் கிளம்பினர். விடைபெறுகையில் கமலியின் தாயார் முகத்தில் மட்டும் கேட்பதற்காக ஏதோவொரு கேள்வி தொக்கி நிற்பதாக அவளுக்குப் பட்டது. கமலி எதுவும் பேசாமல் அனைவரிடமும் விடைபெற்று அங்கிருந்து கிளம்பிச் சென்றாள். "திடீர்னு எதுக்கு இங்க வந்தோம்னு எதுவுமே நீங்க கேக்கவே இல்ல" வீட்டிலிருந்து கிளம்பிச் சிறிது தூரம் சென்றதும், கமலியே பேச்சை ஆரம்பித்தாள். "சொல்ற மாதிரி இருந்தா நீயே சொல்லிருப்பயே, அதனாலதான் கேக்கல" "ம்ம்ம்..." சில நொடிகள் மௌனம் "உங்களுக்கு என் தங்கச்சி ஒருத்தியப் பத்திச் சொல்லிருக்கேன்ல" "ஆமாம் சின்ன வயசுலயே லவ் மேரேஜ் பண்ணிட்டுப் போயிட்டானு" "ம்ம் அவளேதான்... அவளப் பத்திதான் இப்ப சித்திகிட்டயும், அண்ணன்கிட்டயும் பேசிட்டு வர்றேன்"

"இப்ப என்ன திடீர்னு அவங்களப் பத்தி... சித்தி எதுவும் கேட்டாங்களா?" "இல்ல இல்ல சித்தி எதுவும் கேட்கல" "பின்ன?" "நான் தான் அவளப் பார்த்தேன்..." "யூ மீன்..." "ம்ம்ம்... அதேதான் இன்னைக்கு நம்ம ரெஸ்டாரெண்ட்ல அதுல்யா ஒருத்தவங்ககிட்டப் பேசிட்டு இருந்தால?" "ஆமாம்..." "அதுதான் பூர்ணா..." "வாட்??... பட் நான் கொஞ்சம் அந்த மாதிரிதான் கெஸ் பண்ணேன். அந்த லேடி உனக்கு ரொம்ப க்ளோஸா இருந்த ஒருத்தரா இருக்கனும்னு" "ம்ம் அதான். அதனாலதான் அவளப் பார்த்ததும் நான் அவ்வளவு அதிர்ச்சி ஆயிட்டேன். என்னால நம்பக் கூட முடியல. இவ்வளவு வருஷம் கழிச்சு அவளப் பார்ப்பேனு நான் எதிர்பார்க்கவே இல்ல. பார்த்ததும் உடனே எல்லாம் தெரியல, ஆனா என்னப் பார்த்ததும் அவ முகத்துல தெரிஞ்ச அதிர்ச்சியப் பார்த்த பின்னாடிதான் எனக்கு கன்ஃபார்ம் ஆச்சு அது பூர்ணானு. அதுலயும் உடனே அந்தப் பொண்ணு அதுல்யா அவள ஆட்டோவுல ஏத்தி அனுப்பி விட்டதும் இன்னமும் குழப்பமாயிடுச்சு. எல்லாம் ஒன்னு சேர்ந்து என்ன அழுத்திடுச்சு. அதனாலதான் கிளம்பும்போது அந்தப் பொண்ணக் கூப்பிட்டுக் கேட்டேன் அது யாரு என்னனு" "ம்ம்ம் நீ தூங்கிட்டு இருந்தப்ப நானும் தருணும் கூட இதப்பத்திதான் பேசுனோம் என்ன நடந்துச்சு? எதுனால உனக்கு இப்படி ஆச்சு? இதுல என்ன குழப்பம் இருக்குனு அந்த பொண்ணுக்கு கண்டிப்பா தெரிய வாய்ப்பிருக்குனு" "ம்ம்ம்.." "தருண் அதுக்கப்புறம் ரெஸ்டாரெண்ட் கால் பண்ணான் அந்த பொண்ணுகிட்டப் பேச

ஆனா அந்தப் பொண்ணு லீவ் போட்டுட்டு போயிடுச்சு" "ம்ம்ம் எப்படி இருப்பா... கண்டிப்பா கிளம்பிருப்பா"

"அந்தப் பொண்ணோட பிஹேவியர் எல்லாம் பார்த்தா எனக்கு என்னமோ அந்தப் பொண்ணுக்கு ஏற்கெனவே நீ யாரு என்னனு தெரிஞ்சிருக்குமோனு கொஞ்சம் டவுட் இருக்கு" "ம்ம் அதயேதான் அண்ணனும் சொல்றாரு" "இப்ப சித்தி என்ன சொல்றாங்க?" "சித்தி என்ன சொல்லுவாங்க முதல்ல பூர்ணாவப் பாக்கனுமானு மட்டும் கேட்டேன் நான் அவளப் பார்த்தத எல்லாம் சொல்லாம, அப்போ எல்லாம் ஆமா பார்க்கணும்னு அழுதாங்க, அதுக்கப்புறம் நான் அவளப் பார்த்தேனு சொன்ன பின்னாடி எனக்கு அவளப் பார்க்க வேண்டானு சொல்லிட்டாங்க" "மீன்ஸ் அவங்க இப்ப பூர்ணாவப் பார்க்க விரும்பலயா" "இல்ல..." "ஆச்சரியமா இருக்கு. ஏன் அப்படி சொன்னாங்க. இன்னமுமே அவங்களுக்கு கோபம் குறையலயா என்ன" "தெரியல என்னனு. நான் இன்னைக்கு நடந்தது எல்லாமும் சொல்றப்போ எதுவுமே பேசாம கேட்டுட்டு இருந்தாங்க. அண்ணந்தான் நடு நடுவுல கேள்வி கேட்டாரு அவங்க எதுவுமே கேக்கல, கடைசில எனக்கு அவளப் பார்க்க வேண்டாம்னு மட்டும் சொல்லிட்டாங்க. அப்புறம் எனக்குத் தூக்கம் வருது நீங்களும் சாப்பிட்டுட்டு போய் தூங்குங்கனு அனுப்பி வெச்சுட்டாங்க" குரு எதுவும் பேசாமல் யோசனையுடன் அனைத்தையும் கேட்டுக் கொண்டிருந்தான். அவர்கள் பேசி முடிக்கும்போது வீடு வந்திருந்தது.

★

18. அடுத்த கட்டம்

"வாழ்க்கைப் பயணம்
நிகழ்ந்து கொண்டே இருக்கிறது
புதிய நாளொன்றை
எதிர்நோக்கி..."

மறுநாள் காலை இயல்பைப் போலவே அதிகாலையில் எழுந்துகொண்ட கமலி முந்தைய நாள் சோர்வு முற்றிலும் நீங்கி புத்துணர்வுடன் காணப்பட்டாள். காலை முதலே அவள் குரல் வீடெங்கும் எதிரொலித்துக் கொண்டிருந்தது. அனைவரும் எழுந்ததும் அவர்களைச் சமாதானம் செய்து கோவிலுக்குச் செல்ல சம்மதிக்க வைத்தாள். கமலியின் முந்தைய நாள் பிரச்சினைக்கான காரணம் குருவுக்கு இப்பொழுது தெரிந்திருந்ததால், அவரும் கிளம்ப சம்மதித்தார். இருப்பினும் துணைக்கு தருண் அவளுடன் இருப்பது நல்லதென்று அனைவரும் நினைத்ததால் தருணை அழைத்து தகவலைத் தெரிவித்து அகிலையும் அழைத்து வரும்படி குரு கூறினார். கமலியின் மாமியாருக்கு அவளைத் தனியே விட்டுச் செல்வது மிகவும் கஷ்டமாக இருந்தது. கஸ்தூரியிடம் சொல்லி அந்த ஒரு மணி நேரத்துக்குள் கமலிக்கும் தருணுக்கும் காலை மற்றும் மதிய உணவுகளைத் தயார் செய்து வைக்கச் சொல்லியிருந்தார். முந்தைய நாள் கமலியிடம் காணப்பட்ட சோர்வு அவருக்கு இன்னும் கவலைகளை அளித்துக் கொண்டுதான் இருந்தது.

ஒரு மணி நேரத்தில் அகில் சிவாவின் வீட்டிலிருந்து தயாராகி வர இங்கும் அனைவரும் தயாராகி விட்டனர். எடுத்துச் செல்ல வேண்டிய பொருட்கள் அனைத்தும் குருவின் தாயால் சரி பார்க்கப்பட்டு காரின் டிக்கியில் ஏற்றப்பட்டுக் கொண்டிருந்தது. அகில் வரும்போதே, உற்சாகத்துடன் குதித்துக்கொண்டே வந்தான். அவனுக்கு இதுபோல் வெளியே செல்வது என்றால் கொள்ளைப் பிரியம். ஒரு வழியாக அனைவரும் கிளம்பிக் கொள்ள தருணும்,

கமலியும் அவர்களுக்குக் கையசைத்து வழியனுப்பி வைத்தனர். கார் கண்ணிலிருந்து மறைந்த உடன் இருவரும் வீட்டினுள் சென்றனர். "இப்ப ஓகேவா அத்த, இல்ல இன்னும் எதாச்சும் டயர்டா இருக்கா" "இல்ல தருண், இப்ப நல்லாதான் இருக்கேன் ஒன்னும் பிரச்சினை இல்ல. நல்லா தூங்கி எழுந்ததும் எல்லாம் சரியாப் போயிடுச்சு" "ஓகே ஓகே நீங்க போய் ரெஸ்ட் எடுக்கறதுன்னா, எடுங்க நான் இங்க இருக்கேன்" "இல்ல இல்ல, அதெல்லாம் வேண்டாம் நான் ஓகே தான்" அன்றைய செய்தித்தாளை இருவரும் ஆளுக்கொன்றாய் எடுத்து வைத்துக்கொண்டு அமர்ந்தனர்.

மணி ஒன்பதரை இருக்கும் கமலியும், தருணும் உணவு மேஜையில் அமர்ந்து சாப்பிடத் தொடங்கி இருந்தனர். "நான் நல்லாதான் இருக்கேன்னா யாருமே நம்ப மாட்டீங்கிறீங்களே! இங்க பாரு சாப்பாடெல்லாம் செஞ்சு வெச்சுட்டுப் போயிருக்கறத விட்டா பெட்ல வெச்சு கட்டிப் போட்றுவீங்க போல" தருண் கடகடவென்று சிரித்தான் "அத்த, இப்ப உங்களுக்கு ஜாலிதான. இல்லன்னா நீங்க சமச்சு நீங்களும் கஷ்டப்பட்டு, நானும் கஷ்டப்பட்டுருப்பேன்" "அடப்பாவி அப்போ என் சமையல்னா உனக்கு அவ்வளவு கடுப்பா இருக்கா! கொழுப்புடா உனக்கு" "உண்மையச் சொல்லனும்னா கொஞ்சம் கஷ்டமாத்தான் இருக்கும். பட் எதுவுமே கிடைக்காதப்ப கொஞ்சம் அட்ஜஸ்ட் பண்ணிக்கலாம்" சாப்பிட்டுக்கொண்டே பதிலளித்தான் தருண். "பார்த்துக்கலாம்டா உனக்கு வர்றவ எப்படி சமைச்சுப் போடுறானு அப்பத் தெரியும் இந்த வாயெல்லாம்" தருண் சிரித்துக்கொண்டே சாப்பிட்டுக் கொண்டிருந்தான்.

"தருண் உங்கிட்ட சாரி சொல்லனும்னு நினைச்சுட்டு இருந்தேன்" "சாரியா? எதுக்கு? அத்த" தருண் சாப்பிடுவதை நிறுத்தி அவளை நிமிர்ந்து பார்த்தான். "இல்ல நேத்து நிவிதாவ மீட் பண்றேன்னு சொல்லிருந்தேன்ல கடசில பண்ண முடியல அதான்" இடைவெளி விட்டு மீண்டும் தொடர்ந்தாள் "தருண் பேசாம அந்தப் பொண்ண இன்னைக்கு வீட்டுக்கு வரச் சொல்றயா?" "இன்னைக்கா..." "ஆமா, வீட்லதான் யாரும் இல்லைல ஆல்சோ இன்னைக்கு அந்தப் பொண்ணுக்கும் லீவா இருக்கும். கேட்டுப் பாரேன்" "ஓகே அத்த கேக்குறேன்" "ம்ம் சாப்பிட்டு ஃபோன் பண்ணு" சாப்பிட்டு முடித்து கமலி பாத்திரங்களை எல்லாம் எடுத்துப் போட்டு கழுவி வைத்து விட்டு, உணவு மேஜையையும் சுத்தம் செய்துவிட்டு வந்தாள். தருண் வரவேற்பறையில் அமர்ந்தும்

டிவியில் சேனல்களை வரிசையாக மாற்றிக் கொண்டிருந்தான். கமலி அவன் அருகில் போடப்பட்டிருந்த மற்றொரு சோபாவில் வந்து அமர்ந்து கொண்டாள். "என்னடா கேட்டயா?" "கேட்டேன் அத்த, பனிரெண்டு மணிக்கு வர்றேனு சொன்னா" "ஓகே ஓகே"

கமலி இயல்புக்குத் திரும்பியிருந்தாலும் அதுல்யாவின் வீடு இன்னமும் கொஞ்சம் இறுக்கத்துடன் தான் இருந்தது. நேற்றைய கமலியின் உடல்நிலை ஞாபகத்திற்கு வந்து அதுல்யாவை கலக்கமுறச் செய்தது. இன்று வழக்கம்போல் மாலை மூன்று மணிக்குத்தான் அவளுக்கு வேலை, ஆனால் அதுவரை அவளால் கமலியைக் குறித்துத் தெரிந்துகொள்ளாமல் இருக்க முடியவில்லை. அத்துடன் நேற்றைய நிகழ்வுகள் நிச்சயம் கமலிக்கும், குருவுக்கும் தன் மேல் சந்தேகத்தைக் கிளப்பி விட்டிருக்கக் கூடும் அதை எப்படிச் சரி செய்வது என்றும் அவள் மனம் யோசித்துக் கொண்டிருந்தது. என்னதான் அவர்கள் முதலாளி என்றாலும் அதையும் தாண்டி அவர்களுடன் ஒரு பந்தத்தை அதுல்யா ஏற்படுத்தி இருந்தாள். அவள் கமலியிடம் வேலைக்குச் சேரும்போது அதில் அவள் தாயைக் குடும்பத்துடன் சேர்க்க எவ்வகையிலாவது இந்தவேலை உதவக்கூடும் என்ற உள் நோக்கம் இருந்தாலும், அவர்களுடனான பாசத்தில் நிச்சயம் அதுல்யா பொய்யாக இருக்கவில்லை. இதை எப்பாடியாகிலும் அவர்களுக்குப் புரியவைக்க வேண்டும் எப்படி என்றுதான் அவளுக்குப் புரியவில்லை.

யோசனையுடன் அதுல்யா தோட்டத்தில் நடந்து கொண்டிருக்க முகுந்தன் அங்கு வந்தார். "என்னமா அதுல்யா, என்ன பலமா யோசிக்கிற போல" "அப்பா அது வந்து, நேத்து நடந்த விஷயத்தப் பத்திதான்பா" "அதப் பத்தி யோசிச்சு என்னமா பண்றது. நடந்தது நடந்ததுதான். என்ன இனிமே அங்க வேலைக்குப் போலாமா வேண்டாமானு யோசிக்கிறியா?" "அது இல்லப்பா" "வேற என்ன?" "இல்ல நேத்து அம்மாவப் பார்த்ததும் கமலி மேடம் அதிர்ச்சி ஆனாங்க இல்லயா. அப்போ அவங்களுக்குக் கொஞ்சம் உடம்பு முடியாம ஆயிடுச்சு. குரு சார் தான் அவங்களப் பிடிச்சு அங்கிருந்த சேர்ல உக்கார வெச்சு தண்ணியெல்லாம் குடுத்தார். ஆனா அதுக்குப் பின்னாடியும் அவங்க நிதானம் ஆகல. குரு சார் கிட்ட என்னால இங்க இருக்க முடியல, வீட்டுக்குப் போகணும். என்னால வண்டி ஓட்டவும் முடியாது அதனால நீங்க கூட்டிட்டுப் போங்கனு சொன்னாங்க. குரு சாரும் என்னக் கூப்பிட்டு அவங்க திங்க்ஸ் எல்லாம் எடுத்து வண்டியில வைக்கச் சொன்னார். அப்புறம் கமலி மேடமோட வண்டி கீய மேனேஜர் கிட்டக்

கொடுத்து வண்டிய யாரயாச்சும் வீட்டுக்கு எடுத்துட்டு வரச் சொல்லிடுங்கன்னு சொல்லிட்டு, அவரோட வண்டிய கிளப்பினார். அப்போ மேடம் திடீர்னு என்ன கூப்பிட்டு அம்மாவ பத்திக்கேட்டு, அவங்க உனக்கு என்ன வேணும்னு? கேட்டாங்க நான் கொஞ்சம் தயங்கிட்டு அம்மானு சொன்னேன் உடனே வண்டிய எடுக்கச் சொல்லிட்டாங்க" அதுல்யா கொஞ்சம் இடைவெளி விட்டுத் தந்தையப் பார்த்தாள். அவர் இவள் சொல்வதை முழுவதுமாகக் கவனித்துக் கேட்டுக் கொண்டிருந்தார்.

"எனக்கு இப்பக் கொஞ்சம் கஷ்டமா இருக்குப்பா" "எதுக்குமா" "ஒன்னு அவங்களுக்கு இப்ப ஹெல்த் எப்படி இருக்குனு தெரியல! இன்னொன்னு அவங்க என்னப் பத்தி என்ன நினைச்சிருப்பாங்களோ அப்படின்ற டென்ஷன். அப்பா எனக்கு வேலைக்குப் போறது போகாததுல பிரச்சினை இல்ல. ஆனா அவங்க எப்படி இருக்காங்கனு தெரியனும் அதான்" முகுந்தன் அவள் பேசுவதைக் கேட்டுத் தலையாட்டினார் "எனக்குப் புரியுதுமா ஆனா அத எப்படி தெரிஞ்சுக்குவ. அவங்களுக்கு உடம்பு எப்படி இருக்குனு தெரியனும்னா வேலைக்குப் போனீனா அங்க கூட வேலை செய்யறவங்க யாராவது கிட்டக் கேட்டுத் தெரிஞ்சுக்கலாம். ஆனா உன்னப் பத்தி அவங்க என்ன நினைக்கிறாங்கனு தெரியனும்னா அத அவங்க கிட்டதான் கேட்டுத் தெரிஞ்சுக்க முடியும் வேற யார் கிட்டயும் கேக்க முடியாதே" "அதுதான்பா அதப்பத்திதான் நானும் யோசிக்கிறேன்" "இதுக்கு நீ அவங்கள நேர்ல பார்த்தாதான் பதில் கிடைக்கும்" அதுல்யா அப்படியே நின்று தந்தையத் திரும்பிப் பார்த்தாள் "அப்பா நான் வேணும்னா அவங்க வீட்டுக்குப் போயிட்டு வரவா" யோசனையுடன் முகுந்தனிடம் கேட்டாள்.

வரவேற்பறைக் கடிகாரம் மணி 11.30 என்றது. தருணுக்கு இலேசாகப் பதற்றம் ஆரம்பமாகியிருந்தது. நிலைகொள்ளாமல் தவித்துக் கொண்டிருந்தான். அடுத்த ஐந்து நிமிடத்தில் அவன் தொலைபேசி ஒலிக்க எடுத்துப் பேசினான். "அத்த நிவிதா பஸ் ஸ்டாப் வந்துட்டா நான் போய் கூட்டிட்டு வரவா?" "ஓகே தருண், போ, போய் கூட்டிட்டு வா" தருண் உடனே அங்கிருந்து கிளம்பிச் சென்றான். கமலி முகத்தில் பெரிதாய் எந்தவொரு சலனமும் இல்லாமல் கையில் ஒரு புத்தகத்தை வைத்துப் படித்துக் கொண்டிருந்தாள். தருண் சென்ற சற்று நேரத்திலேயே வாசலில் ஆட்டோ ஒன்று வந்து நிற்கும் சத்தம் கேட்டது. கமலி ஆச்சரியத்துடன் எட்டிப் பார்க்க, அதுல்யா ஆட்டோவிலிருந்து இறங்கி வந்து கொண்டிருந்தாள். அவளைக்

கண்டதும், கமலியின் முகம் மாற்றம் கண்டது. மறந்திருந்த கோபம் மீண்டும் வந்து அமர்ந்து கொண்டது. அதுல்யா தயக்கத்துடன் சுற்றும் முற்றும் பார்த்துக்கொண்டே வீட்டினுள் நுழைந்தாள். வரவேற்பறையிலேயே கமலி அமர்ந்திருப்பதைக் கண்டதும் உள்ளுக்குள் சற்று சந்தோஷம் அடைந்தாலும், அவளின் முக பாவனை கொஞ்சம் பயத்தையும் கொடுத்தது.

"வணக்கம் மேடம்" குரலைக் கேட்டு நிமிர்ந்த கமலியின் முகத்தில் கோபம் அப்பட்டமாய் தெரிந்தது. "நான் உள்ள வரலாமா" தயங்கியபடியே உள்ளே எடுத்து வைத்த காலை வெளியே எடுத்தபடி அங்கேயே நின்றாள். "எங்க வந்த" "மேடம் அது வந்து" "இப்ப எதுக்கு இங்க வந்த அதுல்யா?" கமலியின் குரலில் கடுமை நிறைந்திருந்தது. "ஐயம் சாரி மேடம் நான் உங்கள டிஸ்டர்ப் பண்ணனும்னு நினைக்கல நேத்துக் கிளம்பும்போது உங்க நிலைமை சரியில்ல அதான் எப்படி இருக்கீங்கனு பார்த்துட்டுப் போலாம்னு வந்தேன்" "நேத்து நடந்த சம்பவத்துக்குப் பின்னாலயும் நீ என் வீடு தேடி வர்றேன்னா உனக்கு எவ்வளவு தைரியம் இருக்கனும்" அதுல்யா தலை கவிழ்ந்தபடி நின்று கொண்டிருந்தாள். "உன் மனசுல என்ன நினைச்சுட்டு நீ இங்க வேலைல ஜாயின் பண்ண அதுல்யா?" அதுல்யா இன்னும் மௌனமாய்தான் நின்றாள். "எந்த நம்பிக்கைல நீ இங்க கிளம்பி வந்த?" "எதுக்காச்சும் உன் கிட்ட பதில் இருக்கா அதுல்யா?" அதுல்யா எதுவுமே பேசவில்லை.

"இப்படி சிலை மாதிரி நிக்குறதுக்கு இங்க எதுக்கு வந்த?" கையிலிருந்த புத்தகத்தை தொப்பென்று அருகிலிருந்த மேஜையின் மீது வைத்தாள் கமலி. "மேடம் சத்தியமா நான் உங்கள ஏமாத்தனும்னு நினைக்கல. உங்க உடம்பு எப்படி இருக்குனு தெரிஞ்சுட்டுப் போகத்தான் வந்தேன்" அதுல்யாவிற்கு குரல் கம்மியது. "என் உடம்பு மேல உனக்கு என்ன அக்கற?" "மேடம், ஏன்னா எனக்கு உங்களப் பிடிக்கும். ரொம்பப் பிடிக்கும். உங்க மேல நான் நிறைய மரியாதை வெச்சுருக்கேன். நீங்க என்னை வேலைக்கு செலக்ட் பண்ணப்ப சத்தியமா நீங்க யாருன்னே எனக்குத் தெரியாது. கமலினு ஒரு மனுஷிகிட்ட, அவங்களோட நிர்வாகத்துல வேலைக்கு சேரத்தான் நான் ஒத்துகிட்டேன். அவ்வளவுதான். எங்க காலேஜுக்கு வந்து என்ன செலக்ட் பண்ணது நீங்க தானே மேடம்" இதைச் சொல்லும்போது அதுல்யாவின் குரல் தேய்ந்து சிறுத்திருந்தது.

“ஆனா, நான் தப்புப் பண்ணிருக்கேன் இல்லேனு சொல்லல. உங்ககிட்ட வேலைக்கு போறேனு சொன்னப்ப எங்க அப்பா பிடிவாதமா மறுத்துட்டாரு அதுக்காக எங்க அம்மா அவருகிட்ட சண்ட போட்டப்பதான் நீங்க யாருனே எனக்குத் தெரியும். அதுகூட அவங்க எங்க முன்னாடி பேசிக்கல. ரூமுக்குள் பேசிகிட்டு இருந்தத நான் தான் எதேச்சையா கேட்டேன். உங்க வீட்டுக்கு ஃபர்ஸ்ட் டைம் வந்துட்டுப் போற வரைக்கும் உங்கள பத்தியோ தங்களோட கடந்த காலத்தப் பத்தியோ என் அம்மாவோ, அப்பாவோ எங்ககிட்டப் பேசுனது கூட இல்ல. அன்னைக்குத்தான் முதன் முதலா பேசுனாங்க. நீங்க நம்புனாலும் இல்லைனாலும் இதுதான் நிஜம்” அதுல்யா பேசுவதை நிறுத்திவிட்டு கண்ணில் வழிந்த நீரைத் துடைத்துக்கொண்டாள்.

கமலி அமைதியாக அமர்ந்து கொண்டிருந்தாள். “இன்னமும் உங்களுக்கு நம்பிக்கை வரலன்னா, நான் எதுவும் செய்ய முடியாது” அதுல்யா தன்னை சரி செய்து கொண்டு மீண்டும் பேசினாள். “அப்படி உங்கள ஏமாத்துறதால எங்களுக்கு என்ன கிடைக்கும்னு நீங்க நினைக்குறீங்க. நான் எங்க அப்பாவயும் மீறி உங்க கிட்ட வேலைக்குச் சேந்த ஒரே காரணம், இத்தன வருஷமா சொந்தம்னு சொல்லிக்க யாருமே இல்லாம இருந்துட்டு, இப்ப நீங்க எங்க அம்மாவோட அக்கானு தெரிய வர்றப்ப, ஒரு சந்தோஷம். அக்கா பக்கத்துலயே இருந்தும், எதுக்கு அம்மா விலகி இருக்காங்கனு தெரிஞ்சுக்கனும் அப்படின்ற ஒரு கியூரியாஸிட்டி அவ்வளவுதான்” கமலிக்குப் பேசுவதற்கு எதுவும் இருக்கவில்லை. என்ன சொல்வதென்று யோசித்துக் கொண்டிருந்தாள். அதே நேரத்தில், அவள் முகத்தின் கடுமையும் சற்றே குறைந்திருந்தது.

“உள்ள வா” கமலி அழைத்தாள். அதுல்யா உள்ளே வந்து அவளருகில் நின்றவள் “எனக்கு உங்களப் பாக்கனும்னு தோணுச்சு அதான் வந்தேன், வேற எதுவும் இல்ல” சொல்லிவிட்டு தனது பேக்கைத் திறந்து அதிலிருந்து சில புத்தகங்களை எடுத்தாள். “இதெல்லாம் நான் உங்ககிட்ட இருந்து எடுத்துட்டுப் போனது. நான் இந்த வீட்டுக்கு மறுபடியும் வருவனானு தெரியல; அதனால இதையெல்லாம் திரும்பக் குடுத்துட்டுப் போலான்னு வந்தேன்” புத்தகங்களை அங்கிருந்த மேஜையின் மேல் வைத்தாள். வெளியே பைக் ஒன்று வரும் சத்தம் கேட்டது. தருண் நிவிதாவை அழைத்துக் கொண்டு வந்திருந்தான். அதை எதிர்பார்க்காத கமலி, சடாரென்று அதுல்யாவிடம் திரும்பி “அதுல்யா நீ அந்த ரூமுக்குள்ள போ.

நான் கொஞ்ச நேரம் கழிச்சு உன்னக் கூப்பிடுறேன் நீ அப்ப வந்தாப் போதும். கொஞ்சம் கெஸ்ட் வந்துருக்காங்க போ" "ஏன் மேடம் என்ன எதுக்கு ஒளிச்சு வைக்கறீங்க" "அதுல்யா, தருண் வந்துட்டு இருக்கான். அவன் ஏற்கனவே என்ன ஏதுன்னு தெரியாம உன் மேல கோவமா இருக்கான். இப்ப சிச்சுவேஷன் சரியில்ல நீ உள்ள போ நான் அப்புறம் எல்லாம் சொல்றேன்" கமலி கிட்டத்தட்ட அதுல்யாவை அந்த அறையில் தள்ளி கதவைச் சாத்தினாள்.

வரவேற்பறையின் அருகிலேயே அமைந்திருந்த சிறிய அளவிலான, அவர்கள் வீட்டில் வேலைக்கு இருக்கும் கஸ்தூரி பயன்படுத்திவரும் படுக்கையறை அது. வரவேற்பரையில் அமர்ந்து பேசுபவர்கள் என்ன பேசுகிறார்கள் என்பது கேட்கும் தூரத்தில்தான் அந்த அறை இருந்தது. அதுல்யாவை அடைத்துவிட்டு கமலி மீண்டும் வந்து நாற்காலியில் அமர்ந்து கொண்டு, தன்னைச் சரிப்படுத்திக் கொண்டாள். நிவிதாவும், தருணும் வருகையில் அவர்களை இயல்பாக வரவேற்றாள். "வாம்மா.. " "அத்த இது நிவிதா..." இருவரும் ஒருவரை ஒருவர் பார்த்து புன்னகைத்தனர். "உக்காரும்மா இருக்கையைக் காட்டிவிட்டு கமலி எழுந்து உள்ளே சென்று கொஞ்சம் நீரருந்திவிட்டு நிவிதாவுக்கும் எடுத்து வந்தாள். "இந்தா, கொஞ்சம் தண்ணி குடி" நிவிதாவுக்கும் அந்தக் கணம் அது தேவையாயிருந்தது.

கமலி கண்களால் நிவிதாவை அளந்தாள். தருணுக்கேற்ற உயரம், நல்ல வாளிப்பான முகம், துருதுருவென்ற கண்கள், முகத்தில் இலேசான புன்னகை ஒட்டிக்கொண்டிருந்தது. அவள் அணிந்திருந்த மேகவர்ணச் சுடிதாரும் வெள்ளைத் துப்பட்டாவும் அவளை இன்னும் எடுப்பாய் காண்பித்தன. தோளில் அணிந்திருந்த தோள்பையை கழட்டி அருகில் வைத்துக் கொண்டு, கையிலிருந்த அலைபேசியை அதிலிட்டு மூடி வைத்தாள். கமலி அவளைக் கவனிப்பதைக் கவனித்தபோது அவள் விரல்கள் பதட்டத்தில் நடனமிடத் தொடங்கின. "எப்படிம்மா இருக்க.." அவளின் பதட்டத்தைக் குறைக்கும் விதமாக பேச்சை ஆரம்பித்தாள் கமலி. "நல்லா இருக்கேன் ஆன்ட்டி. நீங்க எப்படி இருக்கீங்க. கொஞ்சம் உடம்பு சரியில்லேனு தருண் சொன்னா(ன்)ரு" சொன்னான் என்று வந்த உதட்டைக் கடித்துக் கொண்டு சொன்னார் என்று மாற்றினாள் நிவிதா.

கமலி இலேசாய் புன்னகைத்துக் கொண்டே "பரவாயில்லமா; இப்ப நல்லா இருக்கேன். சாரி, நேத்தே பாக்கலாம்ன்னு சொல்லிருந்தேன் ஆனா பாக்க முடியல" கமலி இயல்பாய் பேசிச்செல்ல "பரவாயில்ல ஆன்ட்டி நீங்க எதுக்கு சாரியெல்லாம் சொல்றீங்க எதிர்பாராம நடந்ததுதான" "ம்ம் இருந்தாலும் உன்ன ஏமாத்திட்டேன் இல்லயா, அதான். அப்புறம் இன்னைக்கும் கூட சடனா ஃபோன் பண்ணி கிளம்பி வர சொல்லிட்டேன். பாவம் நீ வேற எதாச்சும் புரோகிராம் பண்ணிருந்துருப்ப. ரெண்டு நாள் புரோகிராமும் என்னால கெட்டுப் போயிடுச்சு" தருணையும், நிவிதாவையும் மாறி மாறிப் பார்த்து கமலி பேசிக்கொண்டிருந்தாள். "அய்யோ ஒன்னும் பெரிய புரோகிராம் எல்லாம் இல்ல ஆன்ட்டி. சண்டே லைப்ரரி வேனும்னா போவேன் வேற எங்கயும் மேக்சிமம் போக மாட்டேன். அம்மா, அப்பா, தம்பி எல்லாரும் வீட்ல இருப்போம்கறதால, எந்த புரோகிராமும் வெச்சுக்க மாட்டேன் ஆன்ட்டி"

"அப்படியா! இன்னைக்கு லைப்ரரி போயிட்டு வந்தாச்சா?" "ம்ம் எஸ் ஆன்ட்டி, அதனாலதான் பனிரெண்டு மணிக்கு வர்றேன்னு சொல்லியிருந்தேன். இல்லேனா இன்னும் சீக்கிரம் வந்துருப்பேன்" "ஓகே ஓகே ஒன்னும் பிரச்சினை இல்ல. நாங்களும் இன்னைக்கு ஃபுல்லா ஃப்ரீதான். வீட்ல எல்லாரும் கோயிலுக்குப் போயிருக்காங்க வர்றதுக்கு எப்படியும் சாயந்தரம் ஆயிடும். அதனாலதான் நான் தருண் கிட்டச் சொல்லி உனக்கு ஃபோன் பண்ணச் சொன்னேன்... சோ வீட்ல எல்லாரும் எப்படி இருக்காங்க?" "நல்லா இருக்காங்க ஆன்ட்டி" "என்ன சொல்லிட்டு வந்த? லைப்ரரி போறேனா" "ஆமாம் ஆன்ட்டி" பதில் சொல்லிவிட்டு தலைகவிழ்ந்து அமர்ந்துகொண்டாள் நிவிதா. "சொல்லுமா அப்பா அம்மா எல்லாம் என்ன பண்றாங்க" "அப்பா ஸ்டேட் பேங்க்ல மேனேஜரா இருக்காரு. அம்மா பியூட்டி பார்லர் வெச்சுருக்காங்க, தம்பி காலேஜ் போறான். பி.ஈ. செகன்ட் இயர் படிக்கிறான் ஆன்ட்டி"

"அப்படியா ஓகே ஓகே. அம்மா எங்க பியூட்டி பார்லர் வெச்சுருக்காங்க" "ஆன்ட்டி அவங்களுக்கு மொத்தம் மூனு பிராஞ்சு இருக்கு பெட்டல்ஸ் அப்படின்ற பேர்ல நடத்திட்டு இருக்காங்க" "ஓ கிரேட் அப்ப உங்க அம்மாவும் என்ன மாதிரிதானா குட் குட். பியூட்டி பார்லர் வெச்சுருக்காங்க அப்புறம் எப்படி சண்டே வீட்ல இருக்காங்க அவங்களுக்கு சண்டே தான பிஸி டே" "போவாங்க ஆன்ட்டி சாயந்தரமா. டே டைம் ஃபுல்லா வீட்லதான் இருப்பாங்க"

"ஓ ஓகே ஓகே.... சோ வேற யாரெல்லாம் இருக்காங்க வீட்ல" "வேற யாரும் இல்ல ஆன்ட்டி தாத்தா, பாட்டி எல்லாம் ஊர்ல இருக்காங்க" "ஓ ஐ ஸி.... ஊர்ல என்ன பண்றாங்க விவசாயம் இருக்கா?" "அப்பா வீட்ல கொஞ்சம் நிலம் இருக்கு ஆனா விவசாயம் எதுவும் பண்றதில்ல சும்மாதான் இருக்கு. அவங்களுக்கு இந்த சிட்டி லைஃப் செட் ஆகல அதனால அங்கயே இருக்காங்க. அம்மா வீட்ல நிலம் எல்லாம் எதுவும் இல்ல. அம்மாவோட அப்பா ஊர்ல ஜென்ட்ஸ் பியூட்டி பார்லர் வெச்சுருந்தாரு. இப்ப மாமா அங்கதான் இருக்காங்க, அவங்க கூட இருக்காரு"

"என்ன சொன்னமா..." சட்டென்று இடைமறித்து அழுத்திக் கேட்டாள் கமலி "எது ஆன்ட்டி" "இல்ல உங்க தாத்தா என்ன வெச்சுருந்தாருனு சொன்ன?" "ஜென்ட்ஸ் பார்லர் ஆன்ட்டி சலூன்னு சொல்லுவாங்கள்ள அதான்" நிவிதாவின் குரல் கொஞ்சமாய் சிறுத்திருந்தது. "ம்ம்ம் உங்க மாமா என்ன பண்றார் அதேதானா?" "இல்ல ஆன்ட்டி, அவரு பக்கத்துல இருக்கற ஒரு கார்மென்ட் ஃபேக்டரில மேனேஜரா இருக்காரு" கமலி அப்படியா என்றபடி மேலும் கீழும் தலையாட்டினாள். அவளின் மனம் ஆழ்ந்த யோசனையில் இருந்தது. "சோ, நீங்க ரெண்டு பேரும் காலேஜ்ல ஒன்னா படிச்சீங்களா" "ஆன்ட்டி..." "நீயும், தருணும்..." "ம்ம் ஆமா ஆன்ட்டி" "எப்ப இருந்து இந்தப் பழக்கம் எல்லாம்" "செகண்ட் இயர்ல இருந்து அத்த" முதல் முறையாகத் தருண் பதிலளித்தான். "ம்ம்ம்..." அவனை நோக்கி அழுத்தமான ஒரு பார்வையை வீசினாள் கமலி.

"என்ன முடிவு பண்ணி வெச்சுருக்கீங்க?" தருணும், நிவிதாவும் ஒருவரை ஒருவர் பார்த்துக்கொண்டனர் அதற்கு என்ன பதில் சொல்வதென்றே அவர்களுக்குத் தெரியவில்லை. "எதுவுமே பேசாம இருந்தா எப்படி? எதாச்சும் சொன்னாத்தானே தெரியும்" "அத்த நீங்க எதப் பத்தி கேக்குறீங்கனே தெரியலயே" கமலி அவனை மீண்டும் பார்த்துவிட்டு "உங்க எதிர்காலத்தப் பத்தி ரெண்டு பேரும் என்ன முடிவு பண்ணி வெச்சுருக்கீங்கனு கேட்டேன்" "இப்போதைக்கு எதுவும் யோசிக்கல அத்த" "ம்ம் எப்ப யோசிக்கறதா உத்தேசம்?" தருணுக்கு லேசாய் வியர்க்கத் தொடங்கியது. "ஆன்ட்டி எங்க வீட்ல எனக்கு மாப்ள பார்க்க ஆரம்பிச்சுட்டாங்க. இவ்வளவு சீக்கிரம் ஆரம்பிப்பாங்கனு நான் நினைக்கல. இது வரைக்கும் தருண் கொஞ்சம் செட்டில் ஆன பின்னாடி ரெண்டு வீட்லயும் எங்களப் பத்தி பேசுலாம்னுதான் நான்

யோசிச்சு வெச்சுருந்தேன் அதனாலதான் நாங்க ரெண்டு பேரும் இதப் பத்தி எதுவுமே பேசிக்கல. இப்ப திடீர்னு எங்க வீட்ல இந்தப் பேச்சு எடுத்ததும்தான் தருணக் கூப்பிட்டு பேசுனேன்" நிவிதா கமலியைப் பார்த்து நேரடியாகப் பேசி முடித்தாள்.

"ம்ம் புரியுது சோ உங்க வீட்ல மாப்பிள்ள பார்த்துருக்காங்களா? இப்ப எந்த ஸ்டேஜ்ல இருக்கு" "இல்ல ஆன்ட்டி, எங்க ரிலேட்டிவ் ஒருத்தவங்க அப்பாகிட்ட பேசிருக்காங்க ஒரு ஃபங்க்ஷன்ல பார்த்து. அப்பா எங்கிட்டப் பேசுனாரு. நான் இப்போதைக்கு எனக்கு மாப்பிள்ளையப் பிடிக்கலேன்னு சொல்லிருக்கேன்" "நான்தான் அத்த அப்படிச் சொல்லச் சொன்னேன்" இடைமறித்தான் தருண். "இங்க பாரும்மா நிவிதா எங்களப் பொறுத்த வர தருண் இன்னும் சின்னப் பையன் அவனோட கல்யாணத்தப்பத்தி எல்லாம் நாங்க இன்னும் யோசிக்கக் கூட இல்ல. அதனாலதான் அவன் எங்கிட்ட வந்து முதல்முதல்ல சொன்னப்ப எனக்கு அவ்வளவு அதிர்ச்சியா இருந்துச்சு. குழந்தைனு நினைச்சுட்டு இருந்தவன் பெரிய மனுஷத் தனமா முடிவு எடுத்திருந்தா யாரா இருந்தாலும் அப்படித்தான இருக்கும். அதேதான் எனக்கும். சோ, இப்ப உங்க வீட்ல உடனடியா கல்யாணம் பண்ணச் சொன்னா என்ன செய்யிறதுனு எனக்குத் தெரியல. உனக்கும் தெரியும் தருண் இப்பதான் பிஸினஸ் ஆரம்பிச்சு நடத்திட்டு இருக்கான் இன்னும் அவன் அதுல செட்டில் ஆகனும். அதுக்கப்புறம்தான் எதையும் யோசிக்க முடியும்" நிவிதா பேசுவதற்காய் கமலி நிறுத்தினாள்.

"புரியுது ஆன்ட்டி..." "புரியுதுண்னா எப்படி...? என்ன பண்ணலாம்? சொல்லுமா" "ஆன்ட்டி எனக்கு இப்போதைக்குத் தேவை ஒரு சிம்பிள் சொல்யூசன் தான். எங்க வீட்ல சீரியஸா பேசுறப்ப எனக்கு வேற வழியே இருக்காது நான் தருணப் பத்திச் சொல்லித்தான் தீரணும். அதத்தான் நான் தருண் கிட்டயும் சொன்னேன் நான் எங்க வீட்ல பேசுறேன்னு. பட் தருண் தான் சொன்னான் முதல்ல எங்க வீட்ல பேசுவோம், அப்புறம் உங்க வீட்ல பேசலாம் அப்போதான் உங்க வீட்ல எதாச்சும் சீரியஸ் பிரச்சினை ஆகுறப்போ, எங்க வீட்ல இருந்து பேச முடியும்னு. அதுலயும் தருண் எல்லா விஷயத்தையும் முதல்ல உங்ககிட்டதான் சொல்வாருங்கறதால இதையும் முதல்ல உங்ககிட்டப் பேசுறேன்னு சொன்னாரு. அப்ப நான் சொன்னேன் ரொம்ப லேட் பண்ணாமச் சீக்கிரமா பேசுன்னு" "ம்ம்... ஓகே இப்பப் பேசியாச்சு இனி என்ன செய்யனும்...?" கமலி நிவிதாவின் கண்களை ஊடுருவிப் பார்த்துக்

கேட்டாள். "ஆன்ட்டி, இப்படிக் கேட்டா என்ன சொல்றது?" நிவிதாவிற்கு வார்த்தைகள் கொஞ்சம் தடுமாறின.

"என்ன காரணத்துக்காக நீ இன்னைக்கு இங்க வந்த சொல்லு?" தருண், நிவிதா இருவருமே இப்படியொரு கேள்வியை எதிர்பார்க்கவில்லை. "அத்த நீங்கதான அத்தக் கூட்டிட்டு வர சொன்னீங்க" "ஆமா நான் தான் கூட்டிட்டு வரச்சொன்னேன்" "அப்புறம் நீங்களே இப்படிக் கேட்டா?" "எப்படிக் கேட்டா" "என்ன அத்த" தருணின் குரலில் ஏக்கமும், கெஞ்சலும் வெளிப்பட்டது. "நீ சொல்லுமா நிவிதா நீ என்ன நினைச்சு இன்னைக்கு இங்க வந்த" "ஆன்ட்டி..." "ம்ம்ம் சொல்லு" "ஆன்ட்டி உங்களப் பார்த்து பேசுனா ஒரு சொல்யூஷன் கிடைக்கும்னு நினைச்சுத்தான் வந்தேன்" "என்ன மாதிரி சொல்யூஷன்" "இல்ல இப்ப நடக்குற பிரச்சினைக்கு... அப்புறம் எங்க ஃபியூச்சருக்கு" கமலி நிவிதாவையே பார்த்துக் கொண்டு அமர்ந்திருந்தாள். "ஆன்ட்டி, உங்கள மீட் பண்ணி, என்னைப் பத்தியும், என் ஃபேமிலியப் பத்தியும் உங்ககிட்ட பேசலான்னு வந்தேன். அப்படி பேசுனா உங்களுக்கு எங்களப் பத்தி ஒரு ஐடியா கிடைக்கும்; அத வெச்சு எங்க ரெண்டு பேரோட கல்யாண விஷயத்துல நீங்க முடிவெடுக்க ஈஸியா இருக்கும். அது மட்டுமில்லாம, நீங்கதான் தருணோட அப்பா, அம்மா கிட்டயும் பேச முடியும்னு எனக்குத் தெரியும். இந்த ஃபேமிலியோட கேட் வே நீங்கதான் அதான்..." பேசிக்கொண்டே சென்றவள் சட்டென்று உதட்டைக் கடித்து நிறுத்தினாள்.

"தப்பில்லமா தொடர்ந்து பேசு. ஏன்னா எப்படியும் இவன் எங்க ஃபேமிலியை பத்தி எல்லாமும் உன் கிட்ட சொல்லிருப்பான். சோ உனக்கும் கண்டிப்பா நிறையத் தெரிஞ்சிருக்கும். எஸ் நீ சொன்னது சரிதான். இவன் எது வேணும்னாலும் என் கிட்டதான் முதல்ல வந்து பேசுவான் நான் தான் அவங்க அம்மா, அப்பா கிட்டப் பேசுவேன் இதுதான் இங்க எப்பவும் நடக்குறது. அதெல்லாம் சரிதான். ஆனா இவ்வளவு நாளா இவன் கேட்டது எல்லாமே சின்ன விஷயம் அதனால நான் ஈஸியாப் பேசி சமாளிச்சுட்டேன். ஆனா இப்ப அப்படி இல்லையே! இது அவன் வாழ்க்கை சம்மந்தப்பட்ட விஷயம் இல்லையா! அதனால என்னால சட்டுனு முடிவெடுக்க முடியாது. சரி, நீயே சொல்லு, இப்ப உங்க வீட்ல போய் நீ இப்படி இப்படினு சொன்னா உங்க வீட்ல என்ன சொல்லுவாங்க" கமலியின் கேள்விக்கு நிவிதாவிடம் உடனடியான பதில் எதுவும் இல்லை, எச்சில் விழுங்கினாள்.

“சொல்லுமா என்ன சொல்லுவாங்க?” “ஆன்ட்டி கண்டிப்பா சொன்ன உடனே எல்லாம் ஒத்துக்க மாட்டாங்க.... அப்புறம் தருண மீட் பண்ணணும்னு சொல்லுவாங்க.. அப்புறம் கொஞ்சம் கொஞ்சமாதான் மெதுவா எல்லாம் நடக்கும்” ஒரு ஒரு வார்த்தையாக நிவிதா ஒரு வழியாகப் பேசி முடித்தாள். “ம்ம் அதேதான் இங்கயும். நீ தைரியமாப் பேசுற. ஃப்ராங்க்கா இருக்க. எனக்கு இது புடிச்சுருக்கு. ஆனா, அவங்க வீட்ல பேசாம என்னால எந்த பதிலையும் சொல்ல முடியாதும்மா. ஏன்னா நான் முன்னாடியே சொன்ன மாதிரி, இது வாழ்க்கைப் பிரச்சின சோ, அவனோட பெத்தவங்கதான் கடைசி முடிவ எடுக்கணும்” கையை விரித்தாள் கமலி. தருண், நிவிதா இருவரும் எதுவும் பேசாமல் அமர்ந்திருந்தனர்.

“டீ, காஃபி எதாச்சும் குடிக்கிறயாமா” “இல்ல ஆன்ட்டி, எதுவும் வேண்டாம்” மேலும் சில நிமிடங்கள் அங்கே மௌனத்தில் கரைந்தன. “ஓகே ஆன்ட்டி, அப்போ நான் கிளம்பட்டுமா” நிவிதா தோள் பையை எடுத்துக்கொண்டு கிளம்பத் தயாரானாள். “அப்படியா...” “ஆமாம் ஆன்ட்டி டைம் ஆச்சு. அப்புறம் அப்பா விசாரிக்க ஆரம்பிச்சுடுவாரு” “ம்ம் ஓகே மா போயிட்டு வா” நிவிதா சோபாவிலிருந்து எழுந்து நின்றாள் “ஒரு நிமிஷம்மா வர்றேன்” சொல்லிவிட்டு உள்ளே சென்றவள் வெளியே வரும்போது கையில் குங்குமச் சிமிழ் இருந்தது “வீட்டுக்கு வர்றவங்களுக்கு குங்குமம் குடுக்குறது வழக்கம்” நிவிதா புன்னகையுடன் எடுத்து நெற்றியில் இட்டுக் கொண்டாள்.

★

19. ஒற்றைக் கேள்வி

"பல கேள்விகள்
பிறப்பது பதிலுக்காய்
சில கேள்விகள்
முடிவுக்காய்..."

கமலி ஆசுவாசமாக நாற்காலியில் அமர்ந்த போதுதான் உள்ளிருக்கும் அதுல்யாவின் ஞாபகம் சட்டென்று வந்தது. வேகமாய் சென்று கதவைத் திறந்தாள். அதுல்யா அங்கிருந்த படுக்கையின் மீது அமர்ந்திருந்தாள். "ஓகே, வெளில வா.... சாரி...." என்றபடி கமலி கதவை முழுவதுமாய்த் திறந்து வைத்தாள். அதுல்யா மெதுவாக எழுந்து வெளியே வந்தாள். அவள் வெளியே வந்தவுடன் மீண்டும் அறைக் கதவைச் சாத்திவிட்டு சோபாவில் வந்து அமர்ந்தாள். "உட்காரு..." எதிரே இருந்த நாற்காலியை அதுல்யாவிற்குக் காண்பித்தாள். அதுல்யா எதுவும் பேசாமல் மௌனமாய் அங்கு அமர்ந்தாள். இருவருக்குமிடையில் வார்த்தைகள் எதுவும் இல்லை. ஆனால், நடுவில் நிகழ்ந்த நிகழ்வுகள் கமலியின் கோபத்தையும், இறுக்கத்தையும் சற்றே குறைத்திருந்தன. ஆனால் முதலில் யார், எதைப் பேசஆரம்பிப்பது என்பதில் இருவருக்குமே தெளிவில்லாமல் இருந்ததால், அங்கு அமைதியே குடிகொண்டிருந்தது.

"நான் இதுக்குத்தான் வந்தேன். உங்களப் பார்க்கவும், என் மேல தப்பில்லேனு சொல்லவும், கடைசியா இந்தப் புத்தகங்களக் குடுக்கவும் தான்" கமலி இன்னமும் எதுவும் பேசத் தயாராகவில்லை.

"நான் உங்ககிட்டத் தொடர்ந்து வேலைக்கு வரலாமா? வேண்டாமான்னு கூட எனக்குத் தெரியல. நேத்துக் கூட நீங்க கிளம்புனதும் லீவ் போட்டுட்டு நானும் வீட்டுக்குப் போயிட்டேன். நீங்க எவ்வளவு அதிர்ச்சியானீங்களோ, அதே அளவுக்கு எங்க அம்மாவும் அதிர்ச்சியாயிட்டாங்க. அதனாலதான் எதுவும் குழப்பம் நடந்துறாம இருக்க, அவங்கள உடனே ஆட்டோவுல ஏத்தி

அனுப்பி விட்டுட்டேன். வீட்ல தம்பி மட்டும்தான் இருந்தான் அம்மா எப்படி இருக்காங்கனு தெரியல, அவனால சமாளிக்க முடியுமானு டவுட்டா இருந்துச்சு அதான் கிளம்பிப் போனேன்" "இன்னைக்கு நீ இங்க வந்துருக்கேனு உங்க வீட்ல தெரியுமா?" "அம்மாவுக்குத் தெரியாது அப்பாவுக்குத் தெரியும்"

"ஓகே, அப்போ நான் கிளம்புறேன். வந்தவங்க கிளம்புறேன்னு உங்ககிட்டச் சொல்லிட்டு இருக்கும்போதே, ஆட்டோக்கார அண்ணனுக்கு ஃபோன் பண்ணிட்டேன். எதுக்கும் ஒரு பாதுகாப்புக்காக பதினைஞ்சு நிமிஷம் கழிச்சு வரச் சொன்னேன் அவரு வந்ததும் நான் கிளம்பிடுறேன்." இன்னமும் கமலி அமைதியாகத்தான் இருந்தாள். "நான் உங்ககிட்ட ஒன்னு கேக்கலாமா?" என்ன, என்றவாறு கமலி அவளைப் பார்த்தாள் "நேத்து எங்க அம்மாவப் பார்த்த பின்னாடி, திரும்பவும் அவங்களப் பார்க்கனும், பேசனும்னு உங்களுக்குத் தோணிச்சா? தப்பா நினைக்காதீங்க மேடம் கேட்கனும்னு தோணுச்சு அவ்வளவுதான்!" "உங்கம்மாவப் பார்த்த அதிர்சில உடம்பு சரியில்லாமப் போய், டாக்டர் வந்து ஊசி போட்டுட்டுப் போனாங்க; சாயந்தரம் வரை தூங்கிட்டேன்" "அதுக்குப் பின்னாடி" என்ன செய்யறதுனு கேக்கலான்னு எங்க சித்திய அதாவது உங்க அம்மாவோட அம்மாவப் பார்க்க எங்க அண்ணன் வீட்டுக்குப் போனேன்"

"அப்புறம்.." "அப்புறம் என்ன அவங்ககிட்டப் பேசினேன். உங்க பொண்ணப் பார்த்தேன் உங்களுக்கு அவளப் பார்க்கணுமானு கேட்டேன் வேண்டானு சொல்லிட்டாங்க, கிளம்பி வந்துட்டேன்" "வேண்டானு சொல்லிட்டாங்களா?" "ஆமாம் வேண்டானுதான் சொன்னாங்க அதுவும் உறுதியா..." "சரி அவங்கள விடுங்க வயசானவங்க உங்களுக்கு என்ன மேடம் தோணுச்சு?" "பெத்தவங்க அவங்களே பார்க்க வேண்டானு சொன்ன பின்னாடி, எங்களுக்கு என்ன...? குடும்பம் கௌரவம், அந்தஸ்து எல்லாத்தையும் உதறிட்டு ஓடிப்போனவள நான் என்னனு போய் பார்க்கனும்" அதுல்யாவின் அடுத்தடுத்த கேள்விகளால் எரிச்சலடைந்தவளாக கமலி பதிலளித்தாள். "இப்ப இங்க வந்தது உங்க அண்ணன் பையன் தருண் தானே. அப்ப அவரு கூட வந்தது?" கமலி அவளைப் பார்த்துவிட்டு எரிச்சலுடன் அந்தப் பக்கம் திரும்பிச் சொன்னாள் "அது உனக்குத் தேவையில்லாதது!"

"நான் அவங்க ரெண்டு பேரையும் இதுக்கு முன்னாடியே பார்த்துருக்கேன்" கமலி இதை எதிர்பார்க்கவில்லை அதிர்ச்சியாகப் பார்த்தாள். "ஃபர்ஸ்ட் டைம் நான் உங்கள லைப்ரரில பார்த்தேன்ல

அன்னைக்குத்தான் இவங்களையும் பார்த்தேன். ரெண்டு பேரும் நீங்க கிளம்பின கொஞ்ச நேரத்துலயே அங்க வந்தாங்க" "நீ கிளம்பாம அங்க என்ன பண்ணிட்டு இருந்த?" அபத்தமாய் கேள்வியை அவளுக்குத் திருப்பிப் போட்ட கமலியை ஒரு பார்வை பார்த்துவிட்டு அதுல்யா பேசத் தொடங்கினாள். "என் ஸ்கூல் ஃபிரெண்ட் ஒருத்தி வந்துருந்தா, அவ கிட்ட நின்னு பேசிட்டு இருந்தேன்" "அவங்க ரெண்டு பேரும் ஃப்ரண்ட்ஸா அங்க வந்துருப்பாங்கலா இருக்கும்" அதுல்யா கமலியைத் தீர்க்கமாய் பார்த்தாள். "அவங்க இருந்தப்ப நான் இந்த ரூம்லதான் இருந்தேன். இங்க நீங்க என்ன பேசுனாலும் அங்க கிளியரா கேக்கும் வித்தவுட் எனி டிஸ்டர்பன்ஸ்" கடைசி வார்த்தையை அழுத்திச் சொன்னாள்.

கமலி இதை மறந்துவிட்டிருந்தாள், அதுல்யா பேசப்பேச பதற்றமாகி கைகள் நடுங்க ஆரம்பித்தன. அவளின் நிலை கண்டு அதுல்யா உள்ளே சென்று தண்ணீர் எடுத்து வந்து கொடுத்தாள் "இந்தாங்க குடிங்க..." கமலி அமைதியாய் வாங்கிக் கொஞ்சம் குடித்தாள். "நான் உங்க மேல நிறைய மரியாதை வெச்சுருக்கேன்; நீங்க படிக்கிற புத்தகங்கள் எல்லாம் உங்க மனசுக்குள்ளயும் ஏறியிருக்கும்னு நினைச்சேன். பெரியார், அம்பேத்கர், மார்க்ஸ்னு உங்க லைப்ரரில பார்த்தப்ப உங்க மேல ரொம்பப் பெரிய மரியாதை பிறந்துச்சு. ஆனா அதெல்லாம் லைப்ரரி அறையோட நிறுத்திகிட்டீங்க போல..." கமலியிடம் எந்த பதிலும் இல்லை.

"அதுக்காகத்தான் அவங்கள ஒதுக்கித் தனி அறையில அடச்சி வெச்சீங்களோ?..."

"மார்க்ஸியம், தலித்தியம், பெரியாரியம் இதெல்லாம் வெறும் கருத்துகளா வெச்சுருக்குற பல பேருல நீங்களும் ஒருத்தரா இருப்பீங்கனு நான் கொஞ்சம் கூட நினைக்கல....!"

"இதெல்லாம் சமூகத்துக்கு ரொம்பத் தேவைனு நீங்க பேசும்போது, அந்தச் சமூகத்த மட்டும் நீங்க கோடுபோட்டுக் காட்டுனதயோ, இல்ல அந்தச் சமூகத்துல நீங்க உங்கள அங்கமா நினைச்சுக்கல அப்படிங்கறதயோ நான் கவனிக்கத் தவறிட்டேன். அது இப்பத்தான் எனக்குப் புரியுது..." கமலி இன்னமும் எதுவும் பேசவில்லை.

"அந்த தாடிக்காரனோட புக்குல ஒன்னே ஒன்ன நீங்க ஆழமாப் படிச்சிருந்தா கூட, நேத்து எங்கம்மாவப் பார்த்து அதிர்ச்சி ஆகி சரியான பின்னாடி, திரும்பவும் அவங்களப் பத்தி விசாரிச்சிருப்பீங்க; இல்லைனா அவங்களப் பத்தி பேச உங்க

சித்தியப் பாக்கப் போறதுக்கு முன்னாடி, எங்க அம்மாவப் பார்த்து பேசனும்னு உங்களுக்குத் தோணிருக்கும் ஆனா எதுவுமே தோணல இல்ல...''

"பதினெட்டு, இருவது வருஷம் ஒன்னா வளந்துருக்கீங்க கொஞ்சம் கூடவா பாசம் இல்லாமப் போயிடுச்சு. எங்க அம்மா உங்களப் பார்த்ததுல இருந்து அழுதுகிட்டே இருக்காங்க. நேத்து எங்க அப்பாகிட்ட என்ன தெரியுமா சொன்னாங்க! கமலியப் பார்த்ததும் எனக்கு அப்படியே ஓடிப் போய் கட்டிப்பிடிச்சி அழனும் போல இருந்துச்சுனு சொன்னாங்க...''

"எனக்குப் புரியலீங்க, பணமும், அந்தஸ்தும், ஜாதியும் எல்லாத்தையும்விடப் பெருசா? மனுஷன உறவுகள விட இது எல்லாமும் பெருசா என்ன? ஆமானு சொன்னீங்கனா? உங்க வளர்ப்புல தாங்க ஏதோ தப்பு இருக்குனு நான் சொல்லுவேன்..''

"இதோ இப்ப ரெண்டு பேரு வந்துட்டுப் போனாங்கதான. அவங்கள நீங்கதான கூப்பிட்டு வெச்சுப் பேசுனீங்க. இப்ப இவங்க பண்றது மட்டும் என்ன, 23 வருஷம் முன்னாடி எங்க அம்மா என்ன செஞ்சாங்களோ அதத்தானே இன்னைக்கு உங்க அண்ணன் பையனும் செய்யறான். அப்புறம் அவங்கள மட்டும் எதுக்கு கூப்பிட்டு உக்கார வெச்சுப் பேசுறீங்க! அவங்களையும் துரத்தி விட வேண்டியதுதானே. ஏன் காலம் மாறிப் போயிடுச்சோ? அந்தக் காலம் மாறி இந்தக் காலம் இல்லயோ? இப்ப எல்லாரும் எல்லாத்தையும் ஏத்துக்கலாம் அப்படித்தானே? என்னங்க ஞாயம் இது? அப்ப அவங்கள ஏத்துக்க முடியாது, இப்ப இவங்கள ஏத்துக்கலாம் அப்படின்னா, எங்க அம்மாவையும் நீங்க இப்ப மன்னிச்சு ஏத்துக்கலாம்ல'' அதுல்யா பேசிக்கொண்டிருக்கும்போதே, வீட்டு வாசலில் ஆட்டோ ஒன்று வந்து நின்றது. "உங்ககிட்டக் கடைசியா ஒன்னு மட்டும் சொல்லிக்கிறேன் எங்க அம்மாவ யாருமே இல்லாம ஆக்குன மாதிரி, இந்த தருணையும் ஆக்கிடாதீங்க சரியா?'' சொல்லிவிட்டு அதுல்யா வேகமாக வெளியேறிச் சென்றாள்.

புயலில் அடிபட்ட பறவை போல கமலி அமர்ந்திருந்தாள். மனதில் ஆயிரம் எண்ணங்கள் அலையடித்துக் கொண்டிருந்தன. அதுல்யா பேசி முடிக்கும்வரை கமலியால் ஒற்றை வார்த்தை கூடப் பதிலாய் பேச முடியவில்லை. அவளது மொத்த வாழ்க்கையும் அதுல்யா பேசுகையில் பூஜ்ஜியமாய் ஆனதைப் போல உணர்ந்தாள். அவள் சென்று விட்ட பின்னும் கூட, அவளின் வார்த்தைகள்

மீண்டும் மீண்டும் அவளின் செவிகளில் ஒலித்துக் கொண்டிருந்தன. தன்னைப் பற்றிய பிம்பம் ஒன்று கண்முன்னே உடைந்து சுக்கு நூறாவதை அவளால் ஏற்றுக் கொள்ளவே முடியவில்லை. தருண் அவளின் அருகில் அமர்ந்து அவளை உலுக்கிக் கொண்டிருப்பதே சற்று நேரம் கழித்துத்தான் அவளுக்குத் தெரிந்தது. "அத்த அத்த என்ன ஆச்சு? அத்த வீட்டு வாசல்ல ஆட்டோ வந்துட்டுப் போகுது யார் வந்தது? எனக்கு சடனா பாக்குறப்ப அது அந்த அதுல்யா மாதிரி இருந்துச்சு அது அவதானா? சொல்லுங்க அத்த" கமலி தருணைத் திரும்பிப் பார்த்தாள்.

தருணைப் பார்க்கையில் அவன் முகமோ அல்லது அவன் இப்பொழுது பேசிக்கொண்டிருக்கும் வார்த்தைகளோ எதுவும் அவள் காதில் விழவில்லை. கடைசியாக அதுல்யா சொல்லிவிட்டுச் சென்ற "எங்க அம்மா மாதிரி தருணையும் யாரும் இல்லாதவனா ஆக்கிடாதீங்க" என்ற வார்த்தைதான் திரும்பத் திரும்ப ஒலித்துக் கொண்டிருந்தது. அவளால் தருணை விட்டுப் பார்வையை நகர்த்த முடியவில்லை. "அத்த என்ன ஆச்சு அத்த எதுக்கு என்ன இப்படிப் பாக்குறீங்க" தருணுக்கு ஒன்றும் புரியவில்லை. அத்தையின் இந்தப் பார்வைவேறு அவனைப் பயமுறுத்தியது. என்ன ஏது என்றே தெரியாமல் இதுவரை ஒரு முறை கூட பேசியிருக்காத அதுல்யாவின் மீது அவனுக்குக் கோபம் கோபமாய் வந்தது. "என்ன நடக்குதுன்னே புரியலியே? அவளுக்கும் அத்தைக்கும் என்ன சம்மந்தம்? அவ எதுக்கு இப்படி அத்தைய டென்ஷன் பண்ணிகிட்டே இருக்குறா" தருண் அவன் மனதுக்குள்ளேயே ஆத்திரத்துடன் கேட்டுக் கொண்டிருந்தான்.

சரியான நேரம் பார்த்து கமலியின் அலைபேசி ஒலிக்க, நினைவுலகத்துக்குள் வந்தாள். தருண் அலைபேசியை எடுத்துப் பார்த்துவிட்டு அப்பா என்றபடி, எடுத்துப் பேசத் தொடங்கினான் "ஹலோ அப்பா... ம்ம் இருக்காங்க இருங்க தர்றேன் அத்த, அப்பா உங்ககிட்டப் பேசனுமாமா" "ஹலோ அண்ணே.... ம்ம்ம் சரி வர்றேன், தருணக் கூட்டிட்டு வர்றேன் இப்ப" அலைபேசியை அணைத்துவிட்டு தருணைப் பார்த்தாள். "தருண் கிளம்பு அப்பா நம்மல வீட்டுக்கு வரச் சொல்றாரு உடனே போகணும்' "எதுக்கு அத்த?" "சொல்றேன் கிளம்பு" தருண் எதுவும் புரியாமல் கிளம்பிச் சென்று காரை ஸ்டார்ட் செய்ய, கமலி பின்னாலேயே வீட்டைப் பூட்டிக்கொண்டு கிளம்பினாள். காரில் ஏறி உட்கார்ந்ததும் கமலியின் மனம் அவர்களின் குழந்தைப் பருவத்திற்குப் பின்னோக்கிச் சென்றது.

அத்தனை அழகான காலம் அது. கமலி, பூர்ணா, சிவா மூன்றுபேரும் அந்த வீட்டில் சந்தோஷமாக வளைய வந்து கொண்டிருந்தனர். ஒரே ஆட்டம் பாட்டம் கொண்டாட்டமாக இருக்கும். பூர்ணா பெரியப்பாவிற்கும், கமலி சித்தப்பாவிற்கும் செல்லப் பிள்ளைகள். படிக்கும் காலத்தில் மூவருமே ஒன்றாகத்தான் பள்ளிக்கூடம் சென்று வருவார்கள். அவர்களுக்கென்று வேறு நண்பர்கள் யாரும் இருக்கவில்லை. சிவா கூட அவ்வப்பொழுது விளையாடுவதற்கென்று தெருவிலிருக்கும் மற்ற பசங்களுடன் சென்று விடுவான். ஆனால் கமலியும், பூர்ணாவும் எதற்கும் வெளியே சென்றதில்லை அவர்கள் இருவருமே சமயத்தில் தோழிகளாகவும், சமயத்தில் சகோதரிகளாகவும் தேவைக்கேற்ப நடந்து கொள்வார்கள். வீட்டில் இல்லையென்றால் அப்பாக்களின் பார்வையில் தோட்டத்தில் விளையாடிக் கொண்டிருப்பார்கள் அவ்வளவுதான். ஊரிலுள்ளவர்கள் கூடச் சொல்வார்கள் ரெட்டைப் பிறவிக மாதிரி எந்த நேரமும் ஒட்டிக் கிட்டேத் திரியிறதப் பாரேன் என்று.

ஒவ்வொரு ஞாயிற்றுக் கிழமையும் மூவரையும் வரிசையாக அமர வைத்து பெண்களில் ஒருவர் கட்டாயம் சுற்றிப் போடுவதை வழக்கமாக வைத்திருந்தனர். பூர்ணா கொஞ்சம் அழுத்தக்காரி ஆனால் கமலி அப்படியில்லை ஆனால் புத்திசாலி. பூர்ணா பெரியப்பாவைப் போலவும், கமலி சித்தப்பாவைப் போலவும் குணம். இருவரில் பூர்ணாவிற்கு படிப்பு மேலும் இல்லை கீழும் இல்லை எனும்படி மத்தியில் இருந்தது, கமலிக்கோ அதுதான் எல்லாமும். எப்பொழுதும் அவள் தான் முதல் மதிப்பெண் அத்துடன் கிளாஸ் லீடரும் கூட. எந்த ஒரு விஷயத்திலும் அவளின் ஆளுமையும், கருத்தும் அத்தனை அழகாய் வெளிப்படும். பள்ளியில் நடக்கும், எழுத்துப் போட்டி, கட்டுரைப் போட்டி, பேச்சுப் போட்டி ஒன்று விடாமல் கலந்து கொண்டு பரிசினைப் பெற்று விடுவாள். அவற்றிற்கெல்லாம் தயார் செய்வதற்கு பூர்ணாதான் அவளுக்குப் பெரும் உதவியாய் இருப்பாள். ஆனால் அவளைக் கலந்து கொள்ளச் சொன்னால் மாட்டேனென்பாள். கூச்ச சுபாவம். ஆனால் ஒவ்வொரு முறை கமலி பரிசினை வென்று வரும்போதும், அவளே வென்றதுபோல அப்படிச் சந்தோஷப் படுவாள்.

பள்ளிப் படிப்பு முடியும் வரை அனைத்தும் நன்றாகத்தான் சென்று கொண்டிருந்தது. அதன் பிறகுதான் அன்னைத்தும். கமலிக்கும், பூர்ணாவிற்கும் ஒரு வருட வித்தியாசம். ஆகையால் பூர்ணா பள்ளிப் படிப்பை முடிப்பதற்கு முன்பே கமலி முடித்துவிட்டாள்.

கல்வியின் மீதான கமலியின் ஆர்வத்தால் கல்லூரிப் படிப்புக்காக விசாரித்துத் தெரிந்து கொண்டு, சென்னையில் சென்று சேர்ந்து கொண்டாள். இளங்கலை முதுகலை இரண்டுமே சென்னையில்தான். அப்போதுதான் பூர்ணாவுக்கும், கமலிக்குமான இடைவெளி ஆரம்பித்தது. கமலி படிப்புக்காக சென்னை வந்திருந்த அந்தச் சமயத்தில் இப்பொழுதுபோல செல்ஃபோன்கள் எல்லாம் இல்லை. லேண்ட்லைன் ஃபோன் மட்டுமே அதுவும் ஹாஸ்டலில் அனுமதிக்கப்பட்ட நேரத்தில், அனுமதிக்கப்பட்ட நிமிடங்கள் மட்டுமே பேச முடியும். எனவே, பூர்ணாவிடம் அவ்வளவாகப் பேச முடியாமல் போய் விட்டது.

இருப்பினும் கமலிக்கு ஞாபகம் இருந்தவரை, அவள் முதலாமாண்டு படிக்கையில் அடிக்கடி ஊருக்குச் செல்வாள். செல்லும்போதெல்லாம் முன்பு போலவே பூர்ணாவுடன் நேரம் செலவழித்ததுண்டு. இரண்டாமாண்டு செல்கையில் பூர்ணாவும் கல்லூரியில் சேர்ந்திருந்தாள். அத்துடன் கமலியும் வீட்டிற்கு அடிக்கடி செல்வது குறைந்துவிட்டது. இரண்டு மாதத்திற்கு ஒரு முறை வார விடுமுறைக்கு, இல்லையெனில், பண்டிகைகாள், பரிட்சை விடுமுறைகளுக்கு மட்டுமே சென்று வந்தாள். அதன் பிறகுதான் இடைவெளி இன்னும் அதிகமானது. அதிலும் அவள் கடைசி வருடப் படிப்பின்போது, கமலி வீட்டுக்குச் சென்றாலும் கூட பூர்ணா வீட்டிலிருக்க மாட்டாள் அடிக்கடி நூலகத்திற்குச் சென்றுவிடுவாள். கமலியும் வருடக் கடைசி விடுமுறை தவிர மீதி நாட்களில் அதிக நாள் ஊரில் இருக்க முடியாது இரண்டொரு நாட்கள் அம்மா, சித்தி, சித்தப்பா, அப்பா என்று கழிந்துவிடும்.

அப்பொழுதும் கூட இரவுப்பொழுதுகள் அவர்களுக்கானதாக இருந்தது. கமலி சென்ற முறை விடுமுறையில் வந்ததில் இருந்து தற்போது வரை, நடந்தவை அனைத்தையும் பூர்ணாவிடம் பகிர்ந்துகொள்வாள். தோழிகளின் கிண்டல், கேலி உட்பட அனைத்தையும் அவளிடம் சொல்லிவிட்டுத்தான் உறக்கமே. ஆனால், அப்பொழுதும் கூட பூர்ணாவை விட கமலியே அதிகம் பேசிக்கொண்டிருப்பாள். அப்பொழுது அது பெரிய விஷயமாய் தெரியவில்லை. பூர்ணா இயல்பிலேயே அதிகம் பேசாத தன்மை கொண்டிருந்ததால், அதைக் குறித்து கமலியும் எதையும் யோசிக்கவில்லை. நன்றாகச் சென்றுகொண்டிருந்த நாட்கள் நரகமானது, கமலி முதுகலை சேர்ந்த பிறகுதான்.

முதுகலை முதலாமாண்டுத் தேர்வுகள் முடிந்து கமலி வீட்டிற்கு வருவதாய் இருந்தது. கடைசித் தேர்வெழுதிவிட்டு அன்றைய நாள்

தோழிகளுடன் செலவழித்து, அடுத்த நாள் புறப்பட்டு ஊருக்கு வந்தாள். வீட்டில் நுழையும்போதே ஏதோ வித்தியாசமாகப் பட்டது. எப்பொழுதும் பரபரப்பாக இருக்கும் வீடு அமைதியாக இருந்தது. கமலிக்கு முன்பாகவே சிவாவும் வந்திருந்தான். வீட்டிற்குள் இருந்த ஒரு சில சொந்தக்காரர்கள் இவளைப் பார்த்த உடன், பரிதாபமாக முகத்தை வைத்துக்கொண்டு வெளியே கிளம்பிச் சென்றனர். அப்பாவும், சித்தப்பாவும் தளர்ந்து போய் அமர்ந்திருந்தனர். உள் வீட்டிலிருந்து அம்மா மற்றும் சித்தியின் அழுகுரல் கேட்ட வண்ணம் இருந்தது. குழப்பத்துடன் உள்ளே நுழைந்த கமலியை சிவாதான் எதிர்கொண்டு அழைத்துச் சென்றான். "என்னடா, என்ன நடக்குது இங்க" கமலியின் கேள்விக்கு பதிலேதும் சொல்லாமல் வா என்று அமைதியாக அழைத்துச் சென்றான்.

கமலியைக் கண்டதும் சித்தப்பா வாய்விட்டுச் சத்தமாக அழ, கமலி ஒன்றும் புரியாமல் உள் அறைக்குள் செல்ல அங்கே அம்மாவும், சித்தியும் இவளைக் கண்டதும் பெருங்குரலெடுத்து அழத் தொடங்கினர். "உன் தங்கச்சி இப்படிப் பண்ணிட்டுப் போயிட்டாளே?" கமலிக்கு ஒரு நிமிடம் ஒன்றும் புரியவில்லை. போயிட்டாளே என்றால் என்ன அர்த்தம்? அதற்குள் பக்கத்தில் இருந்த கிழவி ஒன்று ஆரம்பித்தது "அக்கா காரி, குத்துக்கல்லாட்டம் இருக்க, தங்கச்சிகாரிக்கு அடங்க முடியாம ஆயிடுச்சு. இப்படி குலப்பெருமையக் கெடுத்துப்புட்டு எவன் கூடயோ ஓடிட்டாளே" கமலிக்கு இப்பொழுதுதான் புரிந்தது. பூர்ணா யாருடனோ ஓடிவிட்டாள். ஆனால் அந்த உண்மையை அவளால் ஜீரணிக்கவே முடியவில்லை. அதிர்ச்சியில் உறைந்து போனாள் அழக்கூடத் தோன்றவில்லை.

இது எப்படி நடந்தது? பூர்ணாவிற்குத் தோழிகள் கூடக் கிடையாதே அவள் கல்லூரியைத் தவிர வேறு எங்கும் செல்வதும் இல்லையே. அதற்கும் விடை கிடைத்தது சில நிமிடங்களிலேயே அவளுடன் தினமும் கல்லூரிக்குச் சென்று வரும் அதே ஊரைச் சேர்ந்த முகுந்தனுடந்தான் அவள் ஓடிவிட்டாள். கமலி யோசித்துக் கொண்டிருக்கும்போதே அத்தனை பேரையும் தாண்டி சித்தி ஓடிச்சென்று கிணற்றில் குதித்துவிட்டாள் சாகப் போகிறேன் என்று. நல்ல வேளையாக அப்பொழுது சுற்றிலும் நிறைய ஆட்கள் இருந்ததால் உடனே குதித்துக் காப்பாற்றி விட்டனர். சித்தப்பா தலையிலடித்துக்கொண்டு அழுதார். வீடே மொத்தக் களையையும் இழந்திருந்தது. இதற்கிடையில் சித்தப்பாவின் நிலையைக் கண்டு கொதித்துப்போன சொந்தக்கார இளவட்டங்கள் சிலர், முகுந்தனின்

அப்பாவின் வீட்டிற்குச் சென்று விசாரித்து விட்டு வந்தனர். ஆனால் முகுந்தனின் தந்தைக்கும் எந்த விஷயமும் தெரிந்திருக்கவில்லை.

நாட்கள் நகர்ந்தது சில மாதங்கள் சென்றிருக்கும் நிலைமை சீராகிக் கொண்டிருக்கிறது என்று நம்பும் நேரத்தில் சித்தப்பா விட்டத்தில் தூக்கில் தொங்க முயற்சி செய்ய, கொதித்துப்போன இளவட்டங்கள் முகுந்தனின் தந்தையின் கடையை அடித்து நொறுக்கி விட்டனர். இது நடந்த சில நாட்களில் முகுந்தனின் தந்தையும் காணாமல் போனார். கமலி தன்னுடைய முதுகலைப் படிப்பைத் தொடர, விடுமுறை முடிந்து மீண்டும் கிளம்பும் போது, கமலியின் அம்மாவிடமிருந்து மிகப்பெரிய தடை வந்தது. அதை கமலி சற்றும் எதிர்பார்க்கவில்லை ஆனால், அதே சமயத்தில் அவளின் சித்தப்பாதான் அனைவரையும் சமாதானப்படுத்தி அவளை நம்பி படிக்க அனுப்பி வைத்தார். ஆனால் அந்த ஊரில் இருந்த வரையிலும் தொடர்ச்சியாக பெரியவர்கள் நால்வருமே சொந்தக்காரர்களின் வார்த்தைகளுக்கும், கேலிகளுக்கும் ஆளாக்கி கூனிக்குறுகிக் கொண்டிருந்தனர்.

வீட்டின் நிலைமையைச் சீராக்கும் பொருட்டு சிவா, அவர்கள் அனைவரையும் தன்னுடன் தான்வேலை செய்யும் ஊருக்கே அழைத்துக் கொண்டான். அத்துடன் இதற்குமேல் அந்த ஊருடன் எந்தத் தொடர்பும் வேண்டாமென்று அங்கிருந்த அவர்களின் நில புலன்கள் விற்கப்பட்டன. மகளின் துரோகம் சித்தப்பாவை மனதளவில் பெரிய அளவில் பாதித்திருந்தது. அவ்வளவு தூரம் நம்பியும் கடைசியில் துரோகம் செய்துவிட்டாளே என்று எண்ணியெண்ணி உள்ளுக்குள்ளேயே குமுறிக்கொண்டு, கடுமையான மன நெருக்கடிக்கு ஆளானார். தான் பெற்ற மகளாள்தான் குடும்பத்தில் உள்ள அனைவருக்கும் இத்தனை பிரச்சினை, தன்னால் தன் அண்ணன் குடும்பமும் பரம்பரைச் சொத்துக்களை எல்லாம் விற்றுவிட்டு, ஊரை விட்டு வரும்படி ஆனதே என்று மனம் நொந்து கொண்டிருந்தார்.

அப்போதுதான் அனைவரின் மனமாற்றத்திற்கும் உதவும் பொருட்டு, நல்லதொரு காரியமாக சிவாவிற்கு வரனொன்று கூடி வந்தது. அனைவருக்கும் பிடித்துவிடவே அவர்களின் திருமணம் நிச்சயம் ஆனது. வீட்டில் நடைபெற்ற இந்த நல்ல நிகழ்வு நிறைய விஷயங்களை மறக்கடிக்கச் செய்திருந்தது, அல்லது அவ்வாறு நம்பப்பட்டது. அதன் பிறகு ஒரு நாள், சித்தப்பா சொந்த ஊருக்குச் சென்று ஒரு முறை பார்த்து வருவதாகச் சொல்லிச் சென்றார்.

சென்றவர் மாலையில் வீடு திரும்பி இயல்பாகவே இருந்தார். ஆனால் அடுத்த நாள் விடிகையில் அவர் உயிருடன் இல்லை. விஷம் குடித்து விட்டார். அவர் ஊருக்குச் சென்றிருந்தபொழுது அதற்குச் சில நாட்கள் முன்புதான் பூர்ணா தனக்குப் பிறந்த குழந்தையை எடுத்துக்கொண்டு அங்கு சென்றிருக்கிறாள். அடுத்த நாள் சித்தப்பா அங்கு சென்றவுடன் வேண்டாதவர்கள் சிலர், தேவையில்லாததைப் பேசி சித்தப்பாவின் மனதைச் சங்கடப்படுத்தி விட்டனர். அதை வேறு யாரிடமும் சொல்லாமல், இரவு சித்தியிடம் மட்டும் சொல்லி அழுதிருக்கிறார்.

அவரின் இறப்பிற்குப் பிறகு, இப்பொழுது வரை சித்தி எதிலுமே கலந்து கொள்வதில்லை. வீட்டிலும் அவளுக்கான அறையில்தான் இருப்பாள். வெளியே வருவதோ அனைவரிடமும் சிரித்துப் பேசி மகிழ்வாக இருப்பதோ எதுவுமே இல்லை. அம்மாதான் மனது கேட்காமல் அவள் அறையில் சென்று அமர்ந்து அவ்வப்பொழுது உரையாடிக் கொண்டிருப்பாள். அடுத்தடுத்து நிகழ்ந்த சம்பவங்கள், அத்துடன் சித்தப்பாவின் மரணம் போன்றவை கமலிக்கு பூர்ணாவின் மீது ஒருவிதமான வெறுப்பை வரவழைத்திருந்தது. பூர்ணாவைச் சந்திக்க வேண்டும், அவள் பக்கத்து நியாயங்களைக் கேட்க வேண்டும் என்பதுகூட அவளுக்குத் தோன்றவே இல்லை. அப்படியே காலம் ஓடி, அவளும் திருமணம் முடித்து வெளிநாடு சென்றுவிட, இத்தனை நாட்களில் பழைய துயரங்களை அவர்கள் பெரும்பாலும் மறந்துவிட்டிருந்தனர்.

ஆரம்பத்தில் சிலநாட்கள் இதைப் பெரிதாகப் பேசிய உறவுகளும், காலமாற்றத்திலும், அந்தஸ்து மாற்றத்திலும் குறைந்த பட்சம் இவர்கள் முன்னிலையில் எதையும் பேசுவதைத் தவிர்த்தனர். பாவம்! சித்தப்பாவிற்குதான் இந்த உண்மை புரியவில்லை. புரிந்திருந்தால் அவர் இன்று இவர்களுடன் இருந்திருப்பார். பழைய நிகழ்வுகளை யோசித்துக் கொண்டிருக்கும்போதே, வீடு வந்து விட்டிருந்தது. தருண் பிரேக் போட்டு வண்டியை வீட்டின் முன் நிறுத்தவும், கமலி நிகழ்காலத்திற்குத் திரும்பினாள். காரின் கண்ணாடி வழியே பார்க்கையில் சிவா வீட்டின் முன்பு இவர்களுக்காகக் காத்துக் கொண்டிருப்பது தெரிந்தது. கமலி இறங்கி நேராக சிவாவிடம் செல்ல, சிவா உள்ளே அழைத்துச் சென்றார்.

"கமலி, நேத்து நீ வந்துட்டுப் போனதுல இருந்தே அம்மா ஒரே அழுகை. அப்பாவுக்கும் விஷயம் தெரிஞ்சிடுச்சு. சித்தி

அப்படியேதான் இருக்கு. புடிச்சுவெச்ச கல்லு மாதிரி. விஷயத்த சொன்னதுல இருந்து அப்பாவும் இடிஞ்சு போயி உட்கார்ந்துட்டு இருக்காரு. என்னக் கூப்பிட்டு நான் தூக்கி வளர்த்த புள்ளடா! ஒரு தடவையாவது பாக்கணும்னு ஆசையா இருக்குனு சொல்லி பேசுனாரு. பேசுறப்பவே கண்ணுல தண்ணி கட்டிடுச்சு. எனக்கே ஒரு மாதிரி ஆய்டுச்சு கமலி. என்ன செய்யலாம்?" கமலி சற்று நேரம் அமைதியாக இருந்தாள். "அண்ணே இன்னைக்கு அந்தப் பொண்ணு அதுல்யா வீட்டுக்கு வந்துருந்துச்சு" "என்னமா சொல்ற?" "ம்ம், ஆமாம் மத்தியானம். நிறைய பேசுச்சு, நிறைய கேள்வி கேட்டுச்சு. அதோட எந்த கேள்விக்குமே எங்கிட்ட பதில் இல்ல. அது பேசி முடிச்சுட்டு கிளம்பி போற வரையிலும் நான் எதுவுமே பேசல. தருண் வந்து என்ன உலுக்குறப்பதான எனக்கு சுய நினைவே வந்துச்சு" சிவா கமலியையே பார்த்துக் கொண்டிருந்தார்.

"இப்ப என்ன பண்ணலாம்மா?" "எனக்கு ஒன்னும் புரியலண்ணே!" "சரி ஒன்னு செய் மாப்பிள்ளைக்கு ஒரு ஃபோன் பண்ணு, என்ன சொல்றாருன்னு பாப்போம்," கமலிக்கும் அதுவே சரியென்று பட்டது. உடனே குருவை அலைபேசியில் அழைத்தாள். "ஹலோ எங்க இருக்கீங்க?" "நாங்க இப்ப கோயில்ல சாமி கும்பிட்டுட்டு பவானிசாகர் டேம் வந்தோம். சொல்லு கமலி" "இல்ல ஒரு முக்கியமான விஷயம் பேசனும் அதான்" "என்ன சொல்லு?" கமலி சுருக்கமாக நிலைமையை விவரித்தாள். "இப்ப என்ன செய்யறதுனு தெரியல. அதான் அண்ணன் உங்கள கேக்கச் சொன்னாரு" "மச்சான் கிட்ட ஃபோனக் குடு" அண்ணே இந்தா உன் கிட்டப் பேசனுன்னு சொல்றாரு "ஹலோ சொல்லுங்க மச்சான்" "என்ன ஆச்சுங்க மாம ரொம்ப ஃபீல் பண்றாரா?" "ஆமா அதான் என்ன பண்றதுனு தெரியல" "ஒன்னு செய்ங்க நீங்க யாராச்சும் ரெண்டு மூணு பேரு கிளம்பி அவங்க வீட்டுக்கு ஃபர்ஸ்ட் போயிட்டு வாங்க. ஏன்னா அங்க நிலமை எப்படி இருக்கு, என்னனு நமக்கும் தெரியாதில்ல. சோ, நீங்க போயிட்டு வாங்க அப்புறம் பாக்கலாம் என்ன செய்றதுனு" "அதுவும் நல்ல விஷயம் தான். சரி மச்சான், நான் அப்புறம் பேசுறேன்" சொல்லிவிட்டு அழைப்பைத் துண்டித்தார் சிவா.

"மச்சான் நம்மளை யாரயாச்சும் முதல்ல போயிட்டு வரச் சொல்றாரு அங்க நிலம என்னனு பார்த்துட்டு, அப்புறம் என்ன செய்றதுனு யோசிக்கலாம்னு சொல்றாரு" "சரிணா, இப்ப என்ன செய்யலாம்" "வா போயிட்டு வந்துரலாம். யாரு நீயும் நானும் தான்

போகணும், பெரியவங்கள இப்ப கூட்டிட்டுப் போக வேண்டாம்" இருவரும் பேசிக்கொண்டிருக்கும்போதே அங்கு அவர்களின் அப்பா வந்தார். வந்தவர் தொண்டையைக் கனைத்தவாறு அருகிலிருந்த நாற்காலியில் அமர்ந்து கொண்டார். "அப்பா..." கமலி அழைக்க "ஹ்ம்ம்ம் உங்க அண்ணன் எல்லாம் சொன்னான். அம்மா கமலி எங்களுக்கும் வயசாயிடுச்சுமா, இன்னும் எத்தன நாளோ தெரியல. இவ்வளவு நாளா என் மூணு புள்ளைகள்ள ஒன்னு எங்க இருக்குதுனே தெரியாம இருந்துச்சு அதுனால நானும் ஒன்னும் யோசிக்கல. ஆனா இப்ப இங்க பக்கத்துல கூப்பிடு தூரத்துல இருக்குனு தெரிஞ்சப்புறம், பாக்கனும்னு தோணுதுமா. மனச கட்டுப்படுத்த முடியல. அதுதான் உங்க அண்ணன் கிட்ட சொன்னேன்" கமலி அவர் அருகில் மற்றொரு நாற்காலியை இழுத்துப் போட்டு அமர்ந்தாள்.

"அப்பா... கண்டிப்பா பா... ஆனா அதுக்கு முன்னாடி அங்க நிலமை எப்படி அவங்க என்ன யோசிக்கிறாங்க இதெல்லாம் நமக்கும் தெரியனும்தானே. திடீர்னு போய் மொத்தமா அவங்க முன்னாடி நிக்க முடியாதில்லப்பா" "கமலி ஒன்னு சொல்லட்டுமா. பூர்ணாவும் கண்டிப்பா உன்ன பார்த்த பின்னாடி உணர்ச்சி வசப்பட்டுத்தான் இருப்பா. நிச்சயம் நம்மள பார்க்கணும் பேசனும்னுதான் அவளும் ஆசப்படுவா" "இருக்கலாம்பா ஆனா..." "நீ ஒன்னும் பெருசா யோசிக்காதம்மா எனக்குத் தெரியும். நீங்க போய் அவளப் பாருங்க. பார்த்துப் பேசிட்டு முடிஞ்சா இங்க அவளக் கூட்டிட்டு வாங்க" "என்னப்பா சொல்றீங்க... இங்க கூட்டிட்டு வரதா?" "ஆமாம்மா இங்கதான் சொல்றேன். நம்ம வீட்டுக்குதான். இங்கதானமா அவளப் பெத்தவ இருக்கா?" "அதுசரிதான் ஆனா..." "நீ ஒன்னும் யோசிக்காத கமலி... சிவா உனக்கும்தான் சொல்றேன். உன் புடிவாதம், கோவம், கௌரவம் எல்லாத்தையும் இந்த அப்பாக்கோசரம் கொஞ்சம் விட்டுக்குடுடா" அவரின் குரலில் இருந்த கெஞ்சல் சிவாவை என்னவோ செய்தது.

"வீட்ட விட்டுப் போன புதுசுல மறுபடியும் நம்மள வந்து பார்க்க அவ எவ்வளவோ முயற்சி பண்ணுனா. ஃபோன்ல பேசப் பார்த்தா, சொந்தகாரங்ககிட்ட விசாரிச்சா ஆனா உன் சித்தப்பந்தா வறட்டு கௌரவம் பார்த்து அவள சுத்தமா கத்திரிச்சு விட்டுட்டான். அவன் இப்படி பேசுறான் இவன் அப்படிப் பேசுறானு சொல்லிகிட்டு. நான் அப்பவே அவங்கிட்ட ஆன வரைக்கும் சொன்னேன் ஆனா எங்க கேட்டான். கடைசில அதுக்காகவே செத்தும் போயிட்டான். இப்ப அதுனால என்ன மாறுச்சு சொல்லு? அன்னைக்கு பேசுன

சொந்தக்காரன் எவனாச்சும் அதுக்கப்புறம் வந்து நின்னானா? அவனுகளுக்கு அன்னைக்கு நம்ம வீட்டுப் பிரச்சின அடுத்த நாள் இன்னொருத்தன் வீட்டுப் பிரச்சின்னு தினத்துக்கும் பேசுறதுக்கு எதாச்சும் இருந்துட்டேதான் இருக்கு. ஆனா இழப்பு யாருக்குச் சொல்லு? அவனவன் பேசிகிட்டு அவனவன் சோலியப் பார்க்கப் போயிட்டான். நம்மதான் இன்னும் அங்கயே உட்கார்ந்துகிட்டு கிடக்கோம். போதும்டா, எல்லாமும் வாழ்க்க போனா மறுபடியும் சத்தியமா கிடைக்காது. இருக்கும்போதே எல்லாரும் சேர்ந்து வாழ்ந்துகிட்டுப் போவமே. என்ன நான் சொல்றது"

அவரின் பேச்சைக் கேட்டு கமலி, சிவா இருவருமே அமைதியாய் இருந்தனர். அவர்களின் மனதுக்குள் ஏதேதோ எண்ண ஓட்டங்கள் ஓடிக்கொண்டிருந்தன. "சரிப்பா நீங்க சொன்ன மாதிரியே செய்யறேன். நான் அங்கபோய் அவங்கள நம்ம வீட்டுக்குக் கூப்பிட்டுப் பார்க்குறேன். வர்றேனு சொன்னா அழச்சிட்டு வரேன். சரியா..." சிவா அப்பாவிற்கு உறுதியளித்தார். "கண்டிப்பா வருவா. வராம எங்க போவா? போய் கூட்டிட்டு வாங்க போய்ட்டு வாங்க" அவரின் குரலில் இருந்த உறுதி கமலியை இலேசாய் ஆச்சரியம் கொள்ளச் செய்தாலும், அவள் எதையும் வெளிக்காட்டிக்கொள்ளவில்லை. "அப்ப தருண கூட்டிட்டு நாம கிளம்பலாமாண்ணா" "வேற வழி? இப்போதைக்கு அவன் வரட்டும். நாம ரெண்டு பேருமே போலாம்தா ஆனா இப்ப இருக்கற நிலமைல, வண்டிய அவன் ஓட்டுறதுதான் சரினு படுது எனக்கு. நாம ரெண்டு பேருமே எடுக்க வேண்டானு நினைக்கிறேன்" கமலி சற்றே யோசித்து "சரிணா, மூணு பேருமே போயிட்டு வந்துடலாம்" என்றாள்.

குறுக்கிட்ட அவர்களின் அப்பா "முதல் முதல்ல போறீங்க, மூணு பேரு எதுக்குமா" என்றார். "வேற என்னப்பா செய்றது? கமலிக்கும் வண்டி ஓட்ட முடியாது. எனக்கும் இப்ப வண்டி ஓட்டுற மனநிலை இல்ல. அதான் தருண கூட்டிட்டுப் போறோம்" சற்றே யோசித்த பெரியவர் "அப்ப நாலு பேரா போங்க" என்றார். " நாலு பேரா...?" சிவாவும் கமலியும் ஒருவரை ஒருவர் பார்க்க "ஆமாப்பா இன்னொருத்தர் யாரையாச்சும் கூட்டிட்டுப் போங்க" "யாரக் கூட்டிட்டுப் போறது..." சிவா கேட்டுக்கொண்டிருக்கும்போதே அவரின் அம்மா உள்ளிருந்து வந்தார். "உங்களுக்கு சரினு பட்டா நான் வேணும்னா கூட வரவா?" "ஆமாப்பா இதுவும் நல்லதுதான் உங்க அம்மாவ கூட்டிட்டுப் போங்க. அதுதான் நல்லதும் கூட" என்றார் அப்பா.

சிவா, கமலிக்கும் கூட ஒரு வகையில் அது சரியென்று படவே நால்வராய் கிளம்புவதென்று முடிவானது. "ஆமா உனக்கு அவங்க வீடு தெரியுமா" சிவா கமலியைக் கேட்க, "நம்ம பாரதிநகர் பிராஞ்சுல இருந்து பக்கம்தான். அங்க போய் நம்ம ஸ்டாஃப் கிட்டக் கேட்டுக்கலாம் அவங்க யாருக்காச்சும் தெரிய வாய்ப்பிருக்கு" என்றாள் கமலி. "சரி வா, கிளம்பிப் போயிட்டு வந்துரலாம். அப்புறம் பேசிக்கலாம். நேரம் போயிட்டே இருக்கு" சிவா ராஜியை அழைத்து விஷயத்தைச் சொல்லிவிட்டு தருணை அழைத்து வண்டியை எடுக்கச் சொன்னார். பெரியவர் மலர்ச்சியுடன் அவர்களை வழியனுப்பி வைக்க, நால்வரும் அங்கிருந்து கிளம்பினர்.

★

20. முடிவை நோக்கி

"பல சண்டைகளுக்கு
தொடக்கமாய் இருக்கும்
"வார்த்தைகள்தான்"
பல நேரங்களில்
அதன் முடிவாகவும்
அமைந்து விடுகின்றன..."

தருணுக்கு இன்னமும் கோபம் குறையவில்லை. என்ன நடக்கிறதென்ற தெளிவும் இல்லாமல் ஒருவித எரிச்சலுடனே இருந்தான். கார் பாரதி நகரை நோக்கிச் சென்று கொண்டிருந்தது. பொறுமை இழந்தவனாக ஒரு கட்டத்தில் கத்தி விட்டான் "அப்பா இங்க என்ன நடக்குதுனு சொல்லப் போறீங்களா? இல்லையா? ஒன்னும் புரியாம எனக்கு மண்டையே வெடிக்குற மாதிரி இருக்கு" காரில் கமலி, சிவா, தருண், சிவாவின் அம்மா நால்வர் மட்டுமே இருந்தனர். கார் முழுவதும் அமைதியே நிறைந்திருந்தது. அவரவர் அவரவரது எண்ண ஓட்டத்தில் மூழ்கி இருந்தனர். தருணின் கேள்விக்கு யாருமே பதில் சொல்லாமல் இருக்க, அவனின் கோபம் இன்னும் அதிகமானது. அது அவன் வண்டி ஓட்டும் விதத்தில் வெளிப்பட்டது. திடீரென வேகத்தைக் கட்டுப்பாடின்றி அதிகப்படுத்தினான். வண்டி சாலையில் அங்குமிங்கும் அலைபாய்ந்தது.

அதை எதிர்பார்க்காத சிவா மகனைப் பார்த்துக் கத்தினார். "என்னடா பண்ற, ஒழுங்கா வண்டி ஓட்றதுனா ஓட்டு, இல்லேனா இறங்கிப் போ" தருண் அவரை முறைத்துக் கொண்டே வண்டியை ஓரம் கட்டி நிறுத்தினான்.

"என்ன நடக்குதுனு சொல்லுங்க இல்லைனா நான் இப்படியே இறங்கிப் போறேன் நீங்க வண்டிய எடுத்துட்டுப் போங்க" "உனக்கு இப்ப என்ன தெரியனும்?" அவனிடத்தில் கேட்டாள்

கமலி. “இப்ப எங்க யார் வீட்டுக்குப் போறோம் எதுக்குப் போறோம் அத சொல்லுங்க?” “அதுல்யா வீட்டுக்குப் போறோம். அவங்க அம்மாவப் பார்க்க?” “அவங்க அம்மாவ நாம ஏன் பார்க்கணும்?” இந்த கேள்விக்கு கமலி பதில் சொல்ல யோசிக்க, கமலியின் அம்மா பதில் சொன்னாள் “ஏன்னா அவளும் உன்னோட அத்ததான். இத்தன நாளா எங்க இருக்கானு தெரியாம இருந்துச்சு இப்பத்தான் தெரிஞ்சிருக்கு அதனால பார்க்கப் போறோம்” இந்த பதில் தருணுக்குத் தூக்கிவாரிப் போட்டது.

“என்னது?” “ஆமாம் இப்போதைக்கு இவ்வளவுதான் சொல்ல முடியும். வண்டிய எடு மீதிய நீயே போகப்போகத் தெரிஞ்சிப்ப” தருண் அதிர்ச்சியடைந்தவனாய் அமர்ந்திருந்தான். “வண்டிய எடு தருண் போலாம். நேரமாச்சு” கமலி மீண்டும் சொல்ல தருண் காரை ஸ்டார்ட் செய்து நகர்த்தினான். வண்டி முதலில் நேராய் பாரதி நகர் யாழ் உணவகத்துக்குச் சென்றது. வண்டியிலிருந்தபடியே முகப்பில் நின்று கொண்டிருந்த ஊழியரை அழைத்த கமலி, அங்கிருக்கும் யாருக்காவது அதுல்யாவின் வீடு தெரியுமா? என்று விசாரித்தாள். உள்ளே சென்று கேட்டு வருவதாகச் சென்றவர் சற்று நேரத்தில் அதுல்யாவின் கல்லூரியில் அவளுடன் படிக்கும் பெண்ணுடன் திரும்பி வந்தார். “மேடம், இந்தப் பொண்ணுக்குத் தெரியும்னு சொன்னாங்க” “உனக்கு அதுல்யா வீடு தெரியுமாமா?” “தெரியும் மேடம்” “இங்க இருந்து எவ்வளவு தூரம்” “பக்கம் தான் மேடம் நடந்து போற தூரம்தான்” “சரி எங்களோட வந்து வழிகாமிக்க முடியுமா?” “சரி மேடம்” அந்தப் பெண் வண்டியில் ஏறி உட்கார்ந்தாள்.

தருண் வண்டியை ஸ்டார்ட் செய்ய, அப்பெண் வழி காண்பித்துக் கொண்டே வந்தாள். ஐந்து நிமிடத்திற்குள் வீடு வந்துவிட்டது. தெரு முனையில் திரும்பியதுமே “மேடம் அந்த மூணாவது வீடு மேடம்” அந்தப் பெண் காட்டிய இடத்தைப் பார்த்து “எதுமா அந்த செடியெல்லாம் நிறைய இருக்கே அந்த வீடா?” “ஆமாம் மேடம் அதுதான்” “சரிமா தேங்க்ஸ் நீ ரெஸ்டாரெண்ட் போ நாங்க பாத்துக்கறோம்” “தேங்க்யூ மேடம்” என்று அந்தப் பெண் இறங்கிக் கொண்டாள். கார் வீட்டின் முன்பு சென்று நின்றது. ஆனால் காரினின்று இறங்குவதற்கு அவர்களுக்கு இன்னமும் தயக்கமாய் இருந்தது. கமலியின் அம்மா காரிலிருந்து வீட்டினுள் எட்டிப் பார்த்தாள். வீட்டிற்கு வெளியே யாரும் இல்லை. உள்ளே முன்னறையில் யாரோ ஒரு சின்னப் பையன் இருப்பது

போலிருந்தது. நால்வரும் ஒருவருக்கொருவர் பேசிக்கொள்ளவும் இல்லை, காரை விட்டு இறங்கவும் இல்லை.

"வந்தாச்சு எவ்வளவு நேரம் இப்படியே உட்கார்ந்துட்டு இருக்குறது" சிவாதான் முதலில் வாயைத் திறந்தார். வேறு யாரிடமிருந்தும் அதற்கு பதிலில்லை. தருணுக்கு இறங்குவதாய் எண்ணமே இல்லை. அவர்கள் இறங்கிச் சென்றாலும், தான் வண்டியிலேயே அமர்ந்து கொள்ளலாம் என்றுதான் நினைத்துக் கொண்டிருந்தான். ஒரு கட்டத்தில் கமலியின் அம்மா யாரிடமும் எதுவும் கேட்காமல் கதவைத் திறந்துகொண்டு கீழே இறங்க முயற்சிக்க, தருண் அனிச்சையாக சட்டென்று கீழே இறங்கி, அவர் வெளியே வருவதற்கு உதவி செய்தான். அதன்பின் வேறு வழியின்றி கமலியும், சிவாவும் கீழே இறங்கினர். எதேச்சையாக வீட்டிலிருந்து வெளியே வந்த பூர்ணா, வீட்டின்முன் காரொன்று நிற்பதைப் பார்த்து யாரென்று யோசித்தவாறே கொஞ்சம் முன்னோக்கி நடந்து வந்து பார்த்தாள். முதலில் அவள் கண்ணில் பட்டது கமலிதான். அவளைப் பார்த்ததும் பூர்ணா அதிர்ச்சியில் கையில் இருந்த பாத்திரத்தை நழுவ விட்டாள்.

சத்தம் கேட்டு கமலியும் நிமிர்ந்து பார்க்க, அருகிலிருந்த சிவாவும் நகர்ந்து வந்து பார்த்தார். கமலியுடன் சேர்த்து சிவாவையும் பார்க்க, பூர்ணாவிற்கு அதிர்ச்சி இன்னும் அதிகமானது அவளது கண்களையே அவளால் நம்பமுடியவில்லை. அதே சத்தத்தால் உள்ளிருந்து முகுந்தனும் வெளியே வந்தார். அவருக்கும் காண்பது கனவா, நினைவா என்றே தெரியவில்லை. அந்தக் காட்சி அங்கே அப்படியே கொஞ்ச நேரத்திற்கு உறைந்துபோய் நின்றிருந்தது. அதைக் கலைக்கும் விதமாக, கமலியின் அம்மாதான் அவர்களை நகர்த்திவிட்டு முன்னோக்கி வந்தார். அவ்வளவுதான் பூர்ணாவிற்கு மொத்தமும் நின்றுவிட்டது. கண்ணிலிருந்து கண்ணீர் மடைதிறந்த வெள்ளம்போல் பெருகி வந்தது. இரு கைகளாலும் வாயைப் பொத்திக்கொண்டு, அப்படியே தரையில் அமர்ந்து விம்ம ஆரம்பித்தாள்.

கமலியின் தாய் முன்னே சென்று காம்பவுண்ட் கதவைத் திறந்து கொண்டு உள்ளே நடந்துபோய் பூர்ணாவின் முதுகைத் தொட்டாள். பூர்ணா நிமிர்ந்து பார்த்துவிட்டு, அவரின் காலைக் கட்டிக்கொண்டு அப்படியே கதற ஆரம்பித்தாள் "பெரியம்மா...." கமலியின் தாய் குனிந்து அவளைத் தூக்கித் தன்னோடு சேர்த்து அணைத்துக் கொண்டாள். வீட்டின் வாயிலில் நின்று கொண்டிருந்த

முகுந்தன் இதைப் பார்த்து கண்ணில் வழிந்த நீரைத் துடைத்துக் கொண்டு நேராக அவரின் காலில் வந்து விழுந்தார். "என்ன இது எந்திரீங்க" பதறியவாறு கமலியின் தாய் அவரை எழுப்ப, அவர் குலுங்கிக் கொண்டே எழுந்து நின்றார். "இவ்வளவு பெரிய ஆம்பிள அழலாமா அய்யா" கமலியின் தாய் நிதானமாய்க் கேட்டுவிட்டு வெளியே திரும்பிப் பார்த்து சிவாவையும், கமலியையும் உள்ளே அழைத்தார்.

முகுந்தன் ஓடிச்சென்று அவர்களின் முன்னால் கைகூப்பி நின்றவர் "மன்னிச்சுருங்க... இதத் தவிர வேறு என்ன சொல்றதுனு எனக்குத் தெரியல" என்றார் தலைகுத்தியவாறே. சிவா "மௌனமாய் பார்வையை வேறுபக்கம் திருப்ப, "வாசல்வரைக்கும் வந்துட்டீங்க, உள்ள வந்துட்டீங்கன்னா என்னோட நெடுநாள் துக்கம் இம்மியாவது குறையும். கொஞ்சம் பெரியமனசு பண்ணுங்க" முகுந்தன் மீண்டும் அவர்களிடம் கெஞ்சும் பாவனையில் பேசினார். பூர்ணா இன்னமும் பெரியம்மாவைக் கட்டிக் கொண்டு அழுது கொண்டுதானிருந்தாள். அவரும் அவளின் முதுகைத் தடவிக் கொடுத்தபடி, ஆற்றுப்படுத்திக் கொண்டிருந்தார். ஏதோ தோன்றி வெளியே வந்த அபய், இதையெல்லாம் பார்த்து புரிந்தும் புரியாமலும் நின்று கொண்டிருந்தான். "தயவு செஞ்சு உள்ள வாங்க" முகுந்தன் இம்முறை கரம் கூப்பியவாறு அழைக்க, தன்னைக் கட்டுப்படுத்திக் கொண்டு சிவா உள்ளே நுழைந்தார். பின்னாலேயே கமலியும் சென்றாள்.

"பூர்ணா கொஞ்சம் நிமிர்ந்து பாரு" முகுந்தன் அவளருகில் சென்று கூறினார். இன்னமும் பூர்ணா அழுது கொண்டிருக்க "பூர்ணா ஒரு தடவ நிமிர்ந்து பாருமா" முகுந்தனின் இரண்டாவது அழைப்பில் இருந்த குரலின் அழுத்தத்தால் பூர்ணா நிமிர்ந்து பார்த்தாள். அங்கே கமலியும், சிவாவும் நின்று கொண்டிருந்தனர். அவளுக்கு அழுகை மேலும் முட்டிக்கொண்டு வந்தது. எப்படியோ கட்டுப்படுத்திக் கொண்டு "வாங்க உள்ள வாங்க" என்று அனைவரையும் அழைத்தாள். சிவாவும், கமலியும் எதுவும் பேசாமல் அப்படியே நிற்க கமலியின் அம்மா இருவரையும் அழைத்தாள் "உள்ள போய்ப் பேசலாம் வாங்க. வாசல்ல ரொம்ப நேரம் நிக்க வேண்டாம்" சொல்லிவிட்டு, அவர் முன்னே நகர சிவாவும், கமலியும் பின்னால் நடந்தார்கள். வாசற்படி ஏற அம்மா சிரமப்பட, முகுந்தன் உதவி செய்ய ஓடி வந்தார். அதற்குள் சிவா அவரின் கையைப் பிடித்து உதவி செய்தார்.

பெரியம்மா ஒரு வழியாய் படியேறி உள்ளே செல்ல, அபய் அவருக்குச் சட்டென நாற்காலி ஒன்றை எடுத்துப் போட்டான் அமர்வதற்காக. பேரனை முகவாயைத் தொட்டு வருடியவாறே நாற்காலியில் சென்று அமர்ந்தார் பெரியம்மா. "இங்க வா, உன் பேர் என்னப்பா" "அபய்" "எத்தனாவது படிக்கிற" "ஒன்பதாவது" "நல்லா படிக்கிறயா" "ம்ம் படிக்கிறேன்" "ஆமா, உனக்கு ஒரு அக்கா இருக்காளாமே எங்க அவ" அவரின் இந்தக் கேள்வி முகுந்தனைக் குழப்பத்தில் ஆழ்த்தியது. அங்க போறதாத்தானே சொல்லிட்டுப் போனா, இப்ப இவங்க இங்க வந்து கேக்குறாங்க. "அக்கா லைப்ரரி போயிருக்காங்க" கமலியின் அம்மாவின் முகம் சற்று மாறியது. "ஓ அப்படியா" "ம்ம் ஆமா, வந்துருவாங்க இப்ப" அபய் கடிகாரத்தைப் பார்த்துக்கொண்டே கூறினான். "எப்படி கரெக்டா சொல்ற" "இல்ல அக்கா அஞ்சு மணிக்கு வேலைக்குப் போகனும்ல, அதனால சொன்னேன்" "ஆனா, அதுக்கு இன்னும் நேரம் இருக்குதேப்பா!" அபய்க்கு அதற்கு என்ன பதில் சொல்வதென்றே தெரியவில்லை அமைதியாகிவிட்டான்.

பெரியம்மா அவனின் தலையைக் கோதிவிட்டு, மற்றொரு நாற்காலியை அருகில் இழுத்துப் போட்டு அவனை அமரச் செய்தார். கமலியும், சிவாவும் அமைதியாக வேறு இரண்டு நாற்காலிகளில் அமர்ந்திருக்க, முகுந்தன் எதிரில் தலையைக் குனிந்தவாறு நின்றிருந்தார். பூர்ணா சமையலறையின் முன்பு சுவற்றில் சாய்ந்து நின்றபடி தேம்பிக் கொண்டிருந்தாள். "இன்னமும் எதுக்குப் பூர்ணா அழுதுகிட்டே இருக்க. நாங்க கிளம்புற வரை இப்படித்தான் இருப்பியா?" பெரியம்மா கேட்டதும் அவளுக்கு இன்னும் அழுகை அதிகமாயிற்று. "எதுக்கு சும்மா அழுதுட்டு, இப்ப அழுகுறதால என்ன ஆயிடப் போகுது. கழிஞ்சு போன இருபத்தி மூணு வருஷம் திரும்ப வருமா? இல்ல நடந்தது எதுவும் இல்லைனு ஆயிருமா?" சிவா பொதுவாகப் பார்த்துக் கேட்டார். பூர்ணா முந்தானையால் கண்ணைத் துடைத்துக் கொண்டாள். "அதுல்யா எங்க" கமலி முதல் முறையாய் வாயைத் திறந்தாள்.

முகுந்தன் அதிர்ச்சியுடன் "அவ உங்களத்தானே பார்க்க வர்றதாச் சொல்லிட்டு வந்தா. வரலயா" என்று கேட்டார் கமலியிடம். கமலி அவரை நிமிர்ந்து பார்த்துவிட்டு "வந்தா வந்தா... வந்து பெரிய மனுஷி மாதிரி பேசிட்டு அப்பவே கிளம்பி வந்துட்டாளே" கமலி சொல்லிக் கொண்டிருக்கும்போதே, வாசலில் கதவு திறக்கும் சத்தம் கேட்டது. முகுந்தன் எட்டிப் பார்க்க, அதுல்யா உள்ளே வந்து வெளியே நின்று கொண்டிருக்கும் காரை ஆராய்ச்சி செய்தவாறே

கதவை மீண்டும் தாளிட்டுக் கொண்டிருந்தாள். "கதவச் சாத்தாத வா அப்புறம் சாத்திக்கலாம்," முகுந்தனின் குரலைக் கேட்டுத் திரும்பிப் பார்த்தவள் கேள்விக் குறியுடன் மீண்டும் கதவைத் திறந்து வைத்தாள். அப்பொழுதுதான் வெளியே நின்றிருக்கும் காரில் தருணை முதல் முறையாகப் பார்த்தாள். பார்த்ததும் அதிர்ச்சியில் ஒரு கணம் உறைந்து விட்டாள்.

காரில் தருண் இருக்கிறானென்றால் அப்பொழுது.... அதுல்யாவின் மனம் யோசிக்கத் தொடங்கியது. கால்கள் நகர மறுத்தன. இதை அவள் இவ்வளவு சீக்கிரம் எதிர்பார்க்கவில்லை. எப்படியோ தன்னைக் கட்டுப் படுத்திக் கொண்டு உள்ளே வந்தவள் வாசலில் இருந்த செருப்புகளைத் தான் முதலில் பார்த்தாள். மனது எதையோ அசைபோடத் தொடங்கியது. யார் யார் வந்திருப்பார்கள்? யோசித்துக்கொண்டே உள்ளே நுழைந்தவளுக்கு முதலில் கண்ணில் பட்டது கமலிதான். சரியாக அதேநேரத்தில் கமலியும் நிமிர்ந்து பார்க்க, இருவரும் ஒருவரை ஒருவர் பார்த்துக் கொண்டனர். கமலியின் வீட்டிற்குச் சென்றிருந்தபோது அத்தனை பேசியவள் இப்பொழுது வாயடைத்துப்போய் நின்றாள். கமலியையும், சிவாவையும் கண்டாளே தவிர எதிரே இருந்த கமலியின் அம்மாவைப் பார்க்கவில்லை. நிழலடிப்பதைப் பார்த்து பெரியம்மாதான் "யாரு?" என்று கேட்டு எட்டிப் பார்த்தாள். அப்பொழுதுதான் அதுல்யாவும் அவரைக் கண்டாள்.

கமலி வீட்டில் ஃபோட்டோவில் கண்டிருந்த ஞாபகம் இருந்தாலும், யார் என்னவென்று சரியாக அவளுக்குத் தெரியவில்லை. என்ன சொல்லி அழைப்பது, எப்படிப் பேச்சை ஆரம்பிப்பது என எதுவும் தெரியாமல் முழித்துக் கொண்டு நின்றுகொண்டிருந்தாள். பெரியம்மாவிற்கு அவளை அடையாளம் தெரியாததால் அவளைப் பார்த்துவிட்டு முகுந்தனையும், பூர்ணாவையும் மாறிமாறிப் பார்த்தாள். "அவ தான் உங்க பேத்தி பெரியம்மா... நீங்க இப்ப கேட்டீங்களே" பூர்ணா அவருக்கு அதுல்யாவை அறிமுகப் படுத்தினாள். முகம் மலர்ந்த பெரியம்மா அவளை அருகில் அழைத்தாள் "வாம்மா" அதுல்யா தயங்கியபடியே அவரின் அருகில் சென்றாள். "உன் பேர் என்ன சொன்ன" "அதுல்யா.." "படிக்கிறியா..?" "ம்ம்ம் காலேஜ் போறேன்..." "நீ தான் கமலி கிட்ட வேலை செய்யறயா?" இந்தக் கேள்விக்கு ஆமென்று தலையை மட்டும் அசைத்தாள் அதுல்யா. இன்னமும் அவள் தரையத்தான் பார்த்துக் கொண்டிருந்தாள்.

“நிமிர்ந்து பாரும்மா, எதுக்கு இப்ப இப்படிக் குனிஞ்சு உட்கார்ந்துட்டு இருக்க?” அதுல்யாவிற்கு என்ன செய்வதென்றே தெரியவில்லை. கமலியிடம் அதிகமாய்ப் பேசிவிட்டோமோ என்ற குற்ற உணர்வு வேறு நெஞ்சைக் குடைந்தது. “சரி பேச, வேண்டாம் போய் பாட்டிக்குக் கொஞ்சம் தண்ணி கொண்டு வா போ” அதுல்யா எழுந்து சென்று தண்ணீர் கொண்டு வந்து அவருக்குக் கொடுத்துவிட்டு அடுத்ததாய் சிவாவுக்கும், கமலிக்கும் கூட குடுத்தாள். கமலியை நோக்கித் தண்ணீரை நீட்டும்போது கை அதிகமாய் நடுங்கியது. இருவரும் வாங்கி அதை அப்படியே கையில் வைத்திருந்தனர். “ஏன் என் வீட்ல பச்சத் தண்ணி கூட குடிக்கக் கூடாதுன்னு இருக்கீங்களா? இன்னமும் என் மேல கோவம் குறையலயா” பூர்ணா தேய்ந்த குரலுடன் சிவாவையும், கமலியையும் பார்த்துக் கேட்டாள். “யாரு யாரப் பார்த்துக் குற்றம் சொல்றது. வேண்டானு போனது நீயா நாங்களா?” சிவாதான் அவளை நேருக்கு நேராகப் பார்த்துக் கேட்டார்.

“அன்னைக்கு சூழ்நிலை அப்படி ஆயிடுச்சு. போகனும்னு ஆசப்படல ஆனா அதுதான் நடந்துச்சு. என்ன செய்ய என் தலைல அப்படி எழுதிருக்கு” “போனவளுக்கு ஒரு தடவ கூடவா வீட்டு ஞாபகம் வரல” இம்முறை கேட்டது கமலி. “வராமலா இருக்கும். எத்தனையோ தடவ வர முயற்சி செஞ்சேன் ஆனா ஊர்ல இருந்து வந்த செய்தியெல்லாம் கேட்டப்போ கொஞ்சம் பயமா இருந்துச்சு. எவ்வளவோ முறை ஃபோன் பண்ணேன் ஆனா பேசத்தான் யாருமே தயாராயில்ல. அப்படியும் இன்னைக்கு நாளைக்குனு இழுத்து, கடைசில அதுல்யா பொறந்ததும் எப்படியோ தைரியத்த வரவழைச்சுகிட்டு ஊருக்கு தூக்கிட்டு வந்தோம். எங்க கூட இருந்த இவங்க அப்பாதான் எங்கள அனுப்பி வெச்சாரு. ஆனா நீங்க யாருமே அங்க இல்ல. ஊருக்குள்ள விசாரிச்சப்பவும் சரியான பதில யாருமே சொல்லல. அதுக்கப்புறம் எங்கெங்கயோ போயி கடைசில இங்க வந்து நிக்குறோம்” மூக்கை உறிஞ்சிக்கொண்டே முடித்தாள் பூர்ணா.

“நாங்க இங்கதான் இருக்கோம்னு உங்களுக்கு முதல்லயே தெரியும்ல, ஏன் பார்க்குறதுக்கு முயற்சி பண்ணல?” “இல்ல, இவங்க யாருக்கும் உங்களப் பத்தி தெரியாது. அதுல்யா உங்ககிட்ட வேலைக்கு சேரப்போறதா சொன்னப்பதான் நான் பூர்ணா கிட்டயே விஷயத்த சொன்னேன். அதுவும் நான் அவள வேலைக்குப் போக வேண்டானு சொல்லவும், ஏன்னு கேட்டு பூர்ணா சண்டப்

பிடிச்சா ஒரு கட்டத்துக்கு மேல என்னால மறைக்க முடியல அதனாலதான் சொன்னேன். ஆனா நானே எதிர்பார்க்கல, நாங்க பேசிகிட்டு இருந்தத அதுல்யா கேட்டுட்டா. ஆனா அதுல்யாவுக்கு இதெல்லாம் தெரியும்ன்றது முதன்முதலா அதுல்யா உங்க வீட்டுக்கு வந்துட்டு வந்தப்போதான் எங்களுக்கே தெரியும். இதுதான் நிஜம்" பேசி முடித்தார் முகுந்தன். "உங்களுக்குத் தெரிஞ்சத நீங்க ஏன் முதல்லயே அவங்ககிட்டச் சொல்லல. ஒரு வேளை நாங்க வந்து போறதுல உங்களுக்கு விருப்பம் இல்லையோ?"

"அய்யய்யோ அப்படி எல்லாம் இல்லீங்க" பதறினார் முகுந்தன். "உண்மைய சொல்லனும்னா எனக்குக் கொஞ்சம் பயமா இருந்துச்சு. உங்களுக்கு எங்க மேல இருந்த கோபம் குறைஞ்சுருச்சா, இல்லையானு எனக்கு எதுவும் தெரியல. அப்படி இருக்கப்போ நான் பூர்ணாகிட்ட விஷயத்த சொல்லி அவ உங்களப் பார்க்க வந்து எதாச்சும் பிரச்சினை ஆயிடுச்சுன்னா என்ன பண்றதுன்னு ரொம்பவும் பயந்தேன் அதனாலதான் எதுவுமே சொல்லல" "பின்ன எப்படி அதுல்யாவ வேலைக்கு அனுப்புனீங்க?" "இல்ல அப்பா வேண்டானுதான் சொன்னாரு, நான்தான் பிடிவாதம் பிடிச்சு ரொம்பவும் ரகளை பண்ணி வேலைக்கு வந்தேன். காலேஜ் எல்லாம் போக மாட்டேனு சொன்னதால அப்பா வேற வழி இல்லாம சம்மதிச்சாரு" அதுல்யா இடைமறித்துப் பேசினாள்.

"அதுபோல முதல் முறை நீங்க வீட்டுக்குக் கூப்பிட்டப்போ நான் ரொம்பவும் தயங்குனதுக்கும் இது தான் காரணம். அதுக்கப்புறம் போகப்போக நீங்க எங்கிட்டப் பழகுன விதம் என்ன ரொம்பவும் ஈர்த்துச்சு அதனாலதான் நீங்க அதுக்குப் பின்னாடியும் உங்க வீட்டுக்கு வர அனுமதி கொடுத்தப்போ நான் வந்து போய்கிட்டு இருந்தேன். நிச்சயமா அத தாண்டி வேற எந்தக் காரணமும் இல்ல. எல்லா விஷயமும் தெரிஞ்ச பின்னாடி எங்க அம்மாவ அவங்க குடும்பத்தோட சேர்த்து வைக்கனும்னு நான் ஆசப்பட்டது உண்மைதான் ஆனா உங்களோட அன்ப நான் அதுக்காக உபயோகப்படுத்திக்கல. ஒருவேள நான் அப்படி எதாச்சும் நினைச்சுருந்தா எதாவது ஒரு சந்தர்பத்துல எங்க அம்மாவ நேரடியா உங்க வீட்டுக்கே கொண்டு வந்து நிறுத்திருப்பேன். ஆனா எனக்கு அப்படி செய்யனும்னு தோணல. நீங்க ரெண்டு பேரும் நேத்து சந்திச்சுகிட்டது கூட எதேச்சையா நடந்ததுதான் நாங்களா எதுவும் திட்டமிடல. நேத்து நீங்க அங்க இருக்கிறது தெரிஞ்சிருந்தா கண்டிப்பா நான் அம்மாகிட்ட அங்க நின்னு பேசிருக்க மாட்டேன். உள்ள தள்ளி நின்னதால, உங்க வண்டியையும் கவனிக்கல.

அதுதான் இப்போ இவ்வளவு பிரச்சினைக்கும் காரணமாயிடுச்சு. என்ன மன்னிச்சுருங்க" அதுல்யா குடுக்க நினைத்த விளக்கங்களை எல்லாம் குடுத்து முடித்தாள்.

வீட்டில் மீண்டும் அமைதி நிலவியது. "வீட்ல உங்களுக்கு மட்டும்தான் கோவம் குறைஞ்சுதா பெரியம்மா?" பூர்ணா பொதுவாய்க் கேட்டாள். "வேற யாருக்குக் குறையனும்னு நினைக்கிற?" பூர்ணா அமைதியாய் நின்றாள். "உங்க பெரியப்பா வர்றேன்னுதான் சொன்னாரு ஆனா அவருக்கு வயசாயிடுச்சு பாரு, அதனால வீட்லயே இருங்கனு சொல்லிட்டு நாங்க மட்டும் வந்தோம்" அவள் கேள்வி இன்னமும் முடியவில்லை என்பதாக பூர்ணா பெரியம்மாவையே பார்த்துக்கொண்டிருந்தாள். "உங்க அம்மா அவளோட அறைய விட்டு எங்கயும் வெளில வர்றதில்ல. சொல்லப்போனா வீட்டுக்குள்ளயே கூட வேற எங்கயும் போறதில்ல. அவளுக்கு எங்கயும் வரப்போக விருப்பமும் இல்ல என்ன செய்ய?" பூர்ணா நிமிர்ந்து பார்த்தாள் கண்ணில் இன்னும் நீர் கோர்த்துக் கொண்டிருந்தது. "அப்பா பெரியம்மா..." வார்த்தைகள் தடுமாறியபடி வந்து விழுந்தன.

பெரியம்மா கமலியையும், சிவாவையும் கேள்வியுடன் பார்த்தார். அவர்களும் அதே கேள்வியுடன் திருப்பிப் பார்த்தனர். "உனக்கு நிஜமாவே எதுவும் தெரியாதா?" "எதப் பத்திச் சொல்றீங்க பெரியம்மா..." "உங்க அப்பாவப் பத்தி" பூர்ணாவிற்கு எதுவோ புரிந்தது போல் இருந்தது ஆனால் அவள் அதை நம்பத் தயாராய் இல்லை. "எங்களுக்குப் புரியலீங்களே" முகுந்தன் குழப்பத்துடன் கேட்டார். "இவ்வளவு நேரம் அழுத இல்ல அப்படியே இன்னமும் கொஞ்சநேரம் அழுதுரு உங்க அப்பனுக்காக." பெரியம்மா சுருக்கமாய் முடித்தார். அவ்வளவுதான் பூர்ணா அப்படியே சரிந்து விட்டாள். முகுந்தன் ஓடிச்சென்று தாங்கிப்பிடித்தார். பின்னாலேயே அதுல்யாவும் ஓடி வந்தாள். உள்ளே சென்று கொஞ்சம் தண்ணீர் கொண்டு வந்து அவளின் முகத்தில் தெளித்துவிட்டு குடிக்கவும் வைத்தாள். "இது எப்ப நடந்துச்சு" முகுந்தன் தழுதழுக்கும் குரலில் கேட்டார். "காவு வாங்குனதே நீங்கதானே" கட்டுப்பாட்டை மீறி கோபத்துடன் வெளிப்பட்டது சிவாவின் வார்த்தைகள்.

"என்ன???" பூர்ணா அதிர்ச்சியுடன் பார்த்தாள். "அண்ணா என்ன சொல்றீங்க? எனக்கு எதுவும் புரியல" "நீ ஊருக்குப் போயிருந்தேனு சொன்ன இல்ல. அதுக்கு அடுத்து கொஞ்ச

நாள் கழிச்சு சித்தப்பா ஊருக்குப் போயிருந்தாரு. அங்க யாரு என்ன சொன்னாங்கனு தெரியல. ஆனா நீ வந்துட்டுப் போன விஷயம் அவருக்குத் தெரிஞ்சிருக்கு. திரும்ப வீட்டுக்கு வந்தவர் அன்னைக்கு நைட்டே மருந்த குடிச்சுட்டாரு" சிவா ஒருவழியாய் தடுமாறித் தடுமாறி சொல்லி முடித்தார். பூர்ணா நெஞ்சில் அடித்துக்கொண்டு அழுதாள் "அய்யோ எங்க அப்பாவ நானே கொன்னுட்டனே" அவளைச் சமாதானம் செய்வது அத்தனை எளிதாய் இருக்கவில்லை. அவள் அழுவதைக் கண்டு முகுந்தன், அதுல்யா, அபய் அனைவருக்குமே கண்ணில் நீர் வந்தது. அபய்க்கு உறவினர்கள் வீட்டுக்கு வந்ததில் முதலில் இலேசான மகிழ்ச்சி இருந்தாலும் இப்பொழுது அம்மா அழுவதைப் பார்த்து எரிச்சலாய் இருந்தது. இதற்கு அவர்கள் வராமலேயே இருந்திருக்கலாமே என்றும் தோன்றியது.

சிறிது இடைவெளிவிட்டு பெரியம்மாதான் எழுந்து சென்று பூர்ணாவைச் சமாதானப்படுத்தினாள். "சரி சரி எல்லாம் முடிஞ்சு போச்சு இப்ப அழுது என்ன பண்றது. உங்க அப்பன் போயும் இருவது வருஷத்துக்கு மேல ஆச்சு. இனிமே ஆகப்போறது ஒன்னும் இல்ல. பாரு உன்னப் பார்த்து குழந்தைக ரெண்டும் அழுகுது பாரு. போதும் மனசத் தேத்திக்க" "எப்படியாச்சும் ஒரு தடவ அவரப் பார்க்க முடியும்னு நம்பிக்கையில்தான இத்தன வருஷம் இருந்தேன் பெரியம்மா. இப்படி மொத்தமா பாக்கவே முடியாம ஆகும்னு நான் நினைச்சுப் பாக்கவே இல்லையே" "சரி சரி என்ன பண்றது அதுக்கு. விதி அப்படி இருக்கு. இத்தன வருசம் கழிச்சு இருக்கறவங்களாவது ஒருத்தர ஒருத்தர் பார்த்துகிட்டமேனு நினைச்சு சந்தோஷப்பட்டுக்க வேண்டியதுதான்" கால் மணி நேரத்திற்கும் மேலானது பூர்ணா தன்னிலை திரும்ப.

பின்னர் எப்படியோ தன்னை சமாதானப் படுத்திக்கொண்டு எழுந்து அமர்ந்தாள். "வந்தவங்கள கவனிக்காம நானும் வந்ததுல இருந்து அழுதுகிட்டே இருக்கேனே" கூந்தலைச் சரிசெய்து கொண்டு எழுந்தவள். "எதாச்சும் குடிக்கிறீங்களா காஃபி, டீ?" கமலியும், சிவாவும் அமைதியாய் இருக்க, பெரியம்மா மட்டும் "எனக்கு ஒரு வாய் காபி குடு தொண்டையெல்லாம் காஞ்ச மாதிரி இருக்கு" என்றார். "அவங்க ரெண்டு பேருக்கும் வேணும்னா ஜூஸ் போட்ரு" மகளுக்கும், மகனுக்கும் கூட அவரே ஆர்டர் செய்தார். பூர்ணா அனைவருக்கும் கொண்டு வந்து

கொடுக்க "வண்டில சிவா மகன் தருண் இருக்கான் அவனுக்கும் எதாச்சும் குடு" என்றார் பெரியம்மா. "அண்ணன் பையனா? ஏன் வராம வண்டிலயே இருக்காப்புடி" பூர்ணா கேட்டுக்கொண்டே வெளியே சென்றாள். "தம்பி.." காரின் அருகில் தன்னை யாரோ கூப்பிடுவதைக் கேட்டு நிமிர்ந்து பார்த்தான் தருண். வெளியே பூர்ணா நின்று கொண்டிருந்தாள்.

தருணுக்கு அவளை யாரென்று முதலில் தெரியாவிட்டாலும், பின்னால் நின்று கொண்டிருந்த அதுல்யாவைக் கண்டு கொஞ்சம் எதுவோ புரிவது போலிருந்தது. "பெரியம்மா இப்பதான் சொன்னாங்க, நீ வண்டில இருக்கேனு. இறங்கி வாப்பா" "இல்லைங்க பரவாயில்ல இருக்கட்டும்" நாசூக்காய் மறுத்தான் தருண். பூர்ணாவின் முகம் சிறுத்துப் போயிற்று. "என்ன தம்பி, எங்க வீட்டுக்கு வரக்கூடாதுனு முடிவா" அவன் கண்களைப் பார்த்துக் கேட்டாள் பூர்ணா. தருணால் அந்தக் கண்களை எதிர்கொள்ள முடியவில்லை. தலையைக் குனிந்து கொண்டான். அதற்குள் வாயிலுக்கு வந்திருந்த பெரியம்மா "டேய் தருண் இறங்கி வா" என்று அழைக்க, வேறு வழியின்றி தருண் இறங்கி வந்தான். அவனையும் வீட்டிற்குள் அழைத்துச்சென்று அமரச்செய்து ஜூஸைக் கொடுத்தாள் பூர்ணா.

குடித்து முடித்ததும் மீண்டும் பெரியம்மாதான் ஆரம்பித்தார் "உங்கள் எல்லாரையும் பார்க்கனும்னு பெரியப்பா ரொம்பவும் பிரியப்படுறாரு. இத்தன வருஷமா அவரு எதையும் கேக்கல, ஆனா இப்ப நீங்க பக்கத்துலதான் இருக்கீங்கனு தெரிஞ்ச பின்னாடி அவரால கட்டுப்படுத்திக்க முடியல. எங்களோடவே வர்றேனு சொன்னாரு ஆனா அவரால வெளிய எல்லாம் வரமுடியாது சிரமப்படுவாரு அதனால நாங்கதான் வேண்டானு சொல்லி விட்டுட்டு வந்துட்டோம். இப்ப என்ன பண்ணலாம்" கேள்வியுடன் நிறுத்தினார். "என்ன பண்ணலாம்னா... என்ன பண்ணனும்னு சொல்லுங்க, பண்ணிறலாம்" முகுந்தன் பதிலளித்தார். "உங்களுக்கு விருப்பமிருந்தா... மனசுக்கு சரினு பட்டுச்சுன்னா... எங்க வீட்டுக்கு வாங்க... அங்க அப்பாவும், சித்தியும், உங்களுக்காக காத்திட்டு இருக்காங்க" சிவா முகுந்தனைப் பார்த்துக் கேட்டார்.

இந்த அழைப்பை அவர்கள் யாருமே எதிர்பார்க்காததால், அதிர்ச்சியில் ஒருவரை ஒருவர் பார்த்துக்கொண்டனர். பூர்ணா முகுந்தனையும், அதுல்யாவையும் மாறி மாறிப் பார்த்தாள்.

“உங்களுக்கு விருப்பம் இல்லேனா வேண்டாம். நாங்க கம்பல பண்ணல” சிவா மீண்டும் பேச, முகுந்தன் இடை மறித்தார் “அய்யோ அப்படி எல்லாம் இல்லீங்க. இப்பவே கிளம்பி வரணுமா, இல்ல எப்படினுதான் யோசிக்கிறோம்” “இன்னைக்கே கூட்டிட்டு வரப் பாக்குறோம்னுதான் அப்பாகிட்ட சொல்லிட்டு வந்துருக்கோம். சோ, முடிவ நீங்க பார்த்துக்குங்க” “சரிங்க வர்றோம்... ஒரு மணி நேரம் டைம் குடுத்தீங்கன்னா ரெடி ஆயிடுவோம். அப்படியே டாக்ஸிக்கும் சொல்லிடுவோம்” “டாக்ஸி எதுக்கு” “இல்லம்மா எல்லாரும் போகனும்னா வண்டி பத்தாதில்ல. எங்ககிட்டயும் காரெல்லா இல்ல” பூர்ணா பெரியம்மாவிற்கு பதிலளித்தாள்.

“இல்ல வெயிட் பண்ணுங்க... என்னோட கார் இன்னும் இங்கதான் இருக்கு வீட்டுக்கு யாரும் எடுத்துட்டு வரல அதுல போய்க்கலாம்” சொல்லிவிட்டு கமலி அலைபேசியை எடுத்து யாருக்கோ அழைத்தாள். “ம்ம் மாரியப்பன், என் வண்டிய வீட்டுக்கு அனுப்பீட்டீங்களா?.... இன்னும் இல்லையா. ... ஓ ஓகே ஓகே... அப்போ ஒன்னு செய்ங்க டிரைவர் எப்ப வருவாரு.... அப்படியா... ம்ம் சரி... அப்போ டிரைவர் வந்த உடனே எனக்குக் கால் பண்ணுங்க ஒரு வேலை இருக்கு. எங்கிட்ட பேசிட்டு அப்புறம் வண்டி எடுத்துட்டு வந்தா போதும். ம்ம் சரி” அழைப்பைத் துண்டித்துவிட்டுத் தொடர்ந்தாள். “வண்டி இங்கதான் இருக்கு டிரைவர் இனிமேல்தான் வருவார்னு சொன்னாங்க... சோ, நீங்க ரெடியான பின்னாடி அதுலயே போய்க்கலாம். ரெண்டு வண்டில எல்லாரும் போயிக்கலான்னு நினைக்கிறேன். என்னணா கரெக்டா,” சிவாவைப் பார்த்துக் கேட்டாள். “ம்ம் தாராளமா போகலாம்” சிவாவும் சம்மதம் சொல்ல “பின்ன என்ன போய்க் கிளம்புங்க...” பெரியம்மா அடுத்த உத்தரவை இட்டாள்.

கமலிக்கு அவளின் அம்மாவைப் பார்க்கும்போது ஆச்சரியமாக இருந்தது. வீட்டில் அழுது கொண்டே இருப்பதாய் அண்ணன் சொன்ன அம்மாவா இது? இங்கே வந்தது? முதல் எவ்வளவு நிதானமாய் நடந்து கொள்கிறாள். எங்கே இருந்து இவளுக்கு இப்படி ஒரு மனமாற்றம் வந்தது. இங்கே வந்ததும் எப்படியும் அழுது புரண்டு அரற்றுவாள் என்று நினைத்தால் அப்படியே எதிர்வாதமாக நடக்கிறாளே. நமக்கு வேலையே இல்லாமல் அனைத்தையும் சுமுகமாய் பேசி, பூர்ணாவையும் சமாதானப்படுத்தி, சித்தப்பா இறந்த செய்தியையும் அவளுக்குப் புரிய வைத்து அப்பப்பா நினைக்கவே மலைப்பாய் இருந்தது. இப்பொழுது

அனைத்தையும் நடத்தி, அவர்களையும் வீட்டிற்கு கிளம்ப வைத்தாயிற்று. இவளிடமிருந்து கற்றுக் கொள்ள நிறையவே இருக்கிறது. கமலி யோசித்துக் கொண்டிருக்கும் போதே அவளின் அம்மா கேட்டாள் "என்ன கமலி அப்படிப் பாக்குற" ஒன்றுமில்லை எனும்படி தலையை மட்டும் அசைத்தாள். மற்றவர்கள் கிளம்பிக் கொண்டிருக்க அபய் மட்டும் பாட்டியின் அருகில் அமர்ந்திருந்தான். அவனுக்கு அவர்களிடத்தில் பேசுவதா வேண்டாமா என்று இன்னும் குழப்பமாகவே இருந்தது.

★

21. ஒரு முடிவு

"சுபம்"
பல முடிவுகளின்
முடிவுச் சொல்..."

இரண்டு கார்களும் வீட்டின் வாசலில் சென்று நின்றபோது, கமலியின் அப்பா போர்ட்டிக்கோவில் அமர்ந்திருந்தார். கார் சத்தம் கேட்டதும் நிமிர்ந்து உட்கார்ந்தவர், தடியை ஊன்றி எழுந்திருக்க முயற்சி செய்தார். கொஞ்சம் தடுமாறினாலும் எப்படியோ எழுந்துவிட, சத்தம் கேட்டு வெளியே வந்த ராஜி சட்டென்று அவரைப் பிடித்துத் தாங்கிக் கொண்டாள். "யாரும்மா சிவாவா வந்துருக்கான்?" "ஆமாம் மாமா அவருதான்னு நினைக்கிறேன் ரெண்டு காரு வந்துருக்கு நம்மளுதும் கமலிதும்" "போகும்போது ஒரு கார்லதான போனாங்க இப்ப ரெண்டுல வர்றாங்களா?" "ஆமாம் மாமா, எனக்கும் என்னனு தெரியல" சிவாவின் அப்பா இப்பொழுது ஊன்றுகோலின் உதவியுடன் தனியாக நின்று கொண்டார். ராஜி அருகிலேயே நின்று கொண்டிருந்தாள்.

முதலில் தருண் காரை விட்டு இறங்கி பாட்டி இறங்குவதற்கு உதவி செய்தான். அடுத்தடுத்து கமலியும், சிவாவும் அவர்கள் வண்டியிலிருந்து இறங்கினர். "கமலி இந்த வண்டிலதான் வந்துருக்கு போல" "ஆமாம் மாமா" "அப்போ அதுல யார் இருக்கா" எதிர்பார்ப்புடன் நின்று கொண்டிருந்தார் அவர். கமலியின் காரிலிருந்து முதலில் முகுந்தன் இறங்க அவர் பின் ஒருவர் பின் ஒருவராக பூர்ணா, அதுல்யா, அபய் இறங்கினர்.

இயல்பாய் உள்ளே செல்ல அவர்களுக்குத் தயக்கமாய் இருக்க அப்படியே நின்று கொண்டிருந்தனர். இப்பொழுதும் பெரியம்மாதான் முன் வந்தாள் "வாங்க உள்ள வாங்க ஏன் அங்கயே நின்னுட்டீங்க. ராஜி இங்க வாமா" ராஜி வேகமாய்ப்

படியிலிறங்கி அவரிடத்தில் வந்தார். "அவங்கள உள்ள கூட்டிட்டு வாமா" ராஜி அவர்களருகில் சென்று அழைத்து வந்தாள்.

போர்ட்டிகோவின் அருகில் பெரியப்பாவைப் பார்த்ததும் பூர்ணாவிற்கு அதற்குமேல் கால்கள் நகரவில்லை. "பெரியப்பா..." அவர் மெதுவாய் நகர்ந்து பூர்ணாவை நிமிர்ந்து பார்த்தார். பூர்ணா நேராகச் சென்று அவரின் காலில் விழுந்தாள். "பெரியப்பா என்ன மன்னிச்சுருங்க..." அவர் குனிந்து தள்ளாடியபடி, அவளை நிமிர்த்த ராஜி துணைக்கு அருகிலேயே நின்றாள். பின்னர் பூர்ணா எழுந்து அவரின் முன்பு தலைகுவிந்தவாறு நின்று கொண்டிருந்தாள். "எப்படிம்மா இருக்க..." "நல்லா இருக்கேன் பெரியப்பா..." சொல்லும்போது மீண்டும் கண்களில் நீர் கோர்த்தது. "சரி போ உள்ள போ எல்லாரும் உள்ள நடங்க..." சொல்லிவிட்டு உள் நோக்கிக் கையைக் காண்பித்தார். அதுல்யா, அபய் உட்பட அனைவரும் உள்ளே செல்ல முகுந்தன் மட்டும் பின் தங்கியவாறு பெரியவரின் அருகில் சென்றார்.

"எப்படி இருக்கீங்க ஐயா..." முகுந்தன் கேட்க, கஷ்டப்பட்டு நிமிர்ந்து பார்த்தவர் சற்று நிதானித்தார் "ம்ம்ம் நல்லா இருக்கேன். நீங்க எப்படி இருக்கீங்க..." "நல்லா இருக்கேன் ஐயா. உங்ககிட்டத்தான் மன்னிப்பு கேட்கனும்னு ரொம்ப நாளா நினைச்சுட்டு இருக்கேன். உங்க நம்பிக்கைய எல்லாம் கெடுத்து உங்க புள்ளைய உங்ககிட்ட இருந்து பிரிச்சதுக்கு என்னய மன்னிச்சிருங்க" பெரியவரின் கையைப் பிடித்துக்கொண்டு பேசினார் முகுந்தன். அவர் குரலில் உண்மையாகவே மன்னிப்புக் கேட்கும் பாவனை இருந்தது. "எல்லாம் நடந்து முடிஞ்சுருச்சு இனி பேசி என்ன பிரயோஜனம்? உள்ள வாங்க போலாம்" "ஐயா உங்களுக்கு கோவம் இன்னும் இருந்தா, ரெண்டு அடி வேணும்னாலும் அடிச்சுக்குங்க" முகுந்தனை நிமிர்ந்து பார்த்தார் பெரியவர்.

"தம்பி அடிவாங்குற வயசுல நீங்க இல்ல, அடிக்குற தெம்பும் எனக்கு இல்ல. வயசாயிடுச்சு தம்பி, இனியும் கோவத்தையும், ரோஷத்தையும் வெச்சுகிட்டு என்ன பண்ணப் போறேன் சொல்லுங்க. பார்த்த வரைக்கும் போதும் தம்பி. இனி நாங்க பெத்ததெல்லாம் நல்லா இருக்கறதப் பார்த்தாப் பத்தாதா. இது ஒன்னுதான் எங்க இருக்குனே தெரியாம நெஞ்சு அடிச்சுகிட்டே இருந்துது. இப்ப அதயும் கண்ணுல பார்த்தாச்சு. இனி என்ன என் கட்ட சந்தோஷமாப் போகும் அவ்வளவுதான்." "இப்பதானய்யா நாங்க வந்துருக்கோம்

அதுக்குள்ள ஏன் போறதப் பத்தி பேசுறீங்க" "போறதப்பத்தி பேசுறப்பயே நீங்க வந்துட்டீங்களேன்னு நினைச்சுதான் நான் சந்தோஷப்படுறேன். போன பின்னாடி வந்துருந்தா, என்ன பிரயோஜனம் சொல்லுங்க?" முகுந்தன் எதுவும் பேசாமல் தலை குனிந்து நின்றார்.

"வாங்க உள்ள போலாம்" பெரியவர் முகுந்தனை அழைத்துக்கொண்டு மெதுவாக நடந்து வீட்டினுள் சென்றார். முகுந்தனும் அவரைப் பின்பற்றி அவருடனே நடந்து உள்ளே சென்றார். உள்ளே இருந்த பெரிய வரவேற்பறையில் இருந்த சோபாக்களில் அனைவரும் அமர்ந்திருந்தனர். பூர்ணா சுற்றும் முற்றும் பார்த்துக் கொண்டிருந்தாள். பெரியம்மா அவளின் எதிரில் அமர்ந்திருந்தார். "என்ன பூர்ணா பாக்குற..." "பெரியம்மா... அம்மா..." பூர்ணா இழுத்தாள். "உங்கம்மா இங்கதான் இருக்குறா. உள்ள ரூம்ல இருப்பா. அவ வெளில எல்லாம் எங்கயும் வர்றதில்லன்னு சொன்னேன்ல அதான். ராஜி பூர்ணாவ கூட்டிட்டு போமா சின்னத்த ரூமுக்கு" பூர்ணா தயங்க "சரி வா, நானும் வர்றேன்" பெரியம்மா எழுந்து வந்தார். ராஜி அங்கேயே நின்றுகொள்ள பூர்ணாவும், பெரியம்மாவும் எழுந்து அவளின் அம்மாவின் அறை நோக்கி நகர்ந்தனர்.

பெரியப்பா உள்ளே சென்று அமர்ந்தவர் அதுல்யாவையும், அபயையும் பார்த்தார். "என்ன பேரு உங்க ரெண்டு பேருக்கும்" "பொண்ணுப் பேரு அதுல்யா, பையன் பேரு அபய்" முகுந்தன் பதிலளித்தார். "இங்க வாங்க" இருவரையும் அவர் அருகில் அழைத்தார் இருவரும் எழுந்து வர பக்கத்தில் இருந்த சோபாவைக் கை காட்டி இங்க உக்காருங்க என்றார். இருவரும் அவரருகில் அமர்ந்தனர். "என்ன படிக்கிறீங்க..." "நான் காலேஜ் போறேன், இவன் ஸ்கூல் படிக்கிறான்" "எத்தனாவது படிக்கிற..." "ஒன்பதாவது..." அபய் பதிலளித்தான், "ம்ம்ம் நீ என்ன படிக்கிற..." "நான் ஹோட்டல் மேனேஜ்மென்ட் படிக்கிறேன்.." "நீ தான் கமலி கிட்ட வேலை செய்யறயா" "ஆமாங்க" என்றாள் அதுல்யா. "அது என்ன ஆமாங்க, ஆமாங்க தாத்தானு சொல்லு சரியா. நான் தான் உன்னோட தாத்தா... ம்ம்" சரியென்று தலையாட்டினாள் அதுல்யா. "தலையாட்டக்கூடாது வாயத் தொறந்து சொல்லனும். எங்க சொல்லு ஆமாங்க தாத்தா" "ஆமாங்க தாத்தா" அதுல்யா சிரித்துக்கொண்டே கூறினாள். "ம்ம் அப்படித்தான்..." என்றுவிட்டு "டேய் பயலே இங்க பாரு" என்றார் அபயைப் பார்த்து.

அபய் திரும்பிப் பார்க்க "ஆமா உனக்கு மீசை முளச்சிடுச்சா" "இன்னும் இல்ல" "இன்னும் இல்லயா" ம்ம்ஹ்ஹ்ம்ம் என்றான் அபய். "அடப்போயா இன்னும் மீசையே முளைக்கலயா உனக்கு. பொடிப்பயலா நீ" அபய் வெட்கத்துடன் தலை குனிந்து கொண்டான். "சரி நான் ஒன்னு சொல்றேன் கேப்பயா" அபய் நிமிர்ந்து பார்க்க "சொல்லுங்க தாத்தானு சொல்லு அப்பத்தான் சொல்லுவேன்" "சொல்லுங்க தாத்தா.." "ம்ம்ம் இது எவ்வளவு நல்லா இருக்கு. நீ இன்னும் கொஞ்சம் பெருசாகும்போது உனக்கு மீச வரும்ல" "ஆமாம்" "அப்போ என்ன மாதிரி பெரிய மீசையா வளர்த்துக்க சரியா?" அபய் சிரிக்க "நிஜமாத்தான் சொல்றேன். இளம் வயசுல என் மீச இன்னும் பெருசா இருக்கும் வேணும்னா உங்க அப்பாகிட்ட கேட்டுப் பாரு" அபய் முகுந்தனைப் பார்க்க அவர் ஆமென்று தலையசைத்தார் "என்ன வெக்கறயா" "ம்ம் வைக்குறேன்" தலையசைத்தான் அபய். பெரியவர் பொதுவாய் சிரித்து வைத்தார்.

இரண்டு நாட்களாய் வீட்டிலிருந்த இறுக்கம் குறைந்ததில் சிவாவுக்கும் மனம் கொஞ்சம் இலகுவாய் இருந்தது. இருப்பினும் இந்தப் புது உறவுகளை மீண்டும் எப்படிக் குடும்பத்துக்குள் சேர்ப்பது? என்பதுதான் கேள்விக்குறியாக இருந்தது. பல வருட இடைவெளி குழந்தைகள் எல்லாம் ஒருவரை ஒருவர் அறியாமலேயே வளர்ந்து பெரியவர்களாகிவிட்டிருந்தனர். இனி இவர்களுக்குள் ஒரு உறவுக் கட்டமைப்பு சாத்தியமா. அடுத்ததாகப் பெரியதாய் நிற்பது கமலியின் குடும்பம். குருவின் வீட்டில் குருவுக்கு மட்டுமே பூர்ணா குறித்துத் தெரியும். அவரின் தாய் தந்தைக்கு எந்த விஷயமும் தெரியாது. இனி இதைச் சொல்லும்போது அவர்கள் அதை எப்படி எடுத்துக் கொள்வார்கள். ராஜியின் வீட்டுல பிரச்சினை இல்லை அவர்களுக்கு எல்லாமும் தெரியும். சிவாவின் திருமணத்தின்போது சித்தப்பா உயிருடன்தான் இருந்தார். அவரின் மரணம் அதற்குப் பின்புதான்.

தருண், யாழினி, அகில் மூவரும் அதுல்யா, அபயை எப்படி எதிர்கொள்ளப் போகிறார்கள் இவர்கள் மூவருக்கும் அதுல்யாவின் அறிமுகம் ஏற்கெனவே உண்டு பிரச்சினை இல்லை ஆனால் அபய். சிவாவின் மனதுக்குள் கேள்விகள் குடைந்து கொண்டிருந்தன. உள்ளே பூர்ணா அவளின் அம்மாவின் அறைக்கு முன்பு நின்று கொண்டிருந்தாள். அருகில் பெரியம்மா இருந்தார். "என்ன, உள்ள போ இங்கதான் உங்கம்மா இருக்கா" பூர்ணா எதுவோ ஒன்று

கட்டிப் போட்டது போன்று அசையாமல் நின்று கொண்டிருந்தாள். சற்றுப் பொறுத்துப் பார்த்துவிட்டு பெரியம்மா தானே கதவைத் திறந்து கொண்டு உள்ளே நுழைந்தார். அங்கே கட்டிலின் மேல் அமர்ந்து கொண்டிருந்த பூர்ணாவின் அம்மா மங்கை, கதவு திறக்கும் சத்தம் கேட்டுத் திரும்பிப் பார்த்தார்.

கதவினருகில் பெரியம்மா நின்று கொண்டு பூர்ணாவை உள்ளே அழைத்துக் கொண்டிருந்தார் "வா உள்ள வா..." யாரை அழைக்கிறார்? என்று மங்கை எட்டிப் பார்க்க, பூர்ணா மெதுவாய் உள்ளே நுழைந்தாள். மங்கை இதை எதிர்பார்க்கவில்லை. நேற்றிலிருந்து வீட்டில் நடக்கும் விஷயங்கள் அவருக்குத் தெரியும் என்றாலும், இன்று இப்படி பூர்ணா அவரின் முன்பு நேராய் வந்து நிற்பாளென்று அவர் சற்றும் எதிர்பார்க்கவில்லை. அதிர்ச்சியடைந்தவராகக் கட்டிலில் இருந்து எழுந்து நின்றார். பூர்ணா அவரின் அம்மாவைப் பார்த்துக்கொண்டே மெதுவாய் நடந்து உள்ளே சென்று அவரின் முன் நின்றாள். "அம்மா..." பூர்ணா கண்ணீருடன் அழைக்க, மங்கை நேருக்கு நேராய் பூர்ணாவைப் பார்த்து சப்பென்று கன்னத்தில் அறைந்து விட்டார். அவர் இப்படிச் செய்வாரென்று யாரும் எதிர்பார்க்கவில்லை.

பெரியம்மா பதறிப் போனார். "என்ன செய்யற மங்க? புள்ளய எதுக்கு இப்ப அடிக்குற" பெரியம்மா பூர்ணாவைத் தாங்கிப் பிடித்தார். பூர்ணா தலை குனிந்தவாறே கன்னத்தைத் தடவிக்கொண்டு நின்றார். கண்ணீர் தன்னிச்சையாக கன்னத்தை நனைத்துக் கொண்டிருந்தது. கொஞ்சம் பொறுத்து தன்னை நிலைநிறுத்திக்கொண்டு, நிம்ர்ந்து தன்னுடைய அம்மாவைப் பார்த்தார். அவர் கோபம் கொப்பளிக்க பூர்ணாவை எரிப்பது போல் பார்த்துக் கொண்டிருந்தார். "அம்மா..." மீண்டும் பூர்ணா அழைக்க, இம்முறை அறை மறுகன்னத்தில் விழுந்தது. பெரியம்மா பதறிவிட்டார். "என்ன மங்க, உனக்குப் பைத்தியம் கிய்த்தியம் புடிச்சுருச்சா? இத்தன வருஷம் கழிச்சு புள்ள வந்துருக்கு நாலு வார்த்த பேசுலேனாலும் பரவாயில்ல இப்படி மாத்தி மாத்தி அறைஞ்சுட்டே இருக்க" பெரியம்மாவின் வார்த்தைகளில் கோபம் கொப்பளித்தது.

மங்கை இன்னும் பூர்ணாவை எரித்துவிடுவதுபோல்தான் பார்த்துக் கொண்டிருந்தார். பூர்ணா தலை குனிந்தவாறு கண்ணீர் சிந்திக் கொண்டிருந்தாள். பூர்ணா நீ உக்காரு இந்தா இங்க உக்காரு" பெரியம்மா அங்கிருந்த நாற்காலி ஒன்றின் அருகில் அவளை

அழைத்துச்சென்று அமர வைத்தார். "நானும் பார்த்துக்கிட்டே இருக்கேன் வந்த புள்ளயப் போட்டு இப்படி அடிக்குற" புலம்பிக்கொண்டே அங்கிருந்த தண்ணீர் பாட்டிலைத் திறந்து கொஞ்சம் தண்ணீரைப் பூர்ணாவைக் குடிக்க வைத்தார். பூர்ணா கொஞ்சம் குடித்துவிட்டு மீண்டும் அமைதியாக அமர்ந்து கொண்டாள். "அக்கா நீங்க கொஞ்சம் வெளில இருங்க" மங்கை கூற பெரியம்மா முழித்தார். "கொஞ்சம் இருங்கக்கா நான் கூப்பிடறேன்" "எதுக்கு என்ன வெளில அனுப்பிட்டு புள்ளய நீ எதாச்சும் பண்ணிட்டா" "ஒன்னும் பண்ணமாட்டேன், நீங்க போங்க" பெரியம்மா பூர்ணாவைப் பார்த்துக் கொண்டே எழுந்து வெளியில் சென்றார்.

வெளியில் சென்றவர் கதவைச் சாத்திவிட்டு அங்கேயே நின்று கொண்டார். அவருக்கு பூர்ணாவை மங்கை எதாவது செய்துவிடுவாளோ என்ற பயம் இன்னமும் இருந்தது. பூர்ணாவும் உள்ளே பயத்துடன்தான் அமர்ந்திருந்தாள். எழுந்து பூர்ணாவின் அருகில் வந்த மங்கை சற்று நேரம் அவளையே வெறித்துப் பார்த்துக்கொண்டிருந்தாள். முகத்தில் அன்பிற்கு பதிலாய் கோபம் மண்டிக் கிடந்தது. இத்தனை வருடமாய் உள்ளேயே அடைபட்டு வதைத்துக் கொண்டிருந்தது வெளியே வரத்துடித்தது. இருப்பினும் அவர் தன்னைக் கட்டுப்படுத்திக் கொண்டு பேசத் தொடங்கினார். "எங்கடி வந்த..." பூர்ணாவிற்கு என்ன சொல்வதென்றே தெரியவில்லை கண்ணீருடன் அமைதியாக நிமிர்ந்து பார்த்தாள் "எங்க வந்தேனு கேட்டேன்..." "அம்மா... " "அம்மாவா என்னடி அம்மா... இப்பத்தான் தெரியுதோ அம்மானு இவ்வளவு நாளாத் தெரியலயோ?" பூர்ணா எதுவும் பேசாமல் அழுதுகொண்டே உட்கார்ந்து கொண்டிருந்தாள்.

"உனக்கு என்ன குறைச்சல் வெச்சோம்னு இங்கிருந்து ஓடுன? ஓடுறதுக்கு முன்னாடி கொஞ்சமாச்சும் எங்களப் பத்தி யோசிச்சயாடி? ஒண்ணே ஒண்ணு கண்ணே கண்ணுனு பெத்து ஆசையா வளர்த்தேனே அதுக்கு நீ செஞ்ச கைமாறு எத்தன பெருசு? உன்னோட ஆசைக்கு உங்க அப்பனக் காவு வாங்கிட்டயேடி. அந்த மனுஷன் என்ன பாவம் பண்ணுனாறு? உன்னப் பெத்து வளர்த்ததுக்கு தண்டனையாடி! உன் பெரியப்பா எவ்வளவு பெரிய மனுஷன் ஊர்ல எத்தன மரியாதையோட வாழ்ந்தாரு அவரையும் தல குனிய வெச்சுட்டயேடி. அந்த புள்ளைக ரெண்டையும் எப்படி வளர்த்தமோ அப்படித்தானே உன்னையும் வளர்த்தோம். உனக்கு மட்டும் இந்தப் புத்தி எங்கிருந்து வந்துச்சு? அவங்களுக்குப்

போட்ட அதே சாப்பட்டத்தான உனக்கும் போட்டோம். எதாச்சும் வேறுபாடு காமிச்சமாடி?” பூர்ணா மங்கையின் கேள்விகள் எதற்குமே பதிலளிக்காமல், அமைதியாகவே இருந்தாள். கண்ணிலிருந்து கண்ணீர் மட்டும் வழிந்து கொண்டேயிருந்தது.

“எத்தன ராத்திரி தூக்கமில்லாம, எத்தன பகலு சோறு எறங்காம கஷ்டப்பட்டுருப்போம் தெரியுமா. போனவ ஒரு நடையாச்சும் வந்து பார்த்தயா? இருக்கமா, செத்தமானாவது சிவாவும், கமலியும் இல்லைனா எங்க நிலமை என்ன ஆயிருக்கும்ன்னு நினைச்சுப் பாரு. அதுலயும் உங்கப்பன் ஊருக்குப் போயிட்டு வந்ததும் அங்க உள்ளவன் எது எதையோ சொன்னானு, அன்னைக்கு ராத்திரியே வந்து மருந்தக் குடிச்சுட்டாரு. அந்த மனுஷனும் உன்ன மாதிரியே சுயநலமாத்தான் இருக்காரு. சரி அந்த ஆளு ரத்தம் தானே உன் உடம்புலயும் ஓடுது... அதான் அப்பனும் புள்ளயும் ஒரே மாதிரி யோசிச்சிருக்கீங்க. உங்கள மாதிரியே சிவாவும் யோசிச்சிருந்தா என் நிலமை என்ன? இந்நேரத்துக்கு எங்கயாச்சும் ரோட்டுல பொறுக்கீட்டு இருந்துருப்பேன் இல்லைனா ஆத்துலயோ, குளத்துலயோ விழுந்து செத்துப்போயிருப்பேன். அன்னைக்கெல்லாம் இல்லாதவ இன்னைக்கு மட்டும் எதுக்குடி வந்த? இன்னைக்குத்தான் பெரியம்மா, பெரியப்பா, அம்மா எல்லாரும் கண்ணுத் தெரியிறமோ”

மங்கை மூச்சு வாங்க, பேசி முடித்துவிட்டு மீண்டும் கட்டிலின் மீது அமர்ந்து கொண்டார். பூர்ணா இன்னமும் தலையைக் குனிந்தவாறே அமர்ந்திருந்தாள். இருவரிடையே மேலும் சிறிது நேரத்திற்கு அமைதி நிலை கொண்டிருந்தது. “அம்மா... நீ சொல்றது எனக்குப் புரியுது ஆனா என்னோட நிலமையையும் யோசிச்சுப் பாறேன்” “என்னடி பெரிய நிலம” “அம்மா நான் ஒருத்தர மனசால நெனச்சுட்டு இருக்குறப்போ, நீங்க பாட்டுக்கு இன்னொருத்தர் கூட கல்யாணம் முடிவு பண்ணுனா நான் என்ன பண்ணுவேன் சொல்லுங்க?” “ஓஹோ பெத்தவங்கள விட, பார்த்துப் பார்த்து வளர்த்தவங்கள விட உனக்கு எவனோ ஒருத்தன் பெருசா போயிட்டான்ல” “அம்மா அவங்க உனக்கு வேணும்னா யாரோவா இருக்கலாம் ஆனா எனக்கு அப்படி இல்லைல. நீங்க எல்லாரும் என்ன விட்டு விலகிப் போனப்ப என்ன ஒரு வெறுமை சூழ்ந்து நின்னப்ப, அவருதான துணையா நின்னாரு” “அப்படி என்ன உன்னயத் தனியா விட்டுட்டோம் நாங்க?” இன்னமும் கோபம் குறையாமல் நெற்றி சுருங்க பூர்ணாவைப் பார்த்துக் கேட்டார் மங்கை.

“என்னத்த விடுலேனு சொல்லுங்க. கூடவே சுத்திட்டு இருந்த சிவாவும், கமலியும் திடீர்னு விட்டுட்டு மேல் படிப்புப் படிக்கப் போறேனு போயிட்டாங்க. விளையாட்டா பேசிக்கிட்டு இருந்த அப்பாவும், பெரியப்பாவும், விவசாயத்துல மூழ்கிட்டாங்க, என்னக் கண்டுக்கவே இல்ல. நீயாச்சும் காலேஜ் போனப்ப கொஞ்ச நாள் கூட வந்துட்டு இருந்த அப்புறம் நீயும் நின்னுட்ட. அப்ப நான் என்ன பண்ணுவேன் சொல்லு. அப்ப அவருதான் என் கூட வந்தாரு, பேசுனாரு, சிரிக்க வெச்சாரு அதுக்குமேல அந்த வயசுல எனக்கு என்ன வேணும். அப்ப என் மனசு தானாவே அவரு பக்கம் போகத்தானே செய்யும். நான் யோசிச்சது சுய நலம்னா நீங்க செஞ்சதுக்குப் பேரு என்ன? உங்களுக்கு அப்ப உங்களோட கௌரவம், உங்களோட ஜாதி, அந்தஸ்து இதெல்லாம்தானே பெருசா இருந்துச்சு. உங்க பொண்ணோட ஆச உங்க கண்ணுக்குத் தெரியவே இல்லைல. எனக்கு என்ன பிடிக்கும், எனக்கு என்ன வேணும்னு யோசிக்கனும்னு கூட உங்களுக்குத் தெரியலைல்ல” பூர்ணா பேசிக்கொண்டே போனாள்.

“ஆமாம், நான் தப்புதான் பண்ணிட்டேன், இல்லேனு சொல்லல. ஆனா அதுக்குப் பின்னாடி அத உணர்ந்து எத்தன தடவ மன்னிப்புக் கேக்க முயற்சி பண்ணேன் யாராச்சும் எங்கிட்ட முகம்கொடுத்துப் பேசுனீங்களா? இல்ல நான் பேசுனதத்தான் கேட்டீங்களா. நீங்க ஊருல இருந்தவரைக்கும் எத்தன தடவ வீட்டுக்கு ஃபோன் பண்ணிருப்பேன். பக்கத்து டவுனுக்கு அப்பா வரும்போதெல்லாம் எத்தன தடவ பாத்துப் பேச பாத்துருப்பேன்! ஒரு தடவையாவது என்கிட்ட பேசிருக்கலாம்ல. நான் என்ன சொல்ல வந்தேனாச்சும் கேட்டுருக்கலாம்ல. ஆனா நீயோ, அப்பாவோ எதாச்சும் செஞ்சீங்களா சொல்லு. ஏன் ஃபோன் பண்ணுறப்போ நீயே எத்தன தடவ எடுத்துட்டு என் குரல கேட்டுட்டு கட் பண்ணிருப்ப சொல்லு?” மங்கைக்கு என்ன பதில் சொல்வதென்றே தெரியவில்லை. “இதெல்லாம் பத்தாதுன்னு நம்ம சொந்தக்காரங்க யார் கிட்ட உங்களப் பத்தி விசாரிச்சாலும் எதுவும் சொல்லக் கூடாதுன்னும், நான் செத்துப்போயிட்டதா நீங்க நினைச்சுகிட்டீங்கன்னும் சொல்லி வெச்சுட்டீங்க. இத்தனையும் செஞ்சுட்டு அப்புறம் இத்தன நாளா ஏன் வந்து பாக்கலேனு கேட்டா நான் என்னமா பதில் சொல்லுவேன்”

வெளியே கதவினருகில் நின்று கொண்டிருந்த பெரியம்மாவிற்கு பூர்ணாவின் இந்தப் பேச்சு அதிர்ச்சியளிப்பதாய் இருந்தது. இந்தப்

பொண்ணு மனசுக்குள்ள இத்தனைய வெச்சுட்டு இருந்துருக்கே என்று மெதுவாக வாய்விட்டுப் புலம்பிக் கொண்டிருந்தார். அதிலும் அவள் சொன்ன பாதி விஷயங்கள் அவருக்கே புதிது. தன் வீட்டு ஆட்கள் இப்படி எல்லாம் செய்தது குறித்து அவருக்குக் கொஞ்சமும் தெரிந்திருக்கவில்லை என்பதே நிஜம். புலம்பிக்கொண்டே திரும்பும் போதுதான் அவரருகில் கமலியும் நின்று கொண்டிருப்பது தெரிந்தது. பூர்ணா பேசுவதைக் கேட்டு கமலியின் கண்களில் தன்னிச்சையாக கண்ணீர் வழிந்து கொண்டிருந்தது. மனக்கண்ணில் அவளின் திருமணத்திற்கு சில மாதங்கள் முன்பு தோழி ஒருத்தியைச் சந்தித்ததும், அவள் பூர்ணா குறித்து அவளிடத்தில் பேசியதும் ஞாபகம் வந்தது. அதற்குச் சில நாட்கள் முன்பு எங்கோ அந்தத் தோழியைச் சந்தித்திருந்த பூர்ணா, அவளிடத்தில் கமலியைக் குறித்து விசாரித்ததையும், என்றாவது அவர்கள் குடும்பம் இருக்கும் இடமோ, அல்லது தொலைபேசி எண் குறித்தோ விவரம் தெரிந்தால் சொல்லும்படியும் கேட்டுக்கொண்டதாய் அவள் கூறியதும் ஞாபகத்தில் வந்தது.

அன்று இருந்த கோபத்தில் கமலி அவள் கூறியதைப் பெரிதாய் எடுத்துக்கொள்ளவில்லை. ஆனால் இன்று பூர்ணா அதையெல்லாம் குறித்துப் பேசும்போதுதான், தான் எத்தனை சிறுபிள்ளைத் தனமாய் நடந்துகொண்டிருக்கிறோம் என்பது புரிந்தது. நாள் முழுவதும் உறுதியாய் நின்றவள் தளர்ந்துபோனதைக் கண்டு அவளின் அம்மாவிற்கும் அதிர்ச்சியாய் இருந்தது. தன் முந்தானையால் அவளின் கண்ணீரைத் துடைத்துவிட்டார். "அம்மா நாமளும் தப்புப் பண்ணிட்டமாம்மா அவளோட கோணத்துல யாருமே யோசிக்கலையே" கமலி கேட்க, அவளின் அம்மா முந்தானையால் வாயை மூடி அழுதாள். பின்னர் தன்னைத் தானே சுதாரித்துக் கொண்டு மகளையும் அங்கிருந்து டைனிங் டேபிளிற்கு அழைத்துச் சென்று அமர வைத்தாள். உள்ளே தாயும் மகளும் அழுது முடித்துச் சமாதானம் ஆக சற்று நேரம் பிடித்தது.

சமாதானம் ஆன பின்தான், மங்கை பூர்ணாவின் குடும்பம் குறித்துக் கேட்டார். "ஒரு பொண்ணு, ஒரு பையன், பொண்ணு காலேஜ் போறா, பையன் ஒன்பதாவது படிக்கிறான்" "அப்படியா வந்துருக்காங்களா அவங்களும்" "ஆமாம்மா வந்துருக்காங்க, முன்னாடி இருக்காங்க. வர்றீங்களா போலாம்" கொஞ்சம் யோசித்த மங்கை "சரி வா, போலாம்" என்று கிளம்பினார். பூர்ணாவும்,

மங்கையும் ஒன்றாக அறையிலிருந்து வெளியில் வந்தனர். வெளியே வந்த மங்கை பூர்ணாவுடன் சேர்ந்து நேராக வரவேற்பறை நோக்கிச் சென்றாள். அவள் அந்த வீட்டின் வரவேற்பறைக்குச் சென்றதை விரல் விட்டு எண்ணிவிடலாம் எத்தனை முறை சென்றாளென்று. அப்படியிருக்கையில், இது அங்கிருந்தவர்களுக்கு ஆச்சரியத்தையே கொடுத்தது. மங்கையைக் கண்டதும் முகுந்தன் எழுந்துகொள்ள "உட்காருங்க, உட்காருங்க" என்றாள் மங்கை. பூர்ணா தனது மகள், மகன் இருவரையும் அவளுக்கு அறிமுகப்படுத்தினாள். இருவரையும் மங்கை தொட்டுத் தழுவி உச்சி முகர்ந்தார்.

கமலி சிவாவைத் தனியாகக் கூட்டிச் சென்று பூர்ணா, மங்கையிடம் பேசிக்கொண்டிருந்த விஷயத்தைக் குறித்துப் பேசிக்கொண்டிருந்தாள். சிவாவிற்கும் எங்கேயோ நாமும் தப்புச் செய்துவிட்டோம் என்ற எண்ணம் லேசாகத் தோன்றியது. வீட்டில் புதியவர்களின் வரவால் ஏற்பட்ட சூழ்நிலை இறுக்கம் குறைந்து கொஞ்சம் கொஞ்சமாக மாறிக்கொண்டிருந்தது. அபய் தருணின் அருகில் வந்தமர்ந்து அவனிடம் ஏதோ பேசிக்கொண்டிருந்தான். தருணும் இயல்பாக அதற்கு பதிலளித்துக்கொண்டிருந்தான். அதைப் பார்க்கையில் சிவாவிற்குக் கொஞ்சம் நிம்மதியாக இருந்தது. அனைவரும் ஒருவருக்கொருவர் இயல்பாகப் பேசிக்கொண்டிருந்தனர். ராஜி அவர்களைச் சாப்பிடுமாறு அழைக்க, அவர்கள் மறுத்துவிட்டனர். எனவே அவசரமாக கொஞ்சம் இனிப்புப் பலகாரங்கள் செய்து அனைவருக்கும் சாப்பிடக் கொடுத்தாள். சாப்பிட்டு விட்டு அவர்கள் அங்கிருந்து கிளம்ப முடிவு செய்தனர்.

சிவா தருணை அழைத்து அவர்களை வீட்டில் விட்டு விட்டு வருமாறு பணிக்க, தருணும் கிளம்பினான். உடனே கமலியும் அவர்களிடம் விடைபெற்று அங்கிருந்து கிளம்பினாள். கிளம்பும் முன், பூர்ணாவின் அருகில் சென்றவள் "பூர்ணா எனக்கு என்னமோ உன் கிட்ட மன்னிப்புக் கேக்கனும்னு தோணுது, என்ன மன்னிச்சிரு" என்றாள். பூர்ணா அதிர்ச்சியாகி "என்ன கமலி எதுக்கு இப்படியெல்லாம் பேசுற" என்றாள். கமலி அப்படியே அவளைத் தனியாக அழைத்துச்சென்றாள் "தெரியல பூர்ணா, எனக்குத் தோணுச்சு அவ்வளவுதான். ஆல்சோ, எனக்கு இன்னோன்னு சொல்லனும்னு தோணுது. நீ உன் பொண்ண நல்லா வளர்த்துருக்க. செம தைரியசாலியா எதுக்கும் பயப்படாம.

இப்படித்தான் வளக்கனும் தெரியுமா" பூர்ணா நன்றியுடன் அவளைப் பார்த்தாள். "எனக்கு காலேஜ்ல அவளப் பார்த்த உடனே அவளோட திறமை தெரிஞ்சு புடிச்சுதான், செலக்ட் பண்ணேன். அதுக்கப்புறம் அவ வேலை செஞ்சப்ப, புத்தகங்களைத் தேர்ந்தெடுத்து வாசிச்சப்ப கொஞ்சம் கொஞ்சமா என்னோட நெருக்கமானா. ஆனா இன்னைக்கு காலைல வீட்ல பேசுனா பாரு பேச்சு. அம்மா பத்திரகாளி மாதிரி நின்னா. அப்ப எனக்கு அவ மேல கொஞ்சம் வருத்தம் இருந்தாலும், அப்புறம் யோசிச்சாதான் அவ பேசுனது எவ்வளவு சரினு தெரியுது. ரொம்ப சந்தோஷமா இருக்கு பூர்ணா. அப்புறம் இன்னொன்னு சொல்லனும்னு நினைச்சேன் அதுல்யாதான் நம்ம வீட்டுக்கு வந்துருக்கா இப்போதான எல்லாம் தெரிஞ்சுருக்கு நீங்க எல்லாரும் ஒரு நாள் வீட்டுக்கு வாங்களேன் இல்லேனா இப்பக் கூட வாங்களேன் போயிட்டுப் போலாம்"

"இல்ல கமலி, நீ கூப்பிட்டதே ரொம்ப சந்தோஷமா இருக்கு. ஆனா தப்பா நினைச்சுக்காத இன்னைக்கு வர முடியாது. உனக்கே தெரியும் நாளைக்கு திங்கள்கிழமை. வேலைக்குப் போகணும். நேத்து இருந்து நடந்த விஷயங்களால வீட்ல ஒரு வேலையும் நடக்கல இனிமே போய்த்தான் எல்லாமும் செய்யனும். நாங்க கண்டிப்பா வர்றோம். அடுத்த வாரம் சரியா. நீ புரிஞ்சுப்பேனு நம்புறேன்" "ம் ஓகே புரியுது... சரி அடுத்த வாரம் ஞாயிற்றுக்கிழமை ஃபிக்ஸ்ட் ஓகே வா" "ம்ம் ஓகே" சிரித்துக் கொண்டே சொன்னாள் பூர்ணா. அனைவரும் அனைவரிடமும் விடைபெற்றுக் கிளம்ப சிவாவின் குடும்பத்தினர் வாசல் வரை வந்தனர். அவர்களை வழியனுப்பி வைக்க. வெளியே வந்த பெரியப்பா எல்லோருக்கும் பொதுவாய்ப் பேசினார்.

"உடம்புல வயசும், தெம்பும் இருந்தப்ப புள்ளைகள விட எது எதுவோ பெருசாத் தெரிஞ்சுது. இப்ப வயசாகி மூலைல கிடக்குறப்பத்தான் எல்லாமும் தெரியுது. எதைஎதையோ எவனெவனையோ பெருசா நினைச்சு பிள்ளைகள விட்டுர்றோம். முடியாம கெடக்குறப்ப அப்பப் பெருசா நினைச்ச எதுவுமே துணைக்கு வர்றதில்ல பெத்ததுகதான் வருது. இப்பத்தான் புரியுது பெத்த புள்ளைகள விடவும், அவங்களைப் புரிஞ்சுக்கறத விடவும் எதுவும் பெருசில்லேனு. எங்க காலம்தான் இப்படியே போயிடுச்சு. நீங்களாவது புள்ளைகளப் புரிஞ்சுகிட்டு ஒரு வாழ்க்கைய வாழப் பாருங்க. அதுதான் எப்பவுமே நமக்கு நல்லது" அவர்

பேசி முடிக்கும்போது கமலியின் கண்களில் காரின் அருகில் நின்றுகொண்டு இவர்களுக்காகக் காத்திருக்கும் தருண் தான் தெரிந்தான். தருணைத் தாண்டிய அனைத்தும் அப்பொழுது அவளுக்கு மங்கலாய்த் தெரிந்து மறைந்து போவதைப் போல இருந்தது.

-முற்றும்-